**डॉ. स्टुअर्ट गॉर्डन** यांनी इ.स.१९७२मध्ये मिशिगन विश्वविद्यापीठातून पीएच.डी. प्राप्त केली. त्यांनी मराठा राज्याविषयीच्या मूळ कागदपत्रांचा अनुवाद करण्यात कैक वर्षे व्यतीत केली आहेत. त्यांनी सामाजिक बंधने आणि दरोडेखोरी, किल्ल्यांचे इतिहासातील योगदान, वारसाहक्क आणि राज्यपद, प्रतिकूल परिस्थितीतून मार्ग काढण्याची इतिहासातील उदाहरणे आणि युरोपीय पद्धतीच्या लष्कराचे झालेले अनुकरण अशा वैविध्यपूर्ण विषयांवर लेखन केलेले आहे. त्यांनी राजघराण्यांच्या वापरातील प्रतीकात्मक वस्तू आणि राजघराण्यांचे मैत्रीसंबंध या विषयांवरही संशोधनात्मक लिखाण केले आहे. डॉ. गॉर्डन यांच्या प्रकाशित साहित्यात *When Asia was the World, Shackles of Iron, A History of the World in Sixteen Shipwrecks* आणि *There and Back : Routes in Human History* ही पुस्तके विशेष लोकप्रिय आहेत.

ज्ञान, व्यापार, युद्धशास्त्रामुळे संपन्न असलेल्या मध्ययुगीन आशियाचे दर्शन
तत्कालीन फिरस्त्यांच्या नजरेतून

# जेव्हा आशिया म्हणजेच जग होतं...

डॉ. स्टुअर्ट गॉर्डन

अनुवाद
र. कृ. कुलकर्णी

---

डायमंड पब्लिकेशन्स

जेव्हा आशिया म्हणजेच जग होतं ...
लेखक : डॉ. स्टुअर्ट गॉर्डन
अनुवाद : र. कृ. कुलकर्णी
Jevha Asia Mhanjech Jag Hota
Lekhak : Dr. Stewart Gordon,
Anuwad : R. K. Kulkarni


मुखपृष्ठ
शाम भालेकर

पहिली आवृत्ती : मार्च २०२१

प्रकाशक
डायमंड पब्लिकेशन्स
२६४/३ शनिवार पेठ,
३०२ अनुग्रह अपार्टमेंट,
ओंकारेश्वर मंदिराजवळ,
पुणे ४११ ०३०
☎ ८६०००१०४१६,
०२०–२४४५२३८७, २४४६६६४२
info@dpbooks.in

ISBN : 978-81-952908-0-2

अक्षरजुळणी
मानसी घाणेकर, पुणे

---

# प्रास्ताविक

इ. स. ५०० ते १५०० या कालखंडात 'आशिया' हा विस्मयजनक, एकसंध आणि सर्जनशील प्रदेश होता. जगातील सगळ्यात मोठी पाच शहरे आशियात होती आणि ती शहरे, पाच मोठ्या साम्राज्यांचे केंद्रस्थान होती. त्यातील दिल्ली, बीजिंग आणि दमास्कस ही शहरे आजही त्यांचा मोठेपणा टिकवून आहेत तर दक्षिण भारतातील विजयनगर साम्राज्याच्या राजधानीचे आज केवळ भग्नावशेष उरले आहेत. याच आशियातील गणितींनी 'शून्य' आणि 'बीजगणिता'चा शोध लावला. येथील खगोलशास्त्रज्ञांनी 'ग्रह-ताऱ्यांचा अधिक अचूक वेध घेताना नौकानयनासाठी उपयुक्त 'उन्नती-दिगंशमापका'चा किंवा 'वेधयंत्रा'चा (Astrolabe) शोध लावला. कवी आणि लेखकांनी हृदयस्पर्शी साहित्याची निर्मिती केली. तत्त्ववेत्यांनी आजही प्रभावी असलेल्या विचारधारा आणि कायद्यांची रचना केली. यावरील साहित्य आणि ग्रीक आणि रोमन ज्ञानग्रंथांचे अनुवाद, तत्कालीन कैक मोठ्या ग्रंथालयांचा गाभा होते.

आशियात दूरवर विस्तारलेल्या व्यापारीमार्गांवरून आधी उदयास आलेल्या बौद्धधर्माचा आणि नंतरच्या इस्लामचा प्रसार झाला. त्याचप्रामाणे रेशीम, मोती, मसाले, औषधे, काच अशा चैनीच्या गोष्टींचे आणि तांदूळ, साखर अशा रोजच्या पदार्थांचे दळणवळण वाढले. मध्यपूर्वेपासून चीनपर्यंत चालणारी आणि सगळीकडच्या व्यापाऱ्यांना ज्ञात आणि मान्य असलेली चलने आणि पतव्यवस्था आशियात अस्तित्वात आली. या काळातील कलानिर्मितीने आज जगभरातील संग्रहालये संपन्न झाली आहेत. येथील वास्तूकलेचे सौष्ठव आणि त्यातील जटिलता आजही भेट देणाऱ्यांना अचंबित करते.

या पुस्तकातील प्रत्येक प्रकरण इ. स. ५०० ते १५०० या कालखंडात महान आशियाई जगतात जगलेल्या, नोकरी-व्यवसाय आणि प्रवास केलेल्या एकेका माणसाच्या स्मृतिग्रंथावर आधारित आहे. प्रकरणाच्या सुरुवातीला त्या माणसाच्या प्रवासाचा काळ दिलेला आहे. या निर्भयी आणि साहसी माणसांनी समुद्र सफरी केल्या, वाळवंटे तुडवली आणि सर्वोच्च पर्वतांच्या खिंडी पार केल्या. दक्षिण

रशियातील 'बुल्गर' ते आग्नेय आशियातील 'बुगी' अशा वैविध्यपूर्ण जमातींमधील लोकांबरोबर आपल्याला अवगत नसलेल्या भाषांमधून व्यवहार करणे त्यांना साध्य झाले होते.

अशा वातावरणात तग धरणे आणि आपली उन्नती करणे त्यांना कसे जमले असेल? त्यांच्यापैकी काहींचे नातेवाईक आणि मित्रमंडळी आशियात सर्वत्र पसरलेली होती. इतरांना त्यांच्या प्रवास-मार्गावर पसरलेल्या मठांचा आणि विश्रामगृहांचा आधार मिळत असे. आशियातील विविध दरबारांमधील रीतीरिवाज, दरबारी आदब आणि मानमरातबाच्या पद्धती, सारख्या असल्याचे बऱ्याच जणांना जाणवले. या गोष्टी आत्मसात केल्यामुळे त्यांना दरबारांमध्ये प्रवेश मिळवणे सुकर झाले. कटिबंधातील विविध वनस्पती, विविध कायदे, शोध किंवा वास्तुशास्त्र, अशा गोष्टींविषयीचे या प्रवाशांकडे असलेले ज्ञान जाणून घेण्याची जिज्ञासू वृत्ती; त्यांना भेटलेल्या लोकांमध्ये असल्याचे, त्यांना जाणवले. त्यांच्या स्मृतिग्रंथांमुळे आपल्यालाही तांड्यांबरोबर आणि जहाजांवरून प्रवास केल्याचा अनुभव येतो. त्यांनी सहन केलेली रक्त गोठवणारी थंडी आणि त्यांचा थकवा यांची जाणीव होते. त्यांच्या आशाआकांक्षांचे आणि मनातील भीतिचे आपण साक्षीदार होतो आणि या मध्ययुगीन महान आशियाई जगताच्या श्रीमंतीने आणि आश्चर्यकारक प्रगतीने आपण भारावून जातो.

# Acknowledgements

I wish to thank Scott Huler. When he was a journalism fellow at the Wallace Center we had several discussions about popular notions of Asia and the Middle Ages. He convinced me that a book that featured actual historical people from Asia would be not only entertaining but also might affect current attitudes towards Asia. His enthusiasm started me on the search for Asian memoires. Eventually, of the fifty or so I found a dozen that met the requirements of Asian perspective, authenticity, travel and avoiding a kingly viewpoint.

Getting the book right required thirteen drafts. Bob Pigeon, editor of the English version, worked on the drafts and was unerringly correct in his suggestions. The Asia-related staff at the Graduate Library, University of Michigan, helped me to understand nuances of terms in many languages. My colleagues at the University of Michigan History Department discussed various topics. The Center for South Asian Studies, University of Michigan, invited graduate students and faculty from many areas of Asia to attend two crucial talks. I also thank World History Conference for the opportunity to present the book's ideas at a lively panel.

At one point in the writing I thought that the book was simply not possible. I flew to Kerala to try and understand spices and spice trade. The Spice Marketing Board arranged my walks to several spice plantations and discussion on spices with the plantation owners. I returned from Kerala with understanding and energy.

I also want to thank my brother Roy and his wife Myra for discussions and comments.

Ravi Kulkarni performed much more than the usual work of translation. He is an historian with historian's eagerness to examine the sources. He checked several original texts in languages I do not know. Shirish Chikte, a friend of many years, read the Marathi chapters and offered commentary on the history and Marathi usage. The three of us worked together on the translation by Skype over several months.

**- Stewart Gordon**

# अनुक्रम

## प्रकरण – १

# मठ आणि राज्यकर्ते

### ह्युएनत्संग, इ.स. ६१८ ते ६३२

चीनच्या उत्तरपूर्व भागातील ह्वांग हो (पीत नदी) नदीकाठच्या हिरव्यागार शेतांमधून दोघे तरुण भाऊ लगबगीने चालले होते. ते दोघेही बौद्ध भिक्षू होते. पूर्वेकडील, राजधानी असलेल्या, लोयांग जवळील त्यांचा मठ सोडून ते नदीच्या वरच्या अंगाला दोनशे मैलांवर असलेल्या सियान गावाच्या दिशेने निघाले होते. उडत उडत आलेल्या बातमीनुसार तेथे एका राजपुत्राने सैन्याच्या बळावर राज्यकारभार सुरळीत चालू ठेवला होता, असे त्यांना समजले होते. इ.स. ६१८ च्या सुमारास शांतताप्रिय बौद्ध भिक्षुंसाठी चीनमधील वातावरण पोषक नव्हते.* दोघा भावांना सभोवार होत असलेली सुए राजवटीची अखेरची पडझड दिसत होती. या दोघा भावांपैकी एक होता ह्युएनत्संग. पुढे कित्येक दशकांनंतर आपल्या चरित्रकारांशी या दिवसांविषयी बोलताना ह्युएनत्संग म्हणतो *''संपूर्ण शासकीय यंत्रणा उद्ध्वस्त झाली होती. भिक्षू एकतर मारले गेले किंवा जीव वाचवायला पळून गेले. रस्त्यांवर पांढऱ्या हाडांचा खच पडला होता आणि जळलेल्या इमारतींचे अवशेष उरले होते. यावेळी कन्फ़्युशिअसच्या ग्रंथांचा आणि बुद्धाच्या शिकवणुकीचा लोकांना विसर पडला होता आणि प्रत्येकजण युद्धतंत्र आत्मसात करण्यात गुंतला होता.[१]''*

सियानपर्यंतचा जिकिरीचा प्रवास तसा निष्फळच ठरला. दोघा भावांना सियानमध्ये ना राजपुत्र दिसला ना त्याचे सैन्य. इतर भिक्षुंप्रमाणे ह्युएनत्संग आणि त्याचा भाऊ दक्षिणेला तीनशे मैलांवर असलेल्या, सच्वान परगण्यातील छंग्दू गावाला चालत

---

* ह्युएनत्संगने आपला मठ सोडून परागंदा होण्यापूर्वी संपूर्ण चीन एका छत्राखाली आणण्यासाठी लागोपाठच्या तीन राजवटींनी गेली पन्नास वर्षे सतत संघर्ष केला होता. अलीकडेच दक्षिण चीन पादाक्रांत कार्यात यश मिळाले होते आणि तीनशे वर्षांनंतर उत्तर आणि दक्षिण चीनचे एकीकरण झाले होते. ह्युएनत्संग परदेशी गेला असताना थांग राजवटीचा उदय झाला.

गेले. तेथे त्यांना बौद्ध समाज अजूनही तग धरून असल्याचे दिसले. तेथे त्यांना थोडी स्वस्थताही मिळाली. ह्युएनत्संगचा भाऊ त्याविषयी नंतर बोलताना म्हणतो *"छंग्दूला शांतता आणि समृद्धी नांदत होती. सभागृहात प्रवचन ऐकण्यासाठी शेकडो लोक जमत असत.*[२]*"* ह्युएनत्संग आणि त्याचा भाऊ बौद्धग्रंथांचा अभ्यास करण्यासाठी आणि धर्माचरण शिकण्यासाठी तेथील मठातच राहिले.

कोण होता हा तरुण भिक्षू ह्युएनत्संग? ज्या घराण्यात त्याचा जन्म झाला ते घराणे सम्राटाच्या चाकरीतील अधिकारी असलेल्या उच्चभ्रू घराण्यांपैकी एक होते. त्याचे आजोबा बीजिंग येथील शाही विद्यापीठाचे प्रमुख होते. तत्कालीन सम्राटाने त्यांना एका नगराची जहागिरी दिली होती. सर्वसाधारणपणे अशा घराण्यांमधील मुले मोठेपणी सरकारी नोकरीतच उच्च पदांवर पोचतील असे अपेक्षित असे. पण त्यावेळची परिस्थिती वेगळी होती. सुए राजघराण्याच्या आधी सुमारे तीनशे वर्षे एकाही राजवटीला एकसंध चीन बनवण्यात यश आले नव्हते. प्रबळ घराण्यांकडून अल्पकालीन राजवटी उभारल्या गेल्या. त्यांना सतत संघर्ष करावा लागला. पश्चिमेकडील गवताळ भागातील हून या भटक्या जमातीने उत्तरचीनच्या बऱ्याचशा भूभागावर कब्जा करून स्वतःची राजवट लादली. ह्युएनत्संगचे घराणे याच भागात वस्तीला होते. राजधानीतील अंदाधुंदीच्या या काळात त्याच्या वडिलांनी निवृत्ती पत्करली आणि ते दूरच्या प्रदेशात निघून गेले.

*सुए राजवटीच्या पडत्या काळात त्यांनी (वडिलांनी) स्वतःला ग्रंथांच्या अभ्यासात बुडवून घेतले. जिल्हा आणि परगण्याच्या कितीतरी जबाबदाऱ्यांमधे त्यांना गुंतवण्यासाठी त्यांच्यावर मोठा दबाव टाकण्याचाही प्रयत्न झाला; पण त्याला त्यांनी प्रकृती अस्वास्थ्याचे कारण सांगून सतत नकार दिला.*[३]

ह्युएनत्संग आपल्या वडिलांच्या मार्गदर्शनाखाली धर्मग्रंथांचे वाचन करतकरत मोठा झाला. त्याचा मोठा भाऊ आधीच बौद्ध भिक्षू झाला होता. ह्युएनत्संग धर्मतत्त्वांच्या अभ्यासात आकंठ बुडाल्याचे त्याला जाणवले. त्याने ह्युएनत्संगला लोयांग या राजधानीच्या जवळील बौद्ध मठात नेले आणि तेथे बौद्धधर्माची मूलतत्त्वे शिकवली. ह्युएनत्संग यावेळी १३ वर्षांचा होता. पलायन करण्यापूर्वी सात वर्षे त्याने या मठात अभ्यासात, श्रवण करण्यात आणि चिंतनात व्यतीत केली.[४]

ह्युएनत्संगच्या काळापर्यंत बौद्धधर्म स्थापन होऊन हजार वर्षे उलटून गेली होती. इतिहासात डोकावल्यास असे दिसते की, इसवीसनपूर्व पाचव्या-सहाव्या शतकात भारतात हिमालयाच्या कुशीत आणि पूर्वेकडील गंगानदीच्या तीरांवर बुद्धाचे वास्तव्य होते. त्याने मानवी आयुष्याविषयी चिंतन केले आणि त्याला जाणवले की,

लोकांना जे हवे असते ते मिळत नाही आणि नको असते तेच त्यांच्या नशिबी येते. सगळ्यांना व्याधी, वृद्धापकाळ आणि मृत्यू या गोष्टींना तोंड द्यावे लागते. लोकांना वाटते की जन्मापासून मृत्युपर्यंत त्यांच्यात एक आत्मा वास करून रहात असतो आणि असे असूनही प्रसंगानुसार त्यांच्या वर्तणुकीत फरक पडतो. माणसाचे आयुष्य त्याच्या अपूर्ण अपेक्षा, वर्तणुकीतील बदल आणि अटळ मृत्यू यांनी व्यापलेले असते. बुद्धाच्या या निरीक्षणातून आणि विश्लेषणातून अगदी सुरुवातीच्या काळातील भाषा, श्रद्धा, व्यवसाय आणि जातीपाती या सर्वांच्या पलीकडील एका वैश्विक धार्मिक अनुभूतीचा प्रत्यय येतो.

माणसाच्या या अवस्थेत त्याला आत्मशांती देऊ शकेल, अशी कोणतीही धर्मव्यवस्था अथवा पारलौकिक शक्ती त्या काळात बुद्धाला दिसली नाही. त्याने स्वतः पराकोटीची सुखलोलुपता आणि पराकोटीच्या साधेपणाचे प्रयोग करून पहिले, परंतु त्याला आत्मिक समाधान मिळाले नाही. सरतेशेवटी गयेला गंगातीरी पिंपळाच्या झाडाखाली चिंतन करत असताना, त्याला खऱ्या ज्ञानाचा साक्षात्कार झाला. माणसाच्या व्यक्तिगत क्लेशामागचे कारण त्याच्या इच्छा-अपेक्षांमध्ये दडलेले आहे. त्याला स्वतःतील बदल मान्य करण्याची इच्छा नसतेच; पण इतर लोकांकडून, नात्यांमधून, इतकेच नाहीतर निर्जीव वस्तूंकडूनही त्याच्या बऱ्याच अपेक्षा असतात. या इच्छा किंवा अपेक्षा पूर्ण न झाल्यास त्याला क्लेश होतात, असे बुद्धाला जाणवले.

मानवी जीवनातील ही वैश्विक समस्या शोधून केवळ बुद्ध थांबला नाही तर, त्याने त्यातून मोक्ष प्राप्त करण्याचा मार्गही दाखवला. सुखलोलुपता आणि पराकोटीचा साधेपणा यांच्यातील हा मध्यममार्ग लिंग, भाषा, प्रांत, व्यवसाय किंवा सामाजिक स्थान या कशावरही अवलंबून नसतो. हा मार्ग सोपा नसला तरी कोणीही सामान्य माणूस त्याचा स्वीकार करू शकतो, असे बुद्धाने सुचवले. हा मध्यममार्ग स्वीकारणाऱ्या व्यक्तीला एक साधे वस्त्र आणि भिक्षापात्र सोडून उरलेल्या सर्व भौतिक वस्तूंचा त्याग करावा लागे. स्वतःच्या नातलग आणि मित्रमंडळींपासून फारकत घ्यावी लागे. अशा स्त्री अथवा पुरुष व्यक्तींना एखाद्या बौद्धसंघात दाखल व्हावे लागत असे. तेथे त्यांना मार्गदर्शन आणि साहाय्य मिळत असे. अशा संघात मिळालेली साधेपणा आणि शुचितेची दीक्षा या भिक्षुंना आपल्या भौतिक इच्छांपासून मुक्ती मिळवण्यासाठी उपयुक्त ठरत असे. असा सर्वसंग परित्याग करून बौद्ध मठात वास्तव्य करणे, हे आत्मिक उन्नतीसाठी अत्यंत आवश्यक असल्याचे बौद्ध धर्म मानत असे. ज्ञानार्जनासाठी आणि आत्मशोधासाठी देशाटन करणे, प्रवास करणे हे या मध्यममार्गात अंतर्भूत होते. हा मध्यममार्ग कोणीही सामान्य माणूस स्वीकारू शकत असे; पण केवळ भिक्षू आणि

भिक्षुणी आत्मशोधाच्या आणि मुक्तीच्या दिशेने वाटचाल करत असत. अशा मठांना साहाय्य करण्याचे सत्कर्म सामान्य जन करत असत.[५] ह्युएनत्संग, त्याचा भाऊ, इतर भिक्षू आणि सामान्यजन 'लोयांग' येथील ज्या मठात उपदेश प्राप्त करण्यासाठी जमत असत, त्या मठातील चर्चांमधून आणि उपदेशातून मूलतः मानवी दुःखांपासून मुक्ती मिळवण्याचे उपाय सुचवले जात असणार हे नक्की. या स्थितीत बघताबघता सात वर्षे उलटली. परिस्थिती चिघळत गेली आणि ह्युएनत्संग आणि त्याच्या भावाला तेथून पलायन करावे लागले.

इ.स. ६२३ मध्ये नव्या थांग राजवटीने चीनच्या बऱ्याच भागात परिस्थिती सामान्य करण्यात यश मिळवले. एव्हाना या दोघा भावांना छंग्दूला येऊन पाच वर्षे उलटली होती. आता ह्युएनत्संगची विद्यार्थीदशा संपून तो पूर्ण भिक्षू झाला होता. त्याने आपल्या भावाच्या इच्छेविरुद्ध मठाचा त्याग केला आणि अधिक ज्ञान मिळवण्यासाठी प्रवास सुरू केला. यांगत्सी नदीतून प्रवाहाच्या दिशेने त्याने नौकेतून प्रवास केला आणि एका प्रसिद्ध मठात तो पोहोचला. तेथे काही काळ व्यतीत करून तो उत्तरेकडे असलेल्या त्याच्या घराण्याच्या मूळ 'हनान' प्रांतात आला. तेथे त्याने उपदेश श्रवण केला आणि तो स्वतःही उपदेश करू लागला. त्याच्या विद्वत्तेमुळे त्याला थोडीफार प्रसिद्धीही मिळाली.[६]

बौद्धधर्माच्या शिकवणुकीनुसार प्रत्येक भिक्षूला स्वतःच स्वतःची अध्यात्मिक उन्नती साधावी लागे. त्याला स्वतःला ज्ञानार्जनातून आणि चिंतनातून स्वतःचा मार्ग शोधावा लागे. यासाठी आवश्यक असलेली संस्थात्मक व्यवस्था, त्या काळी ठिकठिकाणच्या मठांच्या स्वरूपात चीनमध्ये अस्तित्वात होती. हे मठ विस्तृत भूप्रदेशात पसरलेले होते. या मठांचे मठाधिपती अतिशय विद्वान होते; पण तेथील कार्यपद्धती, ध्यानधारणेची पद्धत आणि बौद्धतत्त्वांचे आकलन आणि अन्वय यात फरक होते. एखादा प्रवासी भिक्षू जेंव्हा एखाद्या मठात येत असे, तेंव्हा त्याला मठाधिपतीने विचारलेल्या प्रश्नावर त्या मठातील निवासी भिक्षू आणि सामान्य जनांबरोबर चर्चा आणि वादविवाद करावा लागे. अशा चर्चांमध्ये आपली मते व्यवस्थित मांडता येण्यासाठी त्या भिक्षूला ग्रंथांचे सखोल ज्ञान असावे लागे. त्यासाठी रोजच्या व्यवहारातील उदाहरणे देण्याची हातोटीही आवश्यक असे.

ह्युएनत्संगच्या काळात गौतम बुद्धाचा मृत्यू होऊन एक हजार वर्षे उलटून गेली होती. या काळात जमिनीवरील आणि समुद्रातील व्यापारीमार्गांच्या आधारे; बौद्धधर्माचा प्रसार भारतात आणि भारताबाहेरही झाला. इसवीसनाच्या सुरुवातीच्या शतकांमध्ये

कुशाण राजवटीत बौद्धधर्म एक प्रमुख धर्म होता. कुशाण राज्य मध्य आशिया, अफगाणीस्तान-पाकिस्तानपासून भारताच्या मोठ्या भूप्रदेशावर पसरलेले होते. त्यामुळे बौद्धधर्मही या मोठ्या भागात जोमाने वाढला होता. अफगाणिस्तान ते चीन या व्यापारीमार्गावरील बहुतेक विश्रामस्थळांवर बौद्ध मठ उभारले होते. अत्यंत दुर्गम भागातही व्यापाऱ्यांच्या सोयीसाठी असे मठ होते. या व्यापाऱ्यांच्या देणग्यांवर हे मठ चालत. समुद्रमार्गे भारतातील बौद्धधर्म आधी श्रीलंकेत आणि नंतर दक्षिणपूर्व आशियात व शेवटी चीनमध्ये पोहोचला. इसवीसनाच्या दुसऱ्या शतकातील चांग् हंग् नावाच्या एका चिनी कवीने चीनमध्ये बौद्ध भिक्षू पाहिल्याची नोंद करून ठेवली आहे. या धर्मवृद्धीच्या मोठ्या कालखंडात बौद्धधर्मातही वेगवेगळे पंथ आणि शाखा उदयास आल्या. बऱ्याचदा त्यांच्या धर्मग्रंथांमध्ये आणि शिकवणुकीत फरक होते.[७] असे असले तरी सगळ्या पंथांची मूलतत्त्वे सारखीच होती. त्यांच्या दृष्टीने बौद्धधर्माचे उगमस्थान भारतच होते. प्रवासी भिक्षू वेगवेगळ्या पंथांचे असले, तरी त्यांना मठांमध्ये आश्रय मिळत असे. बऱ्याच बौद्ध विद्वानांना आणि लेखकांना अशा प्रवासी भिक्षूंची माहिती होती आणि बौद्ध मठांचे जाळे किती विस्तृत पसरलेले आहे, याचीही कल्पना होती.

काही वर्षांपूर्वी पुरातत्त्वशास्त्राच्या अभ्यासकांनी केलेल्या उत्खननात ह्युएनत्संगच्या काळातील बुद्धाच्या वेगवेगळ्या प्रतिकृती आणि धर्माचरणाच्या पद्धती प्रकाशात आल्या आहेत. इ.स. १९९६ साली ह्युएनत्संगच्या मठाच्या पूर्वेला तीनशे मैलांवर असलेल्या छिंग्जो गावात काही खोदकाम चालू असताना अचानक एका तळघराचा शोध लागला. त्यात बौद्धधर्माशी निगडीत चारशेपेक्षा अधिक दगडी शिल्पे सापडली.[८] या शिल्पांना ह्युएनत्संगच्या कालखंडाच्या काही दशके आधी घडवण्यात आले असावे, असे दिसून आले. ही शिल्पे वेगवेगळ्या शैलीतील असून आश्चर्याची बाब म्हणजे इतक्या काळानंतरही त्यांचा मूळ रंग शाबूत आहे. भटक्या जमातींच्या राजवटींच्या काळातील शिल्पांवर अफगाणी शैलीचा प्रभाव जाणवतो, तर इतर राजवटींच्या काळातील शिल्पांवर दक्षिणपूर्व आशियातील शैलीचा प्रभाव जाणवतो. काही मूर्ती पारंपारिक भारतीय वेषात दिसतात तर काहींची वेषभूषा तत्कालीन चिनी पद्धतीची दिसते. ही शिल्पे एकेकाळी कोणत्यातरी मंदिरांचा किंवा समाधीस्थळांचा भाग होती. काळाच्या ओघात ती शिल्पे झिजली गेली होती किंवा थोडीफार भंगली होती. त्यामुळे त्यांना समारंभपूर्वक पुरण्यात आले होते.[९] त्याबद्दलचा निष्कर्श-

*'ह्युएनत्संग सव्वीस वर्षाचा झाला; पण तो समाधानी नव्हता. एवढ्या शिक्षकांकडे*

*शिकल्यानंतर त्याच्या लक्षात आले की, ते सगळे आपआपल्या मठांमधील शिकवणुकीला प्रमाण मानत होते. परंतु त्यांच्या धर्मग्रंथांमध्ये आणि मूळ ग्रंथांमध्ये तफावत होती. त्यामुळे कोणाची शिकवणूक प्रमाण मानायची याविषयी त्याच्या मनात मोठे प्रश्नचिन्हच निर्माण झाले.'*[१०] त्याच्यासारख्या तरुणाने चीनमधील तत्कालीन बौद्धधर्माच्या अवस्थेबद्दल हा जो अचूक निष्कर्ष काढला होता, त्यात त्याचा चाणाक्षपणा विशेषत्वाने दिसून येतो.

ह्युएनत्संगने त्याच्या शंकांच्या निरसनासाठी पश्चिमेकडे प्रवासाला जाण्याचा निर्णय घेतला. त्याच बरोबर बौद्धधर्माचे मूळ असलेल्या भारतात जाऊन तेथून मूळ ग्रंथ आणण्याचेही त्याने ठरवले. हा त्याचा निर्णय चीनमधील बौद्ध भिक्षूंच्या परंपरेला अनुसरूनच होता. भारतात जाण्याचा निर्णय घेणारा तो काही पहिला भिक्षू नव्हता. 'फा शिएन' आणि 'झ येन' या भिक्षूंनी सुमारे दोनशे वर्षापूर्वी जो मार्ग अनुसरला होता तोच मार्ग ह्युएनत्संग अनुसरत होता. आणि पुढील शतकांमध्ये इतरही बरेच भिक्षू हा मार्ग अनुसरणार होते.

प्रवासाला सुरुवात करणेच मोठे कठीण होते. चीनमधील अंतर्गत भाग सोडला, तर बाकी सर्वत्र अंदाधुंदीच होती. चोर-दरोडेखोरांचा सुळसुळाट झाला होता. एकूण प्रवासच धोक्याचा झाला होता. त्यामुळे थांग सरकारने पश्चिमेकडे प्रवास करण्यास मनाई केली होती. अशा प्रवासावरील सरकारी प्रतिबंधाची कल्पना येताच ह्युएनत्संगच्या दोघा साथीदारांनी घाबरून माघार घेतली आणि ते छांग आनला निघून गेले. ह्युएनत्संगने मात्र अटक होण्यापासून स्वतःला वाचवत आपला प्रवास चालू ठेवला. तो रात्रीचा प्रवास करे. त्याला प्रवासात दुसऱ्या बौद्ध भिक्षूंची आणि सामान्य माणसांची गुप्त मदतही मिळत गेली. त्याने पश्चिमेकडे बऱ्याचदा प्रवास केलेल्या एका माणसाला मार्ग दाखवायला बरोबर घेतले. या वाटाड्याने सांगितले की-,

*'पश्चिमेकडील मार्ग अतिशय कठीण आणि दुर्गम आहे. दूरवर वालुकामय प्रदेश पसरलेला आहे. भुताखेतांचे हल्ले आणि गरम हवेची वादळे चुकवणे अवघडच असते. माणसे तांड्याबरोबर प्रवास करतात तरी चुकतात, तर तुझ्यासारख्या एकट्या प्रवाशाचे कसे होणार?'*[११]

पश्चिम सरहद्दीलगत अतिशय भक्कम अशी टेहाळणी बुरूज असलेली सात सरकारी ठाणी होती. प्रवासाच्या सुरुवातीलाच त्यांचा मोठा अडथळा होता. ही ठाणी

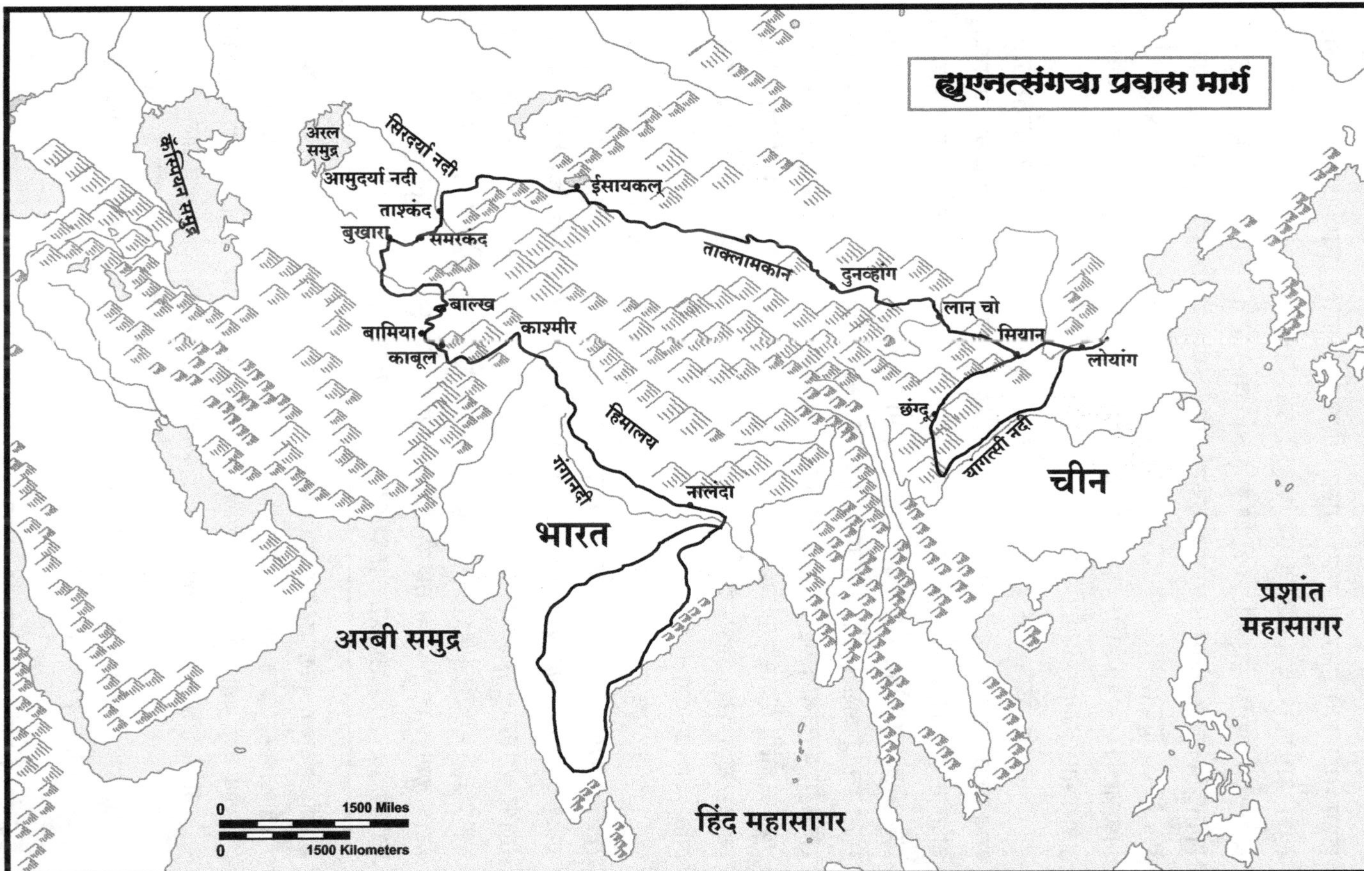
ह्युएनत्संगचा प्रवास मार्ग
कॅस्पियन समुद्र
अरल समुद्र
सिरदर्या नदी
आमुदर्या नदी
ताश्कंद
बुखारा
समरकंद
बाल्ख
बामिया
काबूल
काश्मीर
ईसायकल
ताक्लामकान
दुनव्हांग
लानू चो
सियान
लोयांग
छंग्दू
यांगत्सी नदी
चीन
हिमालय
गंगानदी
नालंदा
भारत
अरबी समुद्र
हिंद महासागर
प्रशांत महासागर
0 1500 Miles
0 1500 Kilometers

साधारण तीस मैलांवर होती.* थांग सरकारने आपल्याला पकडून परत पाठवण्याचा हुकूम सर्वत्र जारी केल्याचे ह्युएनत्संगला माहित होते. परंतु त्याचा निश्चय अटळ होता. त्याने आणि त्याच्या वाटाड्याने पहिली चार ठाणी पार केली. पण नंतर त्या वाटाड्याने त्याला सोडून दिले आणि ह्युएनत्संग वाळवंटात रस्ता चुकला. भरकटलेल्या ह्युएनत्संगने तीन दिवस अन्नपाण्यावाचून काढले; पण पाचवे ठाणे शोधण्यात त्याला यश आले. ह्युएनत्संगला ठाणेदाराने ओळखले; पण नशिबाने तो ठाणेदारच बौद्धधर्मीय निघाला. त्याने सरकारी हुकुमाकडे कानाडोळा तर केलाच; पण त्याच्या पुढील प्रवासासाठी शिधासामुग्रीही दिली.[१२]

काही दिवसातच ह्युएनत्संगचे नशीब पालटले. सातव्या ठाण्यानंतर थांग सरकारचे नियंत्रण संपले. लान् चो गावाच्या पश्चिमेला दोनशे मैलांवर गोबी वाळवंटाच्या दक्षिणेकडील सीमेलगत एक रस्ता होता. त्यावरून तांडे ये-जा करत. या रस्त्यावर एक बौद्ध मठ होता. त्या मठात ह्युएनत्संग पोहोचला. हा मठ ज्या राज्यात होता ते राज्य स्वतंत्र असले तरी, त्याचा राजा शू वन् थाय् थांग राजवटीच्या आधीच्या सुए राजवटीच्या दरबारी भेट देऊन आला होता. त्याने मठांमधून बौद्धधर्माविषयी प्रवचनेही ऐकली होती. त्याने त्याच्या राज्यातही शेकडो बौद्ध भिक्षुंना आसरा दिला होता. त्याला चीनमधून आलेल्या विद्वान बौद्ध भिक्षूंचे आदरातिथ्य कसे करावे याची व्यवस्थित कल्पना होती.

*'(ह्युएनत्संगने) शहरात प्रवेश करताच खुद्द राजाच त्याच्या भेटीला आला. त्याच्या मागे पुढे, पेटत्या मशाली घेऊन त्याचे साहाय्यक उभे होते... राजदरबारात प्रवेश केल्यावर ह्युएनत्संगला एका मंडपाखाली स्थानापन्न करण्यात आले... सकाळी राजाने या आपल्या पाहुण्यासाठी त्याच्या धर्माला साजेशा खाद्यपदार्थांची व्यवस्था करण्याची आज्ञा केली. राजवाड्यालगत प्रवचानांसाठी बांधलेले सभागृह होते. राजा स्वतः ह्युएनत्संगला घेऊन तेथे गेला आणि त्याला तेथे स्थानापन्न केले. इतकेच नव्हे, तर त्याच्या सेवेसाठी आणि रक्षणासाठी काही खोजे नियुक्त केले.'*[१३]

---

* या ठाण्यांच्या पूर्वेला दुनव्हांग हे रेशीममार्गावरील सुप्रसिद्ध बौद्ध क्षेत्र आहे. पश्चिम चीनमध्ये ताक्लामकान वाळवंटाच्या उत्तरेकडून आणि दक्षिणेकडून येणारे रस्ते जेथे मिळतात तेथे हे स्थान आहे. येथील संपन्न मठाला राज्यकर्ते, अमीर-उमराव आणि श्रीमंत व्यापाऱ्यांचा आधार होता. ह्युएनत्संगच्या कालखंडानंतर काही शतकांनी या स्थानाचे महत्त्व कमी झाले. बाराव्या शतकानंतर हे स्थान पुन्हा प्रकाशात आले आणि भूतकाळातील चित्रे आणि जुन्या ग्रंथांचा खजिनाच जगासमोर खुला झाला. सध्या येथून युरोप-अमेरिकेत गेलेली ग्रंथसंपदा पुन्हा मिळवण्याचे प्रयत्न चालू आहेत.

ह्युएनत्संगला आपल्या राज्यात एक शिक्षक म्हणून ठेऊन घ्यायचा श्यू वन् थाय् राजाचा विचार होता. त्यासाठी प्रसंगी दडपण आणण्याचीही त्याची तयारी होती. पण ह्युएनत्संगने त्याला सपशेल नकार दिला.

*आपल्या इच्छेविरुद्ध आपल्याला थांबवून घेण्यात येत असल्याचे लक्षात येताच राजाचे मतपरिवर्तन होईपर्यंत अन्नत्याग करण्याचा आपला निर्णय ह्युएनत्संगने जाहीर केला. तो समाधी अवस्थेत बसून राहिला. तीन दिवस त्याने काहीही खाल्ले किंवा प्यायले नाही. चौथ्या दिवशी या महात्म्याची खालावलेली अवस्था राजाला जाणवली. शरमेने आणि दुःखाने त्याची मान खाली गेली. तो जमिनीवर बसला आणि म्हणाला, ''हे महोदय, आपण पश्चिमेकडील आपल्या प्रवासास जाण्यास मुक्त आहात.''*[१४]

शांततापूर्ण सत्याग्रहाचे हे एक पुरातन उदाहरण आहे. या व्यक्तिगत सत्याग्रहामुळे ह्युएनत्संगला एक नैतिक अधिकार प्राप्त झाला. या नीतिवान भिक्षूपुढे राजालाही झुकावे लागले.

बौद्ध परंपरेत बुद्धाच्या शिकवणुकीचा प्रसार करणाऱ्याला मोठे महत्त्व प्राप्त होत असे. त्याकाळी आशियाच्या बहुतांश भागात राजे, उमराव आणि धनिक व्यापारी प्रवासी भिक्षूंच्या सोयीसाठी उभारलेल्या मठांना आणि निवासस्थानांना अर्थसहाय्य करत. बौद्धधर्माच्या शिकवणुकीसाठी लागणाऱ्या ग्रंथांच्या आणि घंटा, चित्रे, अशा वस्तूंच्या निर्मितीलाही मदत करत.[१५] श्यू वन् थाय् राजाने ह्युएनत्संगच्या भारताच्या दौऱ्याचा संपूर्ण खर्च उचलायचे ठरवले. त्याने ह्युएनत्संगच्या मदतीसाठी चार नवखे भिक्षू त्याच्याबरोबर देण्याचेही ठरवले आणि तीस अंगरखे शिवून तेही त्याला दिले.

*पश्चिमेकडील प्रदेश थंड असल्याने राजाने ह्युएनत्संगबरोबर कानटोप्या, हातमोजे, पायमोजे आणि जोडे दिले. त्याचबरोबर वाटखर्चासाठी १०० तेल (चिनी औंस) वजनाचे सोने, तीसहजार चांदीची नाणी आणि पन्नास गासड्या रेशीमही दिले. त्याशिवाय प्रवासासाठी तीस घोडे आणि पंचवीस गाडेही दिले.*[१६]

राजाने सरकारी इतमामाने ह्युएनत्संगला पुढील राज्यापर्यंत पोचवले. एवढेच नाही तर, पुढील मार्गावरील राज्यांसाठी चोवीस ओळखपत्रेही दिली. पुढे चौदा वर्षे या जाम्यानिम्यासह ह्युएनत्संगने प्रवास केला. तो जेथे जेथे गेला तेथे आपल्या प्रवचानांद्वारे त्याने मोठा लौकिक मिळवला.

सातव्या शतकात, गवताळ कुरणांच्या प्रदेशातून प्रवास करायचा झाला तर अशा पूर्ण तयारीनिशी तो करण्याची पद्धत होती. दोन ठिकाणांमधील पल्ले मोठे

असत. कमालीची थंडी आणि पाण्याची टंचाई तर असेच; पण मनुष्यवस्तीही तुरळक असे. परंतु व्यवस्थित तयारी असेल, तर एका राजधानीतून दुसऱ्या राजधानीपर्यंतचा, एखाद्या मठापासून दुसऱ्या मठापर्यंतचा अथवा एखाद्या पाणवठ्यापासून दुसऱ्या पाणवठ्यापर्यंतचा प्रवास अवघड असला, तरी अशक्य नव्हता. या प्रवासात ह्युएनत्संग आपल्या लवाजम्यासह एका मोठ्या तांड्याला मिळाला.* श्यू वन् थाय राजाचा निरोप घेऊन निघाल्यावर काही दिवसातच एकट्याने प्रवास करण्याचे धाडस करणाऱ्या व्यापाऱ्यांचे मृतदेह वाटेत दिसू लागले. मूळ तांड्याच्या आधी पुढील राजधानी गाठण्यासाठी केलेले धाडस, त्यांच्या मृत्यूस कारणीभूत ठरले होते. राज्यांच्या सीमा ओलांडताना एखाद्या मोठ्या तांड्याचा हिस्सा बनून प्रवास करणेच सुरक्षित असे.

ह्युएनत्संगचा तांडा एखाद्या राजधानीत पोचला की, त्याला तिथे डझनावारी बौद्ध भिक्षू भेटत. चीनमधील अंदाधुंदीच्या काळात जेव्हा ह्युएनत्संग आपला मठ सोडून सच्वानला पळून गेला होता त्याच सुमारास हे भिक्षूही पश्चिमेकडे पळून गेले होते.[१७]

या पुढील प्रवासाचा मार्ग ताक्लामकान वाळवंटाच्या उत्तरेकडून जात होता. या मार्गावरील डोंगराळ भाग अत्यंत धोकादायक होता. तेथील थंडी रक्त गोठवणारी होती. हनान सारख्या उत्तम हवामानाच्या प्रदेशात वाढलेल्या ह्युएनत्संगसाठी ही कठोर परीक्षाच होती.

*बर्फाच्या कधीही न वितळणाऱ्या हिमनद्या झाल्या होत्या. अशा बर्फावरून परावर्तीत होणारा प्रकाश अंधारी आणणारा होता. कधीकधी बर्फाचे कडे कोसळून रस्त्यावर पसरलेले असत. कितीही गरम कपडे घातले, तरी बर्फाळ प्रदेशातील थंड वारे गोठवणारे होते. तांड्यातील बारा ते चौदा माणसे भुकेने आणि थंडीने मृत्यू पावली. मरण पावलेल्या बैलांची आणि घोड्यांची संख्या कितीतरी अधिक होती.*[१८]

येथून पुढे पश्चिमेला दोनशे मैलांवर ईसायकल् सरोवर होते. हे सरोवर सध्याच्या किरघीस्तानात येते. या सरोवराचे वैशिष्ट्य म्हणजे चहूबाजूंनी बर्फाळ डोंगरांनी वेढलेले असूनही हे सरोवर कधीही गोठत नाही. त्या काळीही पाण्याचा अक्षय साठा असलेल्या या प्रदेशात गवताळ भागातील असंख्य प्राण्यांचे वास्तव्य असे. असा प्रदेश मोठ्या राज्यांच्या उदयासाठी कारणीभूत ठरे. ह्युएनत्संगनंतर सहाशे वर्षांनी

---

* या मार्गांवरून जाणाऱ्या तांड्यांमध्ये घोडे असत आणि ते जेड खड्यांसारख्या बऱ्याच किमती वस्तूंसह प्रवास करत. त्यांच्याबरोबर काचेच्या वस्तूही असत. चीनपासून दूरवरच्या मध्यपूर्वेतील देशांपर्यंत ते प्रवास करत.

इ.स. १२७५ मध्ये मार्को पोलोने भेट दिलेल्या कुब्लाखानाचे साम्राज्य या ईसायकल् सरोवराच्या आधारावरच मोठे झाले. अशा या सरोवराच्या उत्तरतीरावर एका राज्याची राजधानी होती आणि तेथील राजाने ह्युएनत्संगला आपल्या छावणीत बोलावले.

हा भटक्या जमातीचा राजा आणि चीनमधून आलेला बौद्ध भिक्षू यांचे धर्म वेगळे असले, तरी प्रगत संस्कृतीतील रीतीरिवाजांची त्यांना जाण होती. सभ्यता, खानदानी मोठेपणा आणि अधिकारी वर्ग आपल्याप्रती निष्ठावंत राहावेत यासाठी पूर्वी काही समारंभ आयोजित केले जात असत. या पैकी एक होता मानाची रेशमी वस्त्रे आदानप्रदान करणे आणि परिधान करणे. अशी रेशमी वस्त्रे परिधान करून राजा आणि त्याचे उमराव एका शामियान्यात उपस्थित होते. तेथे राजाने ह्युएनत्संगचे स्वागत केले आणि त्याने प्रस्तुत केलेल्या ओळखपत्राचे आवर्जून वाचन केले. राजाने तीस रेशमी झगे देऊन ह्युएनत्संगचा सन्मान केला.

चिनी रेशमापासून बनवलेल्या या झग्यांना आणि वस्त्रांना मोठे महत्त्व होते. ईसायकल् सरोवराच्या प्रदेशात ह्युएनत्संगच्या येण्यापूर्वी काही शतके पश्चिमेकडील आणि चीनच्या भिंतीच्या उत्तरेकडील भटक्या जमाती आणि चीन यांच्यातील व्यवहारात रेशमाचा वापर एखाद्या चलनासारखा होऊ लागला होता. चीनमध्ये तेंव्हा शेतीवर आधारित स्थिर जीवनपद्धती रुजली होती, तर भटक्या जमाती गवताळ प्रदेशात रहात. दोन्ही प्रदेशातील पर्यावरणातील या फरकामुळे रेशमाला मोठे महत्त्व प्राप्त झाले होते. भटक्या जमातींनी पैदा केलेल्या घोड्यांना चीनमधील उच्चभ्रू लोकांकडून आणि सैन्याकडून मोठी मागणी असे. त्यांनी पैदा केलेल्या गुरांनाही चीनमध्ये शेतीसाठी मागणी असे. चीनमध्ये धान्य पिकत असे आणि फक्त चीनमध्येच रेशीम तयार होत असे. भटक्या जमाती आणि चिनी राजवटी यांच्यात होणाऱ्या लढाया मुख्यत्त्वे या चार गोष्टींसाठी होत. विजयी चिनी सैन्य भटक्या जमातींकडून गुरे आणि घोडे जप्त करून नेत किंवा भटक्या जमातीचा हल्ला यशस्वी झाला, तर ते धान्य आणि रेशीम लुटून नेत. भटक्या जमातींचे हल्ले रोखण्यासाठी कधीकधी त्यांच्याबरोबर वैवाहिक संबंध जोडले जात. अशावेळी रेशीम आणि धान्याचा उपयोग हुंडा म्हणून होत असे.[११]

गवताळ प्रदेशातील भटक्या जमातींमधील तात्पुरती एकी टिकण्यासाठी धान्य आणि रेशीम महत्त्वाचे होते. धान्याचा साठा असला तर दीर्घकाळ चालणाऱ्या हिवाळ्यात एकत्रितपणे तग धरून राहणे शक्य होई; पण रेशमाचा व्यवहार थोडा गुंतागुंतीचा असे. त्यातील काही रेशमी कापड लोखंडासारखी खनिजे खरेदी करण्यासाठी उपयोगी पडे; पण त्याचा मुख्य उपयोग निष्ठावंत पाठिराख्यांचा गौरव करण्यासाठी

होई. यात कृतज्ञता व्यक्त करतानाच पाठीराख्यांची निष्ठा टिकून राहावी असा उद्देश असे. भर दरबारातील समारंभात राजाच्या हातून अशी वस्त्रे मिळणे हे मोठे मानाचे समजले जाई. पुढील काही शतकांमध्ये मानाची वस्त्रे देण्याचा हा समारंभ आशियाभर पसरला आणि गवताळ प्रदेशाच्या दोन्ही बाजूंकडील राजे त्याचा उपयोग करत. ईसायकल् प्रदेशातील राजाला आणि ह्युएनत्संगला या समारंभाचे आणि मानाच्या वस्त्रांचे महत्त्व माहीत होते. पुढे बऱ्याच वर्षांनी जेंव्हा ह्युएनत्संग भारतातून चीनमध्ये परतला तेंव्हा चीनच्या सम्राटाने मानाची किमती वस्त्रे देऊन त्याचा यथोचित सत्कार केला. चीनच्या थांग राजवटीतील सम्राटाचे हे वर्तन या परंपरेला धरूनच होते.

या समारंभात दरबारातील उमरावांनी मांस आणि मद्यावर ताव मारला; पण राजाने ह्युएनत्संगसाठी मात्र खास शाकाहारी बेत ठेवला होता. यात लोणी, मध, द्राक्षे, भात, आणि साखरेचा समावेश होता. यातील भात आणि साखर गवताळ प्रदेशात कोठेच पिकत नव्हती. ज्या मार्गाने ह्युएनत्संग आला त्याच मार्गाने चीनमधून भात आला असणार. ह्युएनत्संगच्या काळात ऊस आणि त्यावरील प्रक्रिया फक्त भारतात होत होती. त्यामुळे साखर बहुतेक भारतातून खैबर खिंडीमार्गे आणि नंतर अफगाणिस्तान ओलांडून तांड्यांच्या मार्गाने चीनमध्ये आली असणार.

राजाने ह्युएनत्संगसाठी काय पदार्थ केले असावेत हे सांगणे कठीण आहे; पण साखर, लोणी, भात आणि फळे वापरून 'पिलाफ' नावाचा पदार्थ बनवला असावा. चीनपासून तुर्कस्तानापर्यंत सगळ्या मार्गांवरील प्रदेशांमध्ये असा पदार्थ बनवला जात होता. त्याच्या नावात प्रदेशानुसार थोडा बदल झाला होता. म्हणजे इराक आणि तुर्कस्तानात त्याला 'पिलाफ' म्हणत तर इराण आणि दक्षिण रशियात त्याला 'पोलोव' म्हणत. अर्मेनियात त्याला 'पिलावी' म्हणत तर अफगाणिस्तानात 'पिलाऊ' आणि उझ्बेकीस्तानात 'पलाऊ' म्हणत. उत्तर हिंदुस्थानात मात्र त्याला 'पुलाव' म्हणत. त्याचप्रमाणे वेगवेगळे सारण भरलेल्या मोदकासारख्या दिसणाऱ्या पदार्थाला चीनमध्ये 'मान्तू', अफगाणिस्तान आणि इराणमध्ये 'मंतू', कोरियात 'मंडू', मध्य आशियात 'मंती' तर तिबेटमध्ये 'मोमो' म्हणत.[२०] 'पास्ता आणि बिस्किटे'ही अशाच पद्धतीत आशियातून निघून तांड्यांच्या मार्गाने प्रवास करत व्हेनिस आणि जेनोआ या युरोपच्या प्रवेशद्वारांमधून इटलीत आणि नंतर युरोपात पोहोचली. व्यापारीही, केशरासारखे स्वाद वाढवणारे जिन्नस आणि नारिंगासारखी फळे युरोपात घेऊन गेले आणि त्याचबरोबर हे जिन्नस वापरून करायच्या पाककृतींचाही त्यांनी प्रसार केला.

ह्युएनत्संग आणि त्याच्या साथीदारांनी हा प्रवास ज्या प्रदेशांमधून केला त्या प्रदेशांमध्ये 'तुर्की, मंगोलिअन, उईघर' अशा वेगवेगळ्या भाषा बोलल्या जात होत्या.

यामुळेच मोठ्या तांड्यांबरोबर प्रवास करणे फायदेशीर ठरत असे. कारण अशा तांड्यांमध्ये या भाषा जाणणारे वाटाडे आणि दुभाष्ये असत. ईसायकल् येथे घडलेल्या हकीकतीनुसार केवळ तज्ज्ञ लोकच अशा भाषा जाणत असत असे नव्हे तर, सामान्य माणसांनाही वेगळी भाषा येत असे. राजाच्या सेवकांमध्ये एक तरुण मुलगा होता. *'तो काही दिवस छांग् आन् मध्ये राहिला होता. त्याला चिनी भाषा येत होती.'* त्यामुळे तो ह्युएनत्संगचा दुभाष्या बनला.[२१]

ह्युएनत्संग आणि इतर भिक्षू मजल दरमजल करत ताश्कंद, समरकंद आणि बुखारा या शहरांमध्ये पोहोचले. वाटेत त्यांचे काही मठांमध्ये स्वागत झाले. तेथे ज्ञानप्राप्तीसाठी भारतात जाऊन आलेले काही भिक्षू ह्युएनत्संगला भेटले. त्याने तेथे विविध चर्चासत्रांमध्ये भाग घेतला. तेथून पुढे आमुदर्या नदीच्या काठाने काही अंतर कापल्यावर हे भिक्षू आग्नेय दिशेला असलेल्या बाल्खला गेले. तेथून त्यांनी दक्षिणेत अफगाणिस्तानात प्रवेश केला. या प्रदेशावर बौद्धधर्माचा जबरदस्त प्रभाव होता. कित्येक मठ, पुतळे आणि अवशेषांच्या रूपाने येथील संपन्न बौद्धधर्माची ध्वजा उंचावलेली होती.

*बुद्धाच्या या कक्षामध्ये, बुद्धाचे जलपात्र आहे. तसेच येथे बुद्धाचा दात आहे. त्याशिवाय कासा गवतापासून बनवलेला बुद्धाचा झाडूही आहे. दर अन्नोदकाच्या दिवशी या वस्तू दर्शनासाठी बाहेर काढण्यात येतात आणि बौद्ध भिक्षू आणि सामान्य जन त्यांची पूजा करतात. श्रद्धावान लोकांना या वस्तूंमधून प्रक्षेपित होणाऱ्या आत्मिक उर्जेचा लाभ होतो.*[२२]

उत्तर अफगाणिस्तानातील बामिया भागातील डोंगरात खोदलेल्या उत्तुंग बुद्धमूर्ती पाहून ह्युएनत्संग अवाक झाला. *राजधानीच्या ईशान्य दिशेला एका डोंगराच्या उतरणीवर १५० फूट उंचीचे बुद्धाचे उभे शिल्प दगडात कोरून काढलेले आहे. या शिल्पाच्या पूर्वेला बौद्ध मठ असून त्याच्या पूर्वेलाही बुद्धाचे आणखी एक उभे शिल्प दगडातून कोरून काढले आहे. त्याची उंची १०० फूट आहे.*[२३] अत्यंत खेदपूर्वक नमूद करावेसे वाटते की, हीच शिल्पे इ.स. २००१ मध्ये तालिबान्यांनी उद्ध्वस्त केली.

ह्युएनत्संगचा काफिला येथून पुढे खैबर खिंड ओलांडून पूर्वेला काश्मीरमध्ये आणि हिमालयाच्या दऱ्याखोऱ्यांमध्ये पोहोचला. वाटेत बुद्धकालीन अवशेषांची पूजा करणे, प्रवचने ऐकणे, तीर्थक्षेत्री प्रार्थना करणे आणि बुद्धाच्या पाऊलखुणांचा मोगोवा घेणे या गोष्टींबरोबर ह्युएनत्संग ठिकठिकाणी वादविवाद आणि चर्चांमध्ये सहभागी होत असे. तेथील राजे अशा चर्चा ऐकायला आवर्जून उपस्थित रहात. *काश्मीरच्या पश्चिमेकडील एका मठातील चर्चासत्र तर पाच दिवस चालले आणि ते संपल्यावरच*

*उपस्थित लोक घरी परतले. राजाला अतीव आनंद झाला आणि त्याने रेशमाच्या पाच गासड्या देऊन ह्युएनत्संगचा सत्कार केला.*[२४]

ह्युएनत्संग ज्या कालखंडात हिमालय ओलांडून भारतात आला तेंव्हा हिमालयाच्या दोन्ही बाजूंकडील संस्कृतींमध्ये फारसा फरक नव्हता. दोन्ही बाजूंच्या प्रदेशांमधील धार्मिक, राजकीय आणि आर्थिक स्थिती साधारण समानच होती. हे सर्व भाग एकाच जगाचा हिस्सा असल्यासारखे होते. दोन्हीकडे बौद्ध मठ होते आणि तेथे प्रवाशांचे उचित आदरातिथ्य होत असे. ब्रह्मज्ञानावरील चर्चांमध्ये भारतातील ब्राह्मण, पर्शियातील झोरॅस्ट्रियन आणि इतर धर्मीय भाग घेत. मध्य आशिया, अफगाणिस्तान आणि उत्तर हिंदुस्थानात प्रबळ राजवटी होत्या. व्यापाऱ्यांची येजा असायची.

ह्युएनत्संगला चीनमधून भारतात येताना बरेच बौद्धधर्मीय राजे भेटले यामागे एक कारण होते. या राजांना वंश, भाषा इत्यादींच्या पलीकडे जाऊन जनतेची निष्ठा संपादन करावी लागे. या दृष्टीने बौद्धधर्म उपयुक्त ठरे.[२५] बौद्धधर्मात सुचवलेले श्रद्धेसंबंधीचे विचार वांशिक भेद मिटवणारे, माणसांमधील दुवा सांधणारे आणि अवघ्या मानवजातीला पटणारे होते. बौद्धधर्म स्वीकारणारा राजा आणि त्याची प्रजाही भिक्षूंच्या आत्मिक उन्नतीच्या प्रयत्नांना आणि त्यांच्या मठांना साहाय्य करत असत. सगळ्यात जास्त साहाय्य राजाचे असल्याने त्याला मोठी प्रतिष्ठा मिळे.

बौद्ध मठही राजा आणि प्रजेच्याप्रती आपले उपयोगीत्व सिद्ध करत. मार्गावरील मठांचे जाळे म्हणजे व्यापाराच्या दृष्टीने पायाभूत सुविधा असल्यासारखे होते. बौद्ध तीर्थक्षेत्रे आणि मठांना व्यापाऱ्यांनी आधार दिल्यामुळेच बौद्धधर्माचा प्रसार आणि भरभराट होऊ शकली. बुद्धाच्या अवतारांपैकी एक मानला गेलेला अवतार म्हणजे कनवाळू स्वभावाचा अवलोकितेश्वर. व्यापाऱ्यांनी आणि प्रवाशांनी त्याला आपल्यावर कृपादृष्टी असलेला संत मानले होते. त्याकाळी रोगराई आणि मृत्यूचे प्रमाण अधिक होते. या मठांमधील भिक्षूंना वैद्यकशास्त्राचे ज्ञान असे, आणि सामान्य माणसे आणि राजांवरही ते उपचार करत.

इतकी वर्षे ह्युएनत्संगला ज्याचे वेध लागले होते ती बौद्धधर्माची पंढरी त्याला अखेर उत्तरभारतात गंगा-यमुनेच्या दुआबात गवसली. ह्युएनत्संगच्या एक हजार वर्षे आधी बुद्ध आणि त्याचे अनुयायी या प्रदेशात वावरले होते. इथेच त्यांनी ध्यानधारणा केली होती आणि येथूनच बुद्धाच्या शिकवणुकीचा प्रसार होऊ लागला होता. कित्येक तीर्थस्थळांनी आपल्या गाभ्यात बुद्धाचे अवशेष जपून ठेवले होते. हजारो

यात्रिकांच्या पायांनी त्यांचे उंबरे आणि पायऱ्या झिजल्या होत्या. या संपन्न क्षेत्रांमध्ये ह्युएनत्संगला हजारो भिक्षू दिसल्याची नोंद त्याच्या चरित्रकाराने करून ठेवली आहे. *प्राचीनकाळापासून ते आत्तापर्यंत कित्येक सहृदय आणि श्रद्धावान राजेमहाराजे आणि उमरावांना दान करावेसे वाटले की, त्यांची पावले याच क्षेत्रांकडे वळत आली आहेत.*[२६]

असे असूनही दुआबाच्या मध्यभागात कित्येक स्थळे दुर्लक्षित झाली होती. ह्युएनत्संग म्हणतो, *''येथे पूर्वी संघाराम(मठ) होता; पण आता तो उध्वस्त झाला आहे.''*[२७] तीर्थक्षेत्रांमध्ये बुद्धाचे अवशेष असूनही त्यांची देखरेख होत नव्हती. प्राचीनकाळी बौद्ध राजधानी असलेली कपिलवस्तू आज पूर्णपणे जमीनदोस्त झाली होती.[२८] बौद्धधर्मातील महायान आणि हीनयान या दोन पंथांमध्ये चढाओढ सुरू असल्याचेही ह्युएनत्संगला जाणवले. त्याचबरोबर इतर पाखंडी ब्राह्मणी पंथांबरोबरही त्याची स्पर्धा सुरू असल्याचे त्याला दिसून आले. जवळजवळ हजार वर्षे ही स्थिती राहिली होती आणि या पंथांमध्ये फारसे सलोख्याचे वातावरण नव्हते. बोधगयेतील ज्या बोधीवृक्षाखाली बुद्धाला ज्ञान प्राप्त झाले, *त्या वृक्षालाही काही दुष्ट राज्यकर्त्यांनी छाटले होते आणि आता त्याची उंची केवळ पन्नास फूट* उरल्याची नोंद ह्युएनत्संगने करून ठेवली आहे.[२९]

मोठे मोठे पर्वत आणि नद्या ओलांडत, राजामहाराजांचा पाहुणचार स्वीकारत तीन वर्षांच्या प्रवासानंतर ह्युएनत्संग अखेर नालंदाला पोहोचला. त्यावेळी नालंदा विद्यापीठात दहा हजार भिक्षू स्नातक रहात होते.[३०] येथे एका शांत कक्षात ह्युएनत्संगची राहण्याची सोय करण्यात आली. जेवणखाणही उत्तम होते. शिवाय दिमतीला एक सेवकही होता. ग्रंथांविषयी मार्गदर्शन करायला त्याने एक गुरू शोधला आणि पुढे पाच वर्षे तो तेथे राहिला. त्याच्या दिनक्रमात ग्रंथांचा अभ्यास करणे, ग्रंथांच्या नकला करणे, बौद्ध आणि ब्राह्मणी तत्त्वज्ञानाविषयी प्रवचने ऐकणे, धार्मिक विधींमध्ये आणि चर्चांमध्ये सहभागी होणे, बौद्धक्षेत्रांना भेटी देणे, अशा गोष्टींचा समावेश असे. नालंदा येथे पाच वर्षे व्यतीत केल्यावर पुढील चार वर्षे ह्युएनत्संगने भारतभर प्रवास केला. बंगालमधील मठांना भेटी देऊन भारताच्या पूर्व भागातून तो दक्षिणेला गेला. तेथून पश्चिमभागातून तो उत्तरेत आला आणि शेवटी पुन्हा नालंदाला परतला.

ह्युएनत्संगने मनात जे काही योजले होते ते सिद्धीस नेण्यात तो यशस्वी झाला. आणखी दोन वर्षे अभ्यास केल्यानंतर त्याने चीनला परतण्याचा निर्णय घेतला. तो लिहितो–

*'आपल्या धर्मग्रंथांमध्ये उल्लेख केलेल्या पवित्र तीर्थक्षेत्रांना मी भेटी दिल्या*

*आणि वेगवेगळ्या पंथांची तत्त्वे सांगणारी प्रवचने मी ऐकली. माझे मन आनंदाने भरून आले असून माझी ही भेट अत्यंत फायदेशीर ठरली आहे. माझी आता परतण्याची इच्छा असून मी अभ्यासलेल्या ग्रंथांचा अनुवाद करायचा आहे आणि मी श्रवण केलेली प्रवचनेही इतरांना समजून सांगायची आहेत.'*[३१]

ह्युएनत्संग परतीच्या प्रवासात बरोबर ६५७ ग्रंथ कैक अवशेष आणि मुर्त्या घेऊन जाणार होता. चीनमधील एका बौद्ध स्थानाचा त्या हिस्सा बनणार होत्या. मठांमधून पुरवल्या जाणाऱ्या वैद्यकीय सेवांसाठी तो भारतातून औषधी वनस्पती आणि बिया नेणार होता. या प्रवासाची एकूण व्याप्ती लक्षात घेऊन नालंदा ज्या राज्यात होते त्याच्या राजाने म्हणजे राजा कुमारने या मोहिमेचा संपूर्ण खर्च उचलला.

ताक्लामकान वाळवंटाच्या दक्षिणेला पोचल्यावर ह्युएनत्संगने चीनच्या सम्राटाला पत्र पाठवून त्याची माफी मागितली. सतरा वर्षपूर्वी बेकायदेशीरपणे देश सोडून गेल्याबद्दल त्याने दिलगिरी व्यक्त केली; पण आपल्या अभिमानास्पद कामगिरीची माहितीही थोडक्यात कळवली. तो लिहितो-

*'मी ५००० ली ( चिनी मैल- १ ली = १/३ इंग्लिश मैल) पेक्षा अधिक प्रवास करून, हजारो वैविध्यपूर्ण चालीरीती आणि माणसांच्या सवयींचा अनुभव घेऊन, अपरिमित संकटांचा सामना करून ईश्वरकृपेने कोणताही अपघात न होता, परत आलेलो आहे. आणि माझ्या दोषविरहित शरीराने आणि जे योजले होते ते सर्व पार पडल्यामुळे अत्यंत समाधानी झालेल्या मनाने मी आपल्याविषयी (थांगचा सम्राट) आदर व्यक्त करत आहे. मी चित्रकूट पर्वत बघितला आहे, बोधीवृक्षापाशी प्रार्थना केली आहे, मी ज्ञात नसलेल्या गोष्टी पहिल्या आहेत, पूर्वी कधीही न ऐकलेली पवित्र वचने ऐकली आहेत, निसर्गातील आश्चर्यांपेक्षाही अचंबित करणारी अध्यात्मिक उंची गाठलेली मुले पाहिली आहेत.'*[३२]

तीन महिन्यानंतर सम्राटाचे पत्रोत्तर आले. त्याने ह्युएनत्संगला माफ केले आणि उर्वरित प्रवासासाठी संपूर्ण सुरक्षा पुरवली.

महत्त्वाचे म्हणजे ह्युएनत्संगने पंधरा हजाराहून अधिक मैलांचा प्रवास करताना त्याला सर्वत्र बौद्धधर्माचा संस्थात्मक आधार मिळत होता. त्याने गवताळ प्रदेशातील बोचऱ्या थंडीतही कार्यरत असलेल्या मठांचा आणि विश्रामगृहांचा अनुभव घेतला होता आणि दक्षिण आशियातील उष्ण हवामानातील मठांविषयीही त्याने ऐकले होते. सगळीकडे बौद्धधर्माची भरभराट झाली होती. त्याला राज्यकर्ते आणि उमरावांचा आधार तर होताच; पण सामान्य नागरीक, धार्मिक स्त्रिया आणि व्यापाऱ्यांचाही आधार होता.[३३] सर्वदूर पसरलेल्या बौद्ध संस्थांमध्ये शिक्षक, विधींसाठी लागणाऱ्या

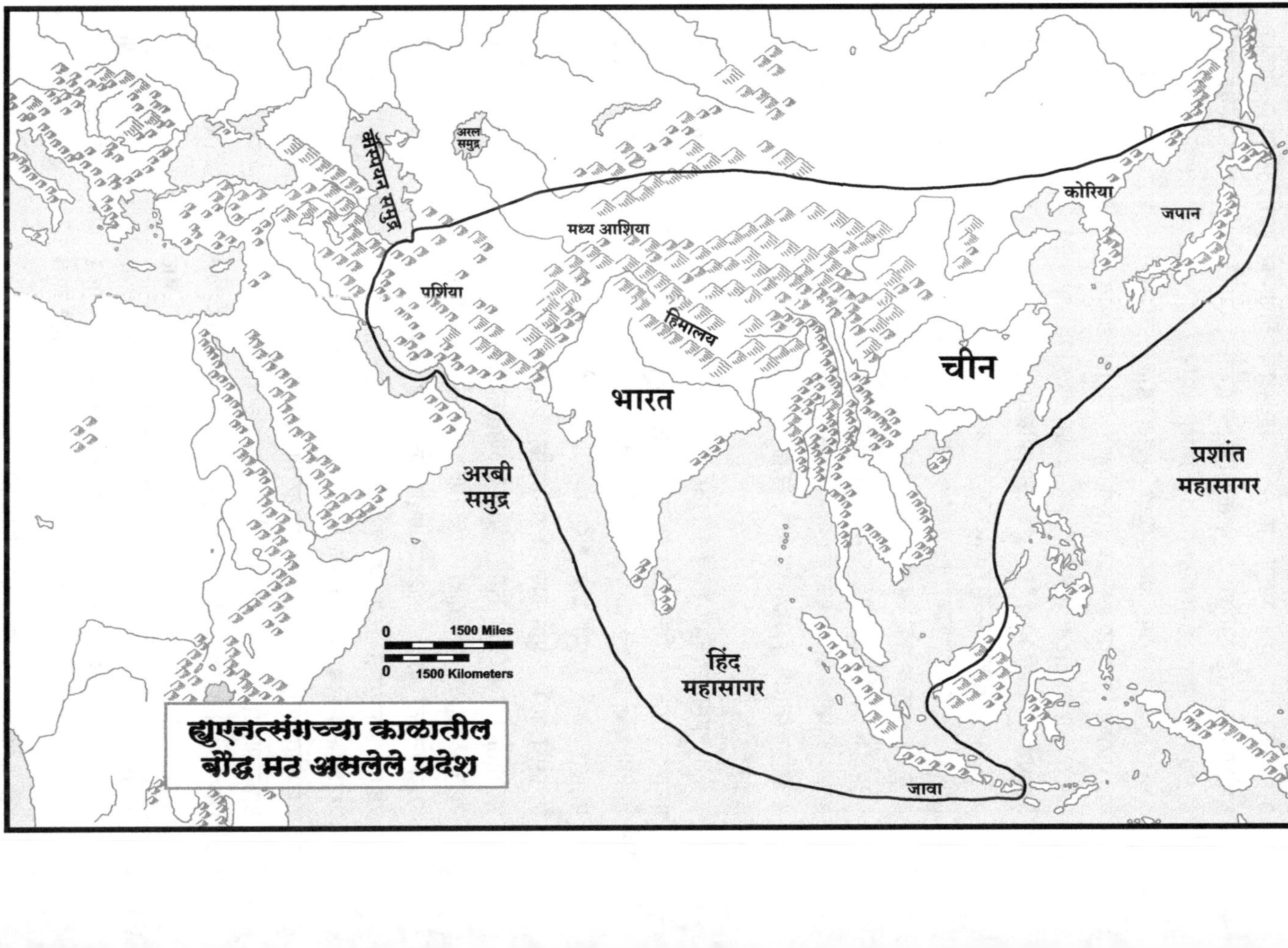
कॅस्पियन समुद्र
अरल समुद्र
पर्शिया
मध्य आशिया
हिमालय
भारत
चीन
कोरिया
जपान
अरबी समुद्र
हिंद महासागर
प्रशांत महासागर
जावा
0 1500 Miles
0 1500 Kilometers
ह्युएनत्संगच्या काळातील
बौद्ध मठ असलेले प्रदेश

वस्तू, ग्रंथ, औषधे, नव्या संकल्पना यांचे आदानप्रदान होत होते. व्यापारही चालत असे. जिज्ञासा आणि पाहुणचार ही या व्यवस्थेची वैशिष्ठ्ये होती. ठिकठिकाणच्या धर्माचरणात थोडाफार फरक असला तरी, प्रवाशांना, मग ते भिक्षू असोत किंवा साधे बौद्धधर्मीय, सर्वत्र समान वातावरण आणि समान बौद्ध प्रतीके दिसत.

ह्युएनत्संगच्या प्रवासाच्या कालखंडातच चीनमधील थांग राजवंशाच्या कारभाराची जोमदार सुरुवात झाली होती. चीनचा प्रभाव आता त्या सात टेहाळणी ठाण्यांपुरता मर्यादित राहिला नव्हता, तर त्याहीपुढे पश्चिमेला तांड्यांच्या मार्गावर मैलांपर्यंत वाढला होता. तसेच पूर्वेला कोरिया आणि जपानही चीनच्या प्रभावाखाली आले होते. ह्युएनत्संगने चिनी सभ्यता आणि सदाचाराची माहिती नालंदातील इतर भिक्षूंना दिली, तर राजा कुमारशी बोलताना चीनच्या सम्राटाच्या सद्वर्तनाचे कौतुक केले.[३४] ह्युएनत्संगने त्याच्या आठवणींमध्ये त्याला भेटलेल्या राजेमहाराजांविषयी गौरवोद्गार काढले असून, त्याला भेटलेले बहुतेक राजे सभ्य, आधुनिक विचारांचे आणि धार्मिक असल्याचे त्याने नमूद केले आहे. थांगच्या सम्राटाला परदेश आणि परदेशी वस्तूंविषयी आकर्षण होते. त्याने ह्युएनत्संगकडून त्याची साद्यंत हकीगत ऐकून घेतली.

ह्युएनत्संगच्या भारतभेटीनंतर चीन आणि भारत यांच्यात राजकीय भेटींचे प्रमाण वाढले. पुढील शतकात अशा पन्नासहून अधिक वेळा भेटी दिल्या गेल्या. यातील बऱ्याच भेटी बौद्धधर्माशी निगडीत होत्या. कधी चीनतर्फे भारतातील एखाद्या मठाला चिनी रेशमी वस्त्रे देण्यासाठी कोणी येत असे, तर या देणगीबद्दल चिनी सम्राटाचे आभार मानण्यासाठी भारतातील एखाद्या राजातर्फे राजदूत पाठवण्यात येई. भारतातील राजे आणि चिनी सम्राट यांच्यातील हे संबंध केवळ बौद्धधर्मापुरते मर्यादित नव्हते. उदाहरणार्थ एकदा भारतातील राजांनी आणि थांग सम्राटाने तिबेटवर कसा वचक ठेवता येईल याविषयी एकमेकांची मते जाणून घेतली असे दिसते.[३५] दोन्ही पक्षांनी व्यापारवाढीच्या शक्यतांचा विचार केल्याचेही आढळते. राजधान्यांमध्ये परदेशी व्यक्तींचे स्वागत होत असे आणि त्यांचे कपडे पाहून दरबारी लोकांच्या वेशभूषेत बदल होत असे.[३६]* ह्युएनत्संगच्या भेटीनंतर दहा वर्षातच चीनमधून भारतात आलेल्या राजदूताने परत जाताना उसाच्या लागवडीचे आणि त्यावरील प्रक्रियेचे तंत्र चीनमध्ये नेले. बौद्ध तीर्थक्षेत्रांना देणग्या देण्याच्या आणि यात्रा आयोजित करण्याच्या घटना आणि राजदूतांचे येणेजाणे पुढे चारशे वर्षे चालू होते.

---

* सरकारी कागदपत्रे आणि इतर वाङमयीन लिखाणांमध्ये बऱ्याच विलक्षण गोष्टी थांगच्या दरबारात आल्याचा उल्लेख आढळतो : बुटकी माणसे आणि नर्तकी, सिंह आणि हत्ती, ससाणे आणि मोर, खजुराची आणि नार्सिससची झाडे, लाख आणि नीलमणी.

बौद्धधर्मामुळे चीनमध्ये आमुलाग्र बदल झाला. या धर्माशी निगडीत असलेली पवित्र स्थाने चीनपासून हजारो मैल दूर होती. सर्वात मोठे मठ, मूळ ग्रंथ आणि धर्मगुरू भारतात होते. हे ग्रंथ चिनी भाषेत नसून पाली भाषेत होते. चीनमध्ये कॅन्फ्युशियसच्या शिकवणुकीनुसार आत्मकेंद्रित वृत्ती आणि आत्मनिर्भरता या गोष्टींना आधी महत्त्व होते. बौद्धधर्माने या तत्त्वज्ञानाला आव्हान दिले. बौद्धधर्माचा शिरकाव झाल्यामुळे व्यापाराबरोबरच अन्य कारणांमुळेही चीन बाह्य जगाशी जोडला गेला.

चीनमध्ये बौद्धधर्माने ताओ आणि कॅन्फ्युशियसच्या तत्त्वज्ञानाशी स्पर्धा केली इतकेच नाही तर मध्य आशियातील झोरॅस्ट्रियन आणि भारत, आणि दक्षिणपूर्व आशियातील ब्राह्मणी तत्त्वांशीही त्याने स्पर्धा केली. ह्युएनत्संगची इतर धर्मांच्या तत्त्ववेत्त्यांबरोबर वादविवाद करण्याची जितकी तयारी होती तितकीच तयारी आपल्या धर्मातील हीनयान पंथीय विद्वानांबरोबरही करण्याची होती. आशियातील वेगवेगळ्या राजदरबारांमध्ये असे वादविवाद होत आणि सहभागी विद्वान सत्य शोधण्याचा प्रयत्न करत.

धर्माधर्मांमधील स्पर्धेमुळे एखाद्या धर्माची भरभराट होणे अथवा तो अधोगतीला जाणे हे स्वाभाविकच होते. ह्युएनत्संगने मध्यभारतात गंगानदीच्या प्रदेशातील बौद्ध मठांना असलेला जनाधार कमीकमी होताना पाहिला. ह्युएनत्संगनंतर सुमारे शंभर वर्षांनी भारतात आलेल्या भिक्षूंना तत्कालीन राजे हिंदू देवतांना आणि त्यांच्या मंदिरांना अधिक आधार देताना दिसले. हळूहळू भारतातील बहुतांश भागातून बौद्धधर्म लुप्त झाला; पण त्याच वेळी बंगाल आणि श्रीलंकेत त्याचा प्रभाव टिकून होता आणि दक्षिणपूर्व आशियात तो फोफावला होता. काही शतकांच्यानंतर भारतातून संपूर्णपणे ऱ्हास पावल्यानंतर तिबेटमध्ये मात्र लोकांनी मोठ्या संख्येने बौद्धधर्म स्वीकारला.[३७] असे चढउतार झाले तरी वैश्विक संकल्पनांचा पुरस्कार करणाऱ्या बौद्धधर्माची सांस्कृतिक बदल घडवण्याची आणि व्यापार वाढवण्याची क्षमता निर्विवादपणे सिद्ध झाली होती. आशियात मुलभूत बदल झाला होता. तो अधिक एकात्म झाला होता.

चीनला परतल्यावर ह्युएनत्संगचे पुढे काय झाले? सम्राटाने त्याला सरकारात अधिकारपदावर काम करण्याची कितीही गळ घातली तरी तो बौद्ध भिक्षुच राहिला. त्याचा भाऊ जिवंत होता आणि तोही भिक्षू म्हणून कार्यरत होता. ह्युएनत्संगने त्याचे उर्वरित आयुष्य ग्रंथांच्या अनुवादावर लक्ष ठेवण्यात आणि तरुणपणी तो आणि त्याचा भाऊ चोर दरोडेखोरांपासून वाचण्यासाठी ज्या शहरात आधार शोधात गेले होते, त्या सीयान शहरातील मठात प्रवचने देण्यात व्यतीत केले. तेथे नव्याने बांधलेल्या मठाचा तो मठाधिपती झाला आणि त्याने एक मोठे ग्रंथालयही उभे केले. त्याकाळात बांधलेला सात मजली पॅगोडा आजही सीयानमध्ये उभा आहे.[३८]

## प्रकरण – २

# खलिफा आणि काफिला

### इब्न फद्‌लान, इ.स. ९२१ ते ९२२

रशियातील व्होल्गा नदीच्या काठावर बुल्गर ह्या भटक्या जमातीची मोठी वस्ती होती. इ.स. ९२१ च्या वसंत ऋतूत या जमातीच्या अल्मिश नावाच्या राजाने बगदादच्या खलिफाला विनंती केली की, खलिफाने बगदादहून अशा एखाद्या ज्ञानी व्यक्तीला पाठवावे की जो अल्मिशला धर्माविषयी मार्गदर्शन करेल, इस्लामच्या कायद्यांविषयी अवगत करेल आणि ज्यावरून खलिफाच्या नावाचा डंका राज्यभर घुमवता येईल असे एक उच्चासन निर्माण करेल.[१] या विनंतीनुसार अल्मिशने स्वतः इस्लाम धर्माचा स्वीकार करण्याची तयारी तर दाखवलीच; पण इस्लामी साम्राज्याचा राज्यकर्ता असलेल्या खलिफाचे मांडलिकत्व स्वीकारायचीही तयारी दाखवली. शुक्रवारच्या नमाजाच्यावेळी खलिफाच्या नावाचा उच्चार केल्यास हे नाते अधोरेखित होणार होते. तसेच शत्रूपासून स्वतःचे रक्षण करण्यासाठी अल्मिशला जो किल्ला बांधायचा होता त्यासाठी खलिफाने आर्थिक मदत करावी, अशी विनंतीही त्याने केली.[२] खलिफाने अल्मिशची विनंती मान्य केली आणि बगदादहून बुल्गार जमातीच्या वस्तीवर एक मोहीम पाठवण्याचे ठरवले. या मोहिमेच्या नेतृत्वाची जबाबदारी त्याने ज्याच्यावर सोपवली तो होता इब्न फद्‌लान.

इस्लामच्या सुरवातीच्या दशकांमध्ये (इ.स. ६२० ते ६८०) इस्लामवर विश्वास असलेल्या समाजाला 'उम्मा' म्हणत. या उम्मा समाजात स्थान मिळवण्यासाठी मुस्लिमांना काही धार्मिक पथ्ये पाळावी लागत. 'अल्ला' हा एकमेव देव आहे यावर पूर्ण श्रद्धा ठेवणे, नमाज पढणे, उपवास करणे, गरीब मुस्लिमांना मदत करणे आणि आहार, राहणी या बाबतीत योग्य वर्तन ठेवणे, अशी ही पथ्ये होती.[३] इस्लामविषयी लोकांना आकर्षण वाटण्याचे कारण म्हणजे, अल्लाच्या समोर सर्व भक्त समान समजले जात. त्यांच्यात कूळ, घराणे अथवा प्रांतिक भेदभाव नसे.[४] उम्मांवर कायदेशीर

बंधने होती. या कायद्यांमध्ये नवरा-बायको, मालक-गुलाम आणि व्यापारी-ग्राहक अशा नैतिक आणि व्यावहारिक नात्यांविषयीच्या नियमांचाही अंतर्भाव होता. उदाहरणार्थ इस्लामच्या कायद्यानुसार एका मुसलमानाने दुसऱ्या मुसलमानाला मारणे किंवा त्याला गुलाम बनवणे गुन्हा समजला जात असे. इतकेच नव्हे तर दुसऱ्या मुसलमानाबरोबर भांडणेही बेकायदेशीर मानले जाई.

अरबस्तानातील वेगवेगळ्या टोळ्यांमध्ये सतत होणारे रक्तरंजित झगडे संपवण्याचा प्रयत्न या कायद्यांद्वारे करण्यात आला होता.[५] मध्य आशिया, आग्नेय आशिया आणि चीनमधील व्यापारी मार्गावरील राजवटींमध्ये बौद्ध धर्माने जी विशाल बंधुत्वाची भावना रुजवली होती तशीच बंधुत्वाची भावना इस्लामनेही पुरस्कृत केली होती. ज्यांनी इस्लाम धर्माचा स्वीकार केला नव्हता, अशा लोकांनाही इस्लामी कायदा आधीच्या राजवटींपेक्षा फारसा त्रासदायक नव्हता.[६] काही ठराविक रकमेचा कर भरून असे लोक त्यांच्या वेगळ्या धार्मिक श्रद्धा पाळू शकत होते. इस्लाममध्ये राजकारण आणि धर्मकारण वेगळे नव्हते. मुहम्मद पैगंबराच्या काळापासून इस्लामचे स्वरूप म्हणजे एकाच वेळी वैयक्तिक श्रद्धेची बाब, इस्लामची शिकवण मानणारी सामाजिक व्यवस्था आणि गैरमुस्लिम देशांना पराभूत करत वाढू लागलेले एक साम्राज्य असे होते.

इब्न फद्लानच्या काळात इस्लामचा जन्म होऊन तीनशे वर्षेही झाली नव्हती; पण मोठा भूप्रदेश इस्लामी राजवटीखाली आला होता. दहाव्या शतकात अब्बासीद खिलाफतीची राजधानी असलेले बगदाद शहर दिल्ली, बीजिंग आणि कॉंस्टँटिनोपल या शहरांप्रमाणेच एक मोठे, श्रीमंत आणि अतिशय पुढारलेले शहर झाले होते. इ.स. ७५०मध्ये वसवलेले बगदाद शहर गोलाकार आणि संरक्षक तटबंदी असलेले होते; पण लवकरच शहराची संपन्नता या तटबंदीत सामावणे अशक्य झाले. सुंदर बागा आणि महाल तटबंदी ओलांडून पार टिग्रीस नदीच्या पैलतीरावरही पसरले. तेथील बाजार, ग्रंथालये आणि मेजवान्या यांच्याविषयीच्या आख्यायिका युरोपभर पसरल्या होत्या.[७] दरबारात रेशमी वस्त्रांची रेलचेल होती. खलिफा हा एखाद्या लायक व्यक्तीचा सन्मान रेशमी वस्त्रे देऊन करत असे. खलिफाच्या राजवाड्याला लागून एक मोठी कोठी अशा रेशमी वस्त्रांनी भरलेली होती.[८] नव्या शिक्षणाला आणि नवनिर्मितीला अमीर-उमरावांचा पाठींबा असे. यात विज्ञान, गणित, भूगोल, खगोलशास्त्र, शेती आणि वैद्यकशास्त्र या विषयांवरील ग्रीक भाषेतील ग्रंथांचा अनुवाद करण्याला विशेष प्रोत्साहन दिले जाई. धर्मावर भाष्य करणारे ग्रंथही मुबलक प्रमाणात लिहिले गेले.[९]

सामाजिक आणि आर्थिक संपन्नता असली तरी, राजकीयदृष्ट्या खलिफाची

सत्ता तितकीशी मजबूत नव्हती. सीमेवरील प्रदेशांमध्ये सतत काहीनाकाही पेचप्रसंग उभे रहात. वरचेवर बंडाळी होत. अंतरे मोठी असल्याने संपर्क साधण्यास विलंब होई. खलिफाच्या नातलगांमधेही काही घरभेदी असत. खलिफाची गादी बळकावण्यासाठी त्यांची कारस्थाने चालत. इस्लामच्या सुरुवातीपासूनच गटबाजी आणि सांप्रदायिक तणाव निर्माण झाले होते आणि तीनशे वर्षानंतरही त्यांना काबूत आणण्यात कोणालाही यश आले नव्हते. इस्लामने विविध जाती-धर्माच्या लोकांना आपल्यात सामावून घेतल्यामुळे इस्लामी साम्राज्याची धुरा कोण समर्थपणे सांभाळू शकेल या विषयी संभ्रम असे. विविध जाती-धर्माच्या माणसांमधून नैतिकदृष्ट्या कोण अधिक योग्य आहे, हे ठरवणे आवश्यक असे. मुहम्मद पैगंबराच्या हयातीत नेतृत्व निवडीचे कोणतेही नियम ठरवले गेले नसल्यामुळे त्याच्या मृत्यूनंतर अरब आणि इतर किंवा भटक्या जमाती आणि शहरवासी अशांमध्ये संघर्ष सुरू झाला. यातूनच इस्लामच्या तत्त्वांचे वेगवेगळे अन्वयार्थ लावण्यात येऊ लागले.[१०] पहिल्या चार खलिफांपैकी तिघांचे खून झाले. युद्धे लढली गेली.[११] मुहम्मद पैगंबरानंतर शंभर वर्षात दोन मुख्य पंथ निर्माण झाले. पहिल्या तीन खलिफांना आणि त्यांच्या उत्तराधिकाऱ्यांना मानणाऱ्यांचा पंथ म्हणजे सुन्नी आणि मुहम्मद पैगंबराचा चुलत भाऊ आणि जावई असलेल्या आणि इ.स. ६६१मध्ये ज्याचा वध करण्यात आला, त्या अली या चौथ्या खलिफाला आणि त्याच्या उत्तराधिकाऱ्यांना मानणाऱ्यांचा पंथ म्हणजे शिया. सुन्नी पंथीय अरबस्तानात बहुसंख्येने होते, तर पर्शियासारख्या अरबस्तानाच्या बाहेरील प्रदेशात शियांचे प्राबल्य होते.[१२]

बगदाद जवळच्या सैन्यावर खलिफांचा फारसा विश्वास नव्हता. त्यांना वेळप्रसंगी बदली करता यावे या उद्देशाने हे खलिफा, नवे मित्र आणि नव्याने इस्लामचा स्वीकार केलेल्या आणि इस्लामसाठी प्राणत्याग करायला तयार असलेल्या सैनिकांच्या शोधात असत. इ.स. ८०० पर्यंत अब्बासीद खिलाफतीने आपल्या राजधानीजवळ गुलाम सैनिक तैनात केले होते. ते अधिक उपयुक्त आणि इमानदार ठरतील असा विश्वास खलिफांना वाटत असावा. परंतु दुर्दैवाने त्यांचे हे धोरण फसले. लवकरच ह्या गुलामसेनेचे रूपांतर एका स्वतंत्र आणि प्रबळ राजकीय शक्तीत झाले आणि इ.स. ८५० पर्यंत ती स्वतःच्या बळावर राजवटीत बदल करू लागली.[१३] अशा परिस्थितीमुळे गादीवरील खलिफाला मिळतील तेवढे मित्र मिळवण्याची गरज भासू लागली आणि तो या मोहिमेवर एखाद्या राजदूताला वेळप्रसंगी इस्लामी राजवट नसलेल्या प्रदेशांतील अन्य धर्मीय राजांकडेही पाठवून मैत्रीचा हात पुढे करू लागला. ही कहाणी आहे अशाच एका अत्यंत अवघड आणि धोकादायक मोहिमेची.

खलिफाने या मोहिमेची जबाबदारी ज्याच्यावर टाकली, तो इब्न फद्लान दरबारातील मध्यम श्रेणीचा आणि बगदादमध्ये राहून सुखवस्तू आयुष्य जगणारा उमराव असावा. तो फारसा प्रसिद्धही नसावा. कारण त्याचा उल्लेख उपलब्ध असलेल्या त्या काळातील सरकारी दस्तावेजांमध्ये सापडत नाही आणि दरबारातील वजनदार असामींच्या यादीतही दिसत नाही. इतिहासाने आवर्जून नोंद घ्यावी इतका तो कर्तृत्ववानही नव्हता. आपल्या रोमहर्षक मोहिमेविषयीच्या त्याने लिहून ठेवलेल्या आठवणींमधूनच आपल्याला त्याची माहिती मिळू शकते. तो जिज्ञासू होता आणि त्याने त्याला भेटलेल्या माणसांचे आणि त्यांच्या रीतीरिवाजांचे निरीक्षण केल्याचे जाणवते. त्याला हवामान, पीकपाणी, खाद्यपदार्थ आणि व्यापार याविषयी जाणून घेण्याची उत्सुकता होती असे दिसते. त्याला नवख्या असलेल्या प्रसंगांविषयी त्याने त्याच्या भावना व्यक्त केल्या आहेत. त्याच्या या स्मरणरंजनातील काही प्रतिक्रियांवरून त्याचा इस्लामी कायद्याचा अभ्यास असावा असे सूचित होते; पण तोच कायदा सर्वांनी पाळावा असा त्याचा आग्रह नव्हता. इब्न फद्लान एखाद्या मानववंशशास्त्रज्ञासारखा होता. अत्यंत चौकस आणि जागृत नजरेने तो प्रत्येक गोष्ट बघत होता आणि बगदादमधील लोकांसाठी त्याची नोंदही ठेवत होता. या नवनवीन प्रदेशांची भौगोलिक माहिती बगदादपर्यंत पोचत होती, हे त्याला बहुदा माहीत असावे. आपली निरीक्षणे नोंदवून प्रत्यक्षदर्शी माहितीच्या आधारे तो त्यात भरच घालू इच्छित असावा.

इ.स. ९२१च्या जून महिन्यात आपल्या काही सहकार्यांसह इब्न फद्लानने बगदादहून प्रयाण केले. त्याच्या छोटेखानी शिष्टमंडळात एक धर्मगुरू, एक कायदेपंडित आणि एका राजदूताचा समावेश होता. बुल्गरचा राजा अल्मिशला द्यायच्या नजराण्यात उंची रेशमी वस्त्रे, निशाणे आणि एका सुशोभित खोगीराचा समावेश होता.[१५] एक बऱ्यापैकी गढी बांधायला पुरतील एवढ्या चांदीच्या मुद्रा घेऊन त्याचे विश्वासू सेवक त्याला वाटेत भेटणार होते.

त्या काळातील धार्मिक आणि राजकीय स्थिती लक्षात घेता उत्तरेकडे जाणारा सरळ मार्ग अवलंबिणे शक्य नव्हते, कारण तो मार्ग बगदादशी हाडवैर असलेल्या ख्रिश्चन अर्मेनिया आणि बायझंटाईन साम्राज्याच्या प्रदेशातून जात होता. त्यामुळे इब्न फद्लानला या भागाला वळसा घालून जाणे भाग होते. आधी पूर्वेकडे मग उत्तरेकडे आणि नंतर पुन्हा पश्चिमेकडे जाणारा मार्ग अवलंबिताना हजारो मैलांचा फेरा पडणार होता.

टिग्रीस नदीच्या काठावरील हिरव्यागार सखल प्रदेशातून उटांवर स्वार होऊन ही मोहीम पूर्वेकडे रवाना झाली. उंच चढ चढून पश्चिम पर्शियाच्या सपाट प्रदेशातून

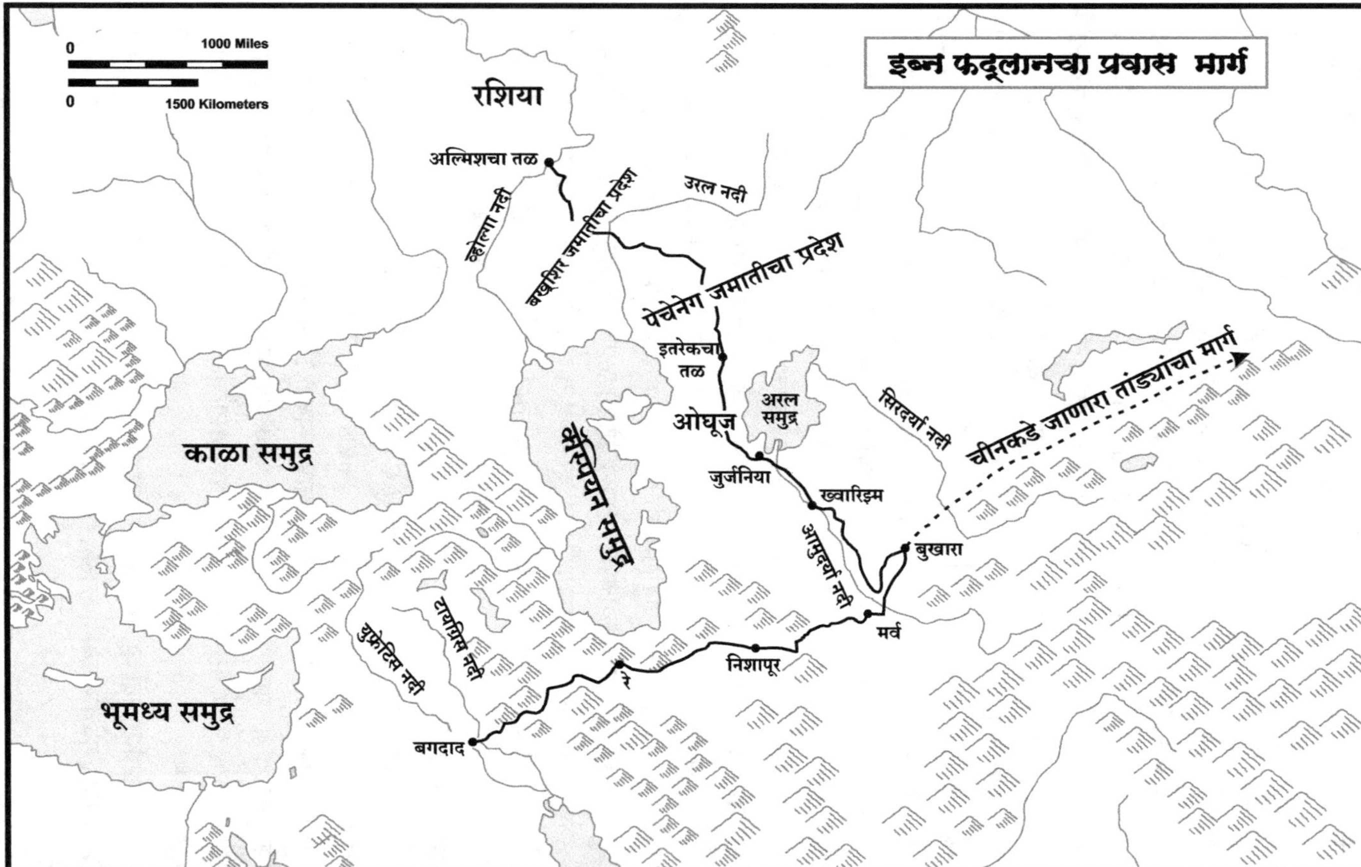
इब्न फद्लानचा प्रवास मार्ग
0 1000 Miles
0 1500 Kilometers
रशिया
अल्मिशचा तळ
व्होल्गा नदी
बश्कीर जमातीचा प्रदेश
उरल नदी
पेचेनेग जमातीचा प्रदेश
इतरेकचा तळ
ओघूज
अरल समुद्र
सिरदर्या नदी
चीनकडे जाणारा तांड्यांचा मार्ग
जुर्जनिया
ख्वारिझ्म
आमुदर्या नदी
बुखारा
मर्व
निशापूर
रे
कॅस्पियन समुद्र
काळा समुद्र
युफ्रेटिस नदी
टायग्रिस नदी
बगदाद
भूमध्य समुद्र

सरळ मार्गे ते पूर्वोत्तर दिशेकडील शेतीसंपन्न अशा करमानशा या भागात पोचले. आणि पुढे हमादान पर्वत ओलांडून ते आत्ताच्या तेहरान जवळील रे या नगराला पोचले.[१६] हा प्रवास त्यांनी नक्कीच एका मोठ्या काफिल्याबरोबर केला असेल. रोज भल्या पहाटे उंटांच्या गळ्यातील घंटांच्या आवाजाने आणि पुन्हा दिवसभर प्रवास करायचा या कल्पनेने त्रासलेल्या माहुतांच्या बडबडीने ते जागे झाले असतील. अशा काफिल्यांमध्ये शेकडो उंट असत. वर्षानुवर्षे त्यांच्या वर्दळीने तुडवल्या गेलेल्या या मार्गावर प्रवास करणाऱ्या अशा काफिल्यांची लांबीच मैलभर असे. साधारणपणे, असे काफिले दिवसभरात विसेक मैलाचे अंतर कापत एका ओॲसीसपासून निघून दुसऱ्या ओॲसीसला मुक्कामास जात. कडक उन्हाचा त्रास होऊ नये, म्हणून भर दुपारी प्रवास करणे टाळत असत.

खलिफाच्या शिष्टमंडळाने पर्शियातील कुरणांचा प्रदेश ओलांडत पूर्व दिशेने आपले मार्गक्रमण सुरू ठेवले. वाटेत त्यांना निशापूर, सार्ख आणि मर्व्ह ही ओॲसीस असलेली व्यापारी नगरे लागली. त्या काळी पर्शियामध्ये एकच धर्मसत्ता नव्हती तर विविध धार्मिक श्रद्धा जोपासणारे पंथ स्थानिक राजकीय शक्तींच्या पाठिंब्यावर नांदत होते. काही भागात झोरास्ट्रियन धर्माचे वर्चस्व होते, तर काही भागात गैरसुन्नी पंथांचा प्रभाव होता. यात काही भागात शिया पंथही रुजू पाहत होता. *'अशा भागातून जात असताना आम्हाला आमची सुन्नी असल्याची ओळख दडवून ठेवत प्रवास करावा लागला', अशी नोंद इब्न फद्लानने करून ठेवली आहे.*[१७]

दोनशे मैलांचे वाळवंट तुडवून आणि नंतर अमुदर्या नदी ओलांडून इ.स. ९२१च्या शिशिर ऋतूत इब्न फद्लान आणि त्याचे सहकारी खुरासन या जवळपास स्वतंत्र असलेल्या इस्लामी देशाच्या बुखारा या राजधानीला पोचले. *'तेथील अमिराने त्यांच्या मुक्कामासाठी एका घराची व्यवस्था केली होती आणि त्यांच्या तैनातीसाठी एक चाकरही तैनात केला होता'*, अशी नोंद इब्न फद्लानने केली आहे.[१८] येथे अल्मिशच्या गढीसाठी लागणारे पैसे घेऊन येणाऱ्या सेवकांची वाट पाहत थांबलेल्या इब्न फद्लानला पुढील खडतर प्रवासाची कल्पना आली. येथून पुढील मार्ग विस्तीर्ण पसरलेल्या मनुष्य वस्तीचा मागमूस नसलेल्या गवताळ प्रदेशातून जात होता आणि त्यांना जीव गोठवणाऱ्या थंडीचा सामना करावा लागणार होता. हा अत्यंत कमी पावसाचा प्रचंड प्रदेश पर्शिया, तुर्कस्तानच्या उत्तरसीमेवरून सुरू होऊन पूर्वेला चीनच्या पश्चिम सीमेला स्पर्श करत उत्तरेला कॉकेशिअस पर्वत आणि रशियापर्यंत पसरला होता. इब्न फद्लानला या गवताळ प्रदेशाच्या पश्चिम भागातून २००० मैलांचा प्रवास करावा लागणार होता.

पैसे घेऊन येणाऱ्या सेवकांची वाट पाहूनही ते आले नाहीत, तेंव्हा इब्न फद्लानने पुढील प्रवासास निघण्याचा निर्णय घेतला.[१९*] त्याने माघारी फिरून अमुदर्या नदी गाठली. तेथे एक नौका भाड्याने घेऊन नदीतून उत्तर दिशेने प्रवास सुरू केला. ४०० मैल अंतर कापून तो आणि त्याचे सहकारी ख्वारिझ्म नगरात दाखल झाले.(या ऐतिहासिक नगरीच्या जागी ताश्कंद जवळील खोरेझमास्काया हे आधुनिक शहर वसले आहे.) *'प्रचंड थंडीमुळे दिवसा थोडा वेळच प्रवास करणे शक्य होई'*, असे या नदीतील प्रवासाविषयी इब्न फद्लानने लिहून ठेवले आहे. तत्कालीन इस्लामी जगताच्या या उत्तरसीमेवरमात्र त्याच्या या मोहिमेला अडथळे येऊ लागले. ख्वारिझ्मच्या अमिराने त्याला सावधगिरीचा इशारा दिला, येथून पुढे तुम्ही जेथे जाणार आहात त्या मार्गात इस्लामवर विश्वास नसलेल्या हजारो जमाती वास्तव्य करून आहेत.[२०] तो पुढे असेही म्हणाला की, *'खलिफाची फसवणूक झाली आहे आणि अल्मिशचे आमंत्रण म्हणजे खलिफाच्या माणसांना धोकादायक प्रदेशात यायला आकृष्ट करण्यासाठी रचलेला बनाव आहे.'*

ख्वारिझ्म प्रांत खिलाफतीच्या आधिपत्याखालील प्रदेश समजला जात असला तरी तो तसा स्वतंत्रच होता. ख्वारिझ्मच्या राजाला आपल्या जवळ खलिफाचा आणखी एखादा मित्र असणे हे फारसे फायदेशीर वाटत नव्हते. अल्मिशबरोबर मैत्री झाल्यास खलिफाकडून ख्वारिझ्मवर दक्षिणेकडून आणि उत्तरेकडूनही एकत्रित हल्ला होण्याचा धोका होता. त्यामुळे इब्न फद्लानची मोहीम पुढे जाऊच नये, असे त्या राजाला वाटणे स्वाभाविकच होते. इब्न फद्लानला परवानगी मिळवण्यासाठी युक्तिवाद आणि मिनतवाऱ्या कराव्या लागल्या. अखेर ख्वारिझ्मच्या राजाची खात्री पटवण्यात त्याला यश आले आणि त्याला पुढे जाण्याची परवानगी मिळाली.

येथून पुढे इब्न फद्लान इस्लामी संस्कृतीच्या प्रभावाबाहेरील प्रदेशात प्रवेश करणार होता. इस्लामला न मानणाऱ्या या प्रदेशात, त्याला कोणत्या बदलांना समोर जावे लागणार होते? ख्वारिझ्मची राजधानी बगदादसारखी नसली तरी तेथील कायदे, धार्मिक संस्कृती आणि तेथील नगररचना इब्न फद्लानच्या परिचयाची आणि सरावातील होती, कारण ती त्याकाळातील इतर इस्लामी शहरांसारखीच होती. शहराच्या केंद्रस्थानी

---

* फ्रे या लेखकाने हे पैसे न येण्याचे वाजवी स्पष्टीकरण दिले आहे. हे पैसे बगदादमधील अंतर्गत राजकारणाचे बळी ठरलेल्या उमरावांच्या जप्त केलेल्या स्थावर मालमत्तेतून येणार होते. ह्या मालमत्ता इब्न फद्लानच्या मार्गावरील; पण बगदादपासून हजार मैल दूर असलेल्या ख्वारिझ्म प्रांतात होत्या. या मालमत्तांच्या व्यवस्थापकांनी आपल्या उमरावांशी निष्ठावान रहात पैसे देण्यास नकार दिला.

मुख्य मशीद होती. शुक्रवारच्या नमाजासाठी सर्वात जास्त गर्दी होई. प्रमुख मौलवी आपल्या राजावर अल्लाची कृपादृष्टी असावी, यासाठी प्रार्थना करत असे. राज्यकर्त्यांचे स्थान धर्माधिष्ठित करण्यासाठी हे आवश्यक असे. कदाचित त्याला तेथे मक्केहून किंवा बगदादमधून आलेले मौलवी भेटले असतील. ही दोन शहरे धार्मिक शिक्षण देणारी मोठी केंद्रे होती. येथे शिकून तयार झालेले मौलवी इस्लामी प्रदेशात इतरत्र जात असत. मशिदीजवळच राजाचा महाल होता. त्यावर सुरक्षारक्षक तैनात केलेले होते. लगतच राजाची पागा होती. अशा शहरांमध्ये राजमहालाच्याजवळ मोकळे मैदान असे. त्याचा उपयोग सैनिकी कवायतीसाठी आणि समारंभांसाठी केला जात असे. येथील मुस्लीम समाज विविध घटकांपासून बनलेला होता. यात मूळ अरबी आक्रमकांचे वारस, अरबी व्यापारी आणि जमीनदार, दुकानदार, कारागीर आणि श्रमिक यांच्यासारखे इस्लामचा स्वीकार केलेले स्थानिक लोक, यांचा समावेश होता. या व्यतिरिक्त इस्लामचा स्वीकार न केलेलेही बहुसंख्य लोक होते. इतर इस्लामी शहरांप्रमाणे येथेही सार्वजनिक स्नानगृह (हमाम) होते. दररोजच्या जीवनावश्यक गोष्टींची आणि परप्रांतातून आलेल्या वस्तूंची मोठी बाजारपेठ होती. बाहेरून येणाऱ्या तांड्यांसाठी सराया होत्या. येथे व्यापारी मुक्काम करू शकत आणि तेथील वखारींमध्ये आपला माल ठेऊ शकत. ख्वारिझ्ममधील कायदेकानूनही इब्न फद्लानच्या परिचयाचे असणार तसेच येथील कायदेपंडित इस्लामी कायद्याचा सखोल अभ्यास केलेले आणि सरकारी नोकर कारभार हाकण्यात तरबेज असणार याविषयीही त्याला खात्री असणार.*

शरद ऋतु संपत आल्यावर इब्न फद्लानने ख्वारिझ्म सोडले आणि अमुदर्या नदीच्या काठाने उत्तर दिशेने प्रवास सुरू केला. तो जुर्जनियाला पोचला तेंव्हा हिवाळा संपत आला होता.[२१] अमुदर्या नदीच्या एका उपनदीच्या काठावर वसलेले हे नगर इस्लामी जगताच्या प्रभावाखाली होते. या प्रदेशातील हिवाळी थंडीविषयी तो लिहितो *''हमामगृहातून निघून माझ्या निवासस्थळी पोहचेपर्यंत माझ्या दाढीवर बर्फ गोठलेला मला जाणवे.''*[२२] अशी थंडी असूनही त्याला जुर्जनियात शेकोटीसाठीच्या जळाऊ लाकडांची कमतरता जाणवली नाही. हा प्रदेश केवळ गवताळ नव्हता. हिमाच्छादित पर्वतांमध्ये उगम पावलेल्या, कधीही कोरड्या न पडणाऱ्या नद्यांच्या या प्रदेशात जंगले होती आणि गहू आणि ज्वारी-बाजरी सारखी भरडधान्ये पिकावणारी शेतेही बरीच होती.

फेब्रुवारी सरताना गोठलेली अमुदर्या वितळू लागली. इब्न फद्लानने काही उंट

---

* या काळात बहुतेक इस्लामी शहरांमध्ये गैरइस्लामी लोकच बहुसंख्य होते आणि कित्येक शतके हीच स्थिती राहिली.

खरेदी केले, नदी ओलांडण्यासाठी जोडता-सोडवता येतील अशा नौका बांधल्या आणि एक स्थानिक मार्गदर्शक बरोबर घेतला. त्याचा परिचय झालेल्या कायदेपंडित, राजदूत किंवा मौलवी पैकी कोणालाही त्याच्या बरोबर जाण्याचा धीर होत नव्हता. थंडी किंवा लांब पल्ल्यापेक्षाही त्यांना वेगळ्याच गोष्टीची भीती वाटत होती. जुर्जेनियाच्या पुढे हमाम असणार नव्हते, बाजार असणार नव्हते, मशिदी असणार नव्हत्या आणि इस्लामी कायद्याचे किंवा राजाचे संरक्षण असणार नव्हते. इस्लामी जगतात वाढलेल्या कोणाही व्यक्तीसाठी हे बाह्य जग भयावहच होते.

अखेर इब्न फद्लान एकटाच निघाला. रोट्या, भरड धान्य आणि वाळवलेले मांस यांचा तीन महिने पुरेल इतका शिधा त्याने बरोबर घेतला आणि हजारहून अधिक माणसे आणि तीन हजार प्राणी असलेल्या मोठ्या तांड्याबरोबर त्याने उत्तरेकडे प्रस्थान ठेवले.

*नगरातील परिचितांनी, पुढील प्रवासात सामना करावा लागणाऱ्या गंभीर धोक्यांची जाणीव करून दिली होती. पण प्रवासादरम्यान त्यापेक्षा कितीतरी पट; गंभीर धोक्यांना सामोरे जावे लागले.*[२३]

या भागातून इब्न फद्लानने प्रवास करण्याच्या आधी, सुमारे दोनशे वर्षांपूर्वी जगाने मानवी इतिहासातील सर्वात जलद आणि विस्तृत साम्राज्यवृद्धी पहिली होती. नव्याने उदयास आलेल्या इस्लामी जगताच्या सीमारेषा तेंव्हा आखल्या गेल्या होत्या. इ.स. ६३० ते ६८० या कालावधीत इस्लामी सैन्याने मक्केच्या उत्तरेकडील आत्ताचा जॉर्डन, पॅलेस्टाईन आणि सिरिया हे भाग काबीज केले होते. पूर्वेकडील इराक पादाक्रांत करून या सैन्याने पर्शियात लढाया केल्या, तर दक्षिणेकडील येमेनवर हल्ला चढवला होता. इ.स. ७२० पर्यंत या सैन्याने ईजिप्त, उत्तर आफ्रिका आणि स्पेनवर हल्ले करून विजय मिळवले होते. त्याचबरोबर समरकंद, ताश्कंद, बुखारा आणि ख्वारिझ्म ही तांड्यांच्या मार्गावरील नगरेही काबीज केली होती. एवढे भूभाग अंकित केल्यावर साम्राज्यवृद्धी थांबली.[२४] बौद्ध धर्माप्रमाणेच इस्लामलाही तांड्यांच्या मार्गावरील नगरांमध्ये शिरकाव करता आला. पण गवताळ प्रदेशातील भटक्या जमातींना इस्लामखाली आणण्यात संपूर्ण अपयश आले होते.

इस्लामी जगताचा हा नाट्यपूर्ण विस्तार प्रकरण १ मधील चिनी प्रवासी ह्युएनत्संगच्या हयातीतच घडला. पॅलेस्टाईन, जॉर्डन आणि सिरियाचा पाडाव झाला तेंव्हा तो पूर्व भारतातील नालंदा विद्यापीठातील बौद्ध मठात ग्रंथांच्या नकला करण्यात व्यग्र होता. परंतु मायदेशी परतताना त्याच्या मार्गावरील 'बुखारा' आणि 'ताश्कंद' अजून इस्लामी अधिपत्याखाली आले नव्हते. त्याला जवळपास शंभर वर्षे जावी लागली.

विविध भागातून प्राप्त झालेल्या कागदपत्रांच्या आधारे आधुनिक काळातील संशोधकांना; गवताळ प्रदेशातील राजकीय स्थितीविषयी आता जेवढी माहिती झालेली आहे, तेवढी इब्न फद्लानला नव्हती. त्याच्या पूर्वीच्या तीस वर्षांच्या कालावधीत ओघुझ प्रांतातील तुर्कांच्या जमातींमध्ये काहीसे ऐक्य झाले होते. इतर काही जमातींना आपल्याकडे आकर्षित करण्यात इस्लामला यश आले असले, तरी ओघुझांपैकी कोणीही इस्लाम धर्माचा स्वीकार केलेला नव्हता. ज्या अल्मिशकडे राजनैतिक प्रस्ताव घेऊन इब्न फद्लान निघाला होता. त्याच्याबरोबरच नुकताच ओघुझांपैकी काहींचा संघर्ष झाला होता.[२५] ओघुझच्या पुढे खझार राज्य होते. इब्न फद्लानच्या काळाआधी सुमारे दोनशे वर्षांपूर्वी काही तुर्की जमातींनी एकत्र येऊन हे राज्य स्थापन केले होते, आणि या कालावधीत त्याच्या आकारात आणि ताकदीत वाढही झाली होती. हे राज्य पूर्णतः इस्लाम विरोधी होते. काही उमरावांनी ज्यू धर्माचा स्वीकार केला होता; पण संशोधकांना अजूनही तेथील सरकार किंवा समाजव्यवस्थेबद्दल फारशी माहिती मिळालेली नाही. अल्मिशचे राज्य या खझारचा एक छोटा हिस्सा होते. तो नक्कीच त्या राज्यातील एक सरंजामदार होता आणि खझार राजवटीच्या आधिपत्याखालून मुक्त होण्यासाठीच, त्याने बगदादच्या खलिफाच्या आर्थिक मदतीच्या जोरावर संरक्षक किल्ला बांधण्याची योजना आखली होती. इब्न फद्लानच्या भेटीच्यावेळी अल्मिशचा मुलगा खझार यास सरकारने आपल्याकडे ओलिस ठेवला होता हे त्याला नंतर समजले.[२६]

इब्न फद्लानचा तांडा आता मानवी वस्ती नसलेल्या सपाट गवताळ प्रदेशातून मार्गक्रमण करू लागला. *"प्रतिकूल परिस्थितीचा सामना करताना दमणूक होत होती. थंडीतर इतकी होती की, त्यापुढे ख्वारिझ्मची थंडी म्हणजे उन्हाळाच वाटावा."* ह्युएनत्संगच्या काळात तांड्यांना ज्या प्रतिकूल परिस्थितीशी सामना करत प्रवास करावा लागे, त्यात या काळातही फारसा बदल झाला नव्हता. खडतर प्रवासामुळे त्यांचे उंट आताही पिसाळल्यासारखे चावे घेत होते. दुर्गम भागातील ओॲसिसचे दर्शन आणि तेथील छावणीतून दरवळणारे खाद्यपदार्थांचे वास आताही तितकेच आनंद देत होते.

जुर्जनिया सोडल्यानंतर पंधरा दिवसांनी ह्या तांड्याला वाटेत एक छावणी लागली. ह्या छावणीतील तंबू, प्राण्यांच्या केसांपासून बनवलेले होते. ही छावणी ओघुझ तुर्की जमातींच्या एका शाखेतील माणसांची होती. इब्न फद्लानने त्यांचा उल्लेख 'घुझ' असा केला आहे. इब्न फद्लानला भेटलेल्या विविध भटक्या जमातींप्रमाणे हेही उंट, घोडे, गुरे आणि बकऱ्या बाळगून होते. *'ते एका जागी काही काळ विसावून दुसरीकडे जात. आपल्याला एका ठिकाणी दिसलेल्या तंबूंसारखेच तंबू नंतर दुसरीकडे*

*दिसतात. हे त्यांच्या भटक्या जीवनाचे द्योतकच आहे'*, असेही त्याने नमूद केलेले आहे.'[२७]

इब्न फद्‌लानला एव्हाना बहुतेक हा भाग आणि अरबस्तान यात काही साम्य जाणवले असावे. अरबस्तानात पराकोटीची उष्णता आणि या गवताळ भागात पराकोटीची थंडी असा विरोधाभास असला, तरी दोन्हीकडे लोकवस्ती विरळ होती आणि दोन्हीकडील प्रतिकूल वातावरणांमध्ये तग धरून जगण्यासाठी अफाट कणखरता आणि कसब असणे आवश्यक होते. दोन्हीकडील अर्थव्यवस्था प्राण्यांच्या कळपांवर आधारित होती, तर जमाती वंशावर आधारित होत्या. लहानपणापासूनच घोडेस्वारी, शिकार करणे आणि युद्धकला यांचे प्रशिक्षण दिले जात असे. वंशपरंपरागत झगडे आणि कुरणे आणि पाणवठ्यावरून होणाऱ्या लढाया नित्याच्याच होत्या. अरबस्तानाप्रमाणेच येथील भटक्या जमाती आणि ओॲसिसची ठिकाणे आणि शेतीभोवती स्थिरावलेली गावे यांच्यातील संबंध तणावाचेच होते, तसेच ते एकमेकांवर अवलंबूनही होते. अशा गावांमधून भटक्या जमातींना लोखंडी अवजारे आणि हत्यारे, कपडा आणि अन्नपदार्थ मिळत आणि गावकऱ्यांना अशा जमातींकडून ओझ्याच्या कामासाठी लागणारे आणि मांसाची गरज भागवणारे प्राणी उपलब्ध होत. असे परस्परांवर अवलंबून असूनही अरबस्तानाप्रमाणेच येथेही त्यांच्यात सतत झगडे होत.

महम्मद पैगंबराने 'उम्मा' ही राष्ट्र–विषयक कल्पना रुजवण्याच्या पूर्वी अरबस्तानात एखादे राज्य उभे करण्यात ज्या राजकीय समस्यांना तोंड द्यावे लागत असे, तशाच समस्या या गवताळ प्रदेशात इब्न फद्‌लानच्या काळात म्हणजे तीनशे वर्षे उलटून गेल्यावरही भेडसावत असत. भटक्या जमाती आणि नगरवासीय यांच्यात निष्ठा हे मूल्य नातेसंबंधांवर आधारलेले असे. सत्ताधीश होण्याची इच्छा असणाऱ्या एखाद्या उमरावाला कैक स्पर्धक असत. हे स्पर्धकही त्याच्या इतकाच सत्तेवर स्वतःचा कायदेशीर हक्क सांगत. दोन जमातींना गठबंधन करायचे असल्यास ते एखादा सामाईक पूर्वज शोधत किंवा तसा होऊन गेल्याचे भासवत. त्या आधारावर आपण एकाच वंशाचे असल्याचा दावा ते करत. अर्थात गठबंधन टिकण्यासाठी असा दावा कुचकामीच ठरत असे. भटक्या जमातींमधील असे गठबंधन तर वर्षा–वर्षाला बदलत असे.

भटक्यांच्या टोळीत एक मुखिया किंवा प्रमुख असे. त्याच्या टोळीत त्याचे वैयक्तिक कुटुंब आणि त्याचे भाऊ, चुलते, पुतणे आणि त्यांचे कुटुंबीय असत. या टोळीत नात्यात नसलेली कुटुंबेही असत. ही कुटुंबे बहुदा एखाद्या संघर्षात हरलेल्या दुसऱ्याच टोळीतील असत आणि आश्रयाला आलेली असत. एखाद्या यशस्वी टोळीच्या वाढण्यालाही मर्यादा असत. एखाद्या वाढलेल्या टोळीला चराईची उन्हाळी आणि हिवाळी कुरणे अपुरी पडू लागली की अशी टोळी फुटत असे. मुबलक

पाण्यावर वाढलेल्या कुरणांवर स्वामित्व मिळवण्यासाठी मोठी स्पर्धा असे. त्यामुळे संघर्ष अटळ असे. त्यात हरलेल्यांना परागंदा व्हावे लागणे किंवा गुलामगिरी पत्करावी लागणे हे वरचेवर घडत असे. या टोळ्यांच्या मुखियांना सतत बंडाळ्यांना सामोरे जावे लागे. त्यांच्याच टोळीतील एखादा नातेवाईक मुखिया इतकाच तुल्यबळ असे आणि तो मुखियापद हिसकवण्याचा प्रयत्न करे. अशा कारणांमुळे नात्यातील असूनही फुटलेल्या टोळ्या या हजारो मैल पसरलेल्या गवताळ प्रदेशात विखुरलेल्या होत्या. नातेबाह्य टोळ्यांमध्ये होणाऱ्या संघर्षांइतकेच संघर्ष या नात्यातील टोळ्यांमध्येही होत असत.

इब्न फद्लानच्या पूर्वीच्या काळातही काही सामर्थ्यवान व्यक्तींनी आपल्या प्रभावी व्यक्तिमत्त्वाच्या जोरावर बऱ्याच टोळ्यांना एकत्र आणून निष्णात सैन्य उभे केले होते. पहिल्या शतकातील चिनी दस्तावेजांमध्ये या गवताळ प्रदेशातील स्यून्यू (Hsiung-Nu) या भटक्या जमातींच्या संघाने आक्रमण केल्याची नोंद आढळते.[२८] पाचव्या शतकात याच भागातील 'हूण' जमातीतील अट्टिलाने आपल्या सैन्याच्या जोरावर युरोपात माजवलेला हाहाकार प्रसिद्धच आहे.

पुढील तीन महिन्यात कधी खुशामत करत तर कधी लाच देत इब्न फद्लान मार्गक्रमण करत राहिला. कॅस्पियन समुद्राच्या पूर्व किनाऱ्याच्या बाजूने उत्तरेकडे प्रवास करत, त्याने आजचा कझाखस्तान ओलांडत दक्षिण रशियात प्रवेश केला. त्याने एका जमातीच्या 'छोटा यीनल' नावाच्या प्रमुखाला दिलेल्या लाचेत एक साधा अंगरखा, पर्शियन कापड, *थोडे गोल चपटे पाव, मूठभर बेदाणे आणि शंभर अक्रोडांचा* समावेश होता.[२९]

इब्न फद्लानने एखाद्या मानववंशतज्ज्ञाप्रमाणे आपल्या आठवणीमध्ये एखादा मुसलमान व्यापारी, या प्रतिकूल भटक्या जमातींच्या या प्रदेशात एका ठराविक पद्धतीने कसा तग धरू शकत असेल याविषयी लिहून ठेवले आहे. अशा प्रवाश्याला आपले प्रायोजकत्व घेणाऱ्या एखाद्या स्थानिक तुर्की मित्राची गरज असे. असे प्रायोजकत्व घेतलेल्या मित्राच्या प्रदेशातून जाताना हा प्रवासी त्या मित्राकडे मुक्काम करत असे. *त्याला एक अंगरखा, त्याच्या बायकोला एक बुरखा आणि त्याबरोबर थोडे मिरे, बाजरीसारखे भरड धान्य, बेदाणे आणि दाणे* देत असे.* प्रवाश्याला गरज

---

* या भेटी म्हणजे काही अनोख्या आणि काही साध्या नेहमीच्या गोष्टींचे मिश्रण असे. मिरे भारतातून येई, बेदाणे बहुदा पर्शियातून येई आणि दाणे मध्यपूर्वेतून येई. वेगवेगळ्या पद्धतीचे अंगरखे दूर भारतातून आलेले असत, किंवा जवळच्या बगदादच्या विणकरांनी बनवलेले असत. बाजरीसारखे धान्य कॉकेशस किंवा पर्शियात पिकलेले असे.

असेल तर हा तुर्की मित्र त्याला पैसे किंवा घोडे देत असे आणि परत जाताना प्रवासी ते परत करत असे.

सगळे मुसलमान व्यापारी एकाच मुसलमान कुळातले आहेत, असे तुर्की प्रायोजक मानत आणि या कुळातल्या सगळ्या माणसांची आणि त्यांच्यावरील कर्जांची जबाबदारी त्या कुळावर आहे, असेही मानण्यात येई. उदाहरणार्थ, समजा एखादा प्रवासी वाटेतच दगावला किंवा काही कारणाने परत आलाच नाही, तर त्याचे कर्ज त्याचा तुर्की प्रायोजक, नंतर येणाऱ्या दुसऱ्या तांड्यातील श्रीमंत व्यापाऱ्याकडून त्याला समजावून किंवा वेळ प्रसंगी बळजबरीने वसूल करत असे. *आपले जितके कर्ज असेल तेवढेच पैसे किंवा त्याच्या सामानातील तेवढ्याच किमतीच्या वस्तू तो प्रायोजक घेत असे.*[३०]

इब्न फद्लान नंतर इतरेकच्या तळावर पोचला. इब्न फद्लानने ह्या इतरेकचा उल्लेख 'तुर्की घुझांच्या सैन्याचा सेनापती' असा केला आहे. त्याने इतरेकला दिलेल्या भेटी मौल्यवान होत्या:- *''पन्नास दिनार (चांदीची नाणी ), कस्तुरीच्या तीन डब्या (जवळपास पंधरा ग्रॅम), कमावलेल्या कातड्याचे काही तुकडे, मर्व प्रांतातील कापडापासून त्याच्या मापाचे बनवलेले दोन अंगरखे, एक किनखापी वस्त्र आणि पाच रेशमी वस्त्रे''* आणि या शिवाय त्याच्या बायकोला एक बुरखा आणि एक अंगठीही दिली.[३१] इतरेकने इब्न फद्लानने दिलेले अंगरखे घातले; पण इस्लाम किंवा खलिफाविषयी फारसा उत्साह दाखवला नाही. पुढील काही दिवस इतरेकच्या इस्लाम आणि अल्मिश यांच्या विरोधात असलेल्या उमरावांनी इब्न फद्लानच्या भवितव्याविषयी चर्चा केली. त्यांनी दरबारातील तरखान नावच्या वयोवृद्ध उमरवाला सल्ला विचारला असता तो म्हणाला-

*''यापूर्वी असे कधी पाहिले किंवा ऐकलेही नाही. आपल्या किंवा आपल्या पूर्वजांच्या काळात कधीही खलिफाचा दूत आपल्या मुलूखातून गेलेला नाही. ह्या माणसांना खजरला पाठवण्यामागे खलिफाची काहीतरी लबाडी असावी किंवा आपल्याविरुद्ध सैन्य पाठवण्याचा त्याचा विचार असावा. या खलिफाच्या दूतांचे तुकडे करावे आणि त्यांचे सामान जप्त करावे असे मला वाटते.''*[३२]

खलिफाच्या ह्या माणसांना नागवे करून आल्या मार्गे परत पाठवावे, असे दुसऱ्या एका उमरावाने सुचवले तर आणखी एकाने खजर सरकारने कैद केलेल्या आपल्या लोकांच्या सुटकेसाठी त्यांच्या बदल्यात ह्यांना गुलाम म्हणून द्यावे, असे सुचवले. अशी मृत्यूची टांगती तलवार डोक्यावर असलेल्या अवस्थेत सात दिवस काढल्यावर, उमरावांनी त्याला आणि त्याच्या साथीदारांना पुढे जाण्याची परवानगी

दिली असल्याचे इब्न फदूलानला कळले. मग त्याने सर्व उमरावांना मानाची वस्त्रे दिली आणि शिवाय भरड धान्य, मिरे आणि चपटे पाव या गोष्टीही भेट दिल्या. नंतर त्याने त्याच्यासाठी खोळंबून थांबलेल्या तांड्याबरोबर प्रस्थान ठेवले.

इब्न फदूलानला जरी हे भटके लोक मागासलेले वाटले, तरी त्याने त्यांना मानाची वस्त्रे दिली. अरबस्तानातील या गवताळ प्रदेशातील लोकांप्रती आदर व्यक्त करण्यासाठी आणि राजकीय संबंध प्रस्थापित करण्यासाठी मानाची वस्त्रे देणे हा शिष्टाचार होता. इब्न फदूलानच्या कालखंडाच्या तीनशे वर्षे पूर्वी ह्युएनत्संग या बौद्ध यात्रेकरूचा पूर्वेकडील गवताळ प्रदेशातील एका राजाने मानाची वस्त्रे देऊन त्याचा सत्कार केला होता. त्याच काळात एका खुल्या समारंभात महम्मद पैगंबराने अरबस्तानात यशस्वी झालेल्या आपल्या एका सेनापतीचा उंची वस्त्रे देऊन सत्कार केला होता. इब्न फदूलानच्या काळात खलिफा, कॉंस्टँटिनोपलचा ख्रिश्चन राजा आणि गवताळ प्रदेशातील इतर राजेही राजकीय संबंध प्रस्थापित करण्यासाठी मोठे समारंभ करत असत. इतरेक आणि इब्न फदूलान या दोघांनाही खलिफाने दिलेली वस्त्रे परिधान करण्यातून काय सूचित होते याची व्यवस्थित कल्पना होती. परंतु इतरेकने शिष्टाचार सोडला आणि इस्लाम आणि राजनैतिक संबंधांविषयीचे आपले मत, इब्न फदूलान परत येईल तेंव्हा व्यक्त करेन असे संगितले. इतरेकने वस्त्रे स्वीकारूनही खालीफाचे सार्वभौमत्व मान्य न करणे हे शिष्टसंमत नाही याची दोघांनाही कल्पना होती.

वसंत ऋतूत वृक्षहीन गवताळ परदेशातून तांड्याबरोबर हजारेक मैलांचा प्रवास केल्यानंतर पश्चिमेकडील उरल आणि व्होल्गा या दोन्ही नद्या ओलांडून इब्न फदूलान अखेर अल्मिशच्या राजधानीत पोहोचला. येथे येताना प्रवासात पाहिलेल्या प्रदेशापेक्षा अल्मिशकडची भरीव चरावू कुरणे अधिक संपन्न होती. वसंतातील पावसामुळे ती हिरवीगार झाली होती. मे महिन्याच्या सुरुवातीला अल्मिशने आपल्या पाहुण्यांच्या भेटीसाठी त्याच्या भावांना आणि मुलांना पाव, मांस आणि भरड धान्य घेऊन पाठवले आणि नंतर स्वतःही आला. पाहुण्यांना त्याने भरपूर द्रव्यही दिले आणि त्यांच्या मुक्कामासाठी तंबूही उभारले. बगदादच्या दरबारातील माणसांचा दांडगा अनुभव असूनही इब्न फदूलानला, अल्मिश भीतीदायक वाटला. *"त्याचे व्यक्तिमत्त्व अतिशय रुबाबदार आणि चित्तवेधक होते. तो बळकट आणि धिप्पाडही होता. एखाद्या पिंपातून ऐकू यावा असा त्याचा आवाज होता."*[३३]

२२ मे, ९२२ या दिवशी इब्न फदलालने खलिफाने पाठवलेली मानाची वस्त्रे, निशाण आणि सुशोभित खोगीर असा नजराणा; जवळपास हजार लोक बसू शकतील एवढे मोठे अर्मेनियातून आणलेले गालिचे जमिनीवर अंथरलेल्या दरबारी शामियान्यात,

अल्मिशला पेश केला. नंतर दुभाष्याच्या मदतीने खलिफाचे पत्र वाचून दाखवले. भेटीची सुरुवात तर उत्साहवर्धक झाली. मेजवानीच्या वेळी अल्मिशने स्वतःच्या हाताने मांसाचे काही तुकडे इब्न फद्लानला भरवले. इब्न फद्लानने अल्मिशकडे त्याच्या पत्नीसाठी उंची अत्तर नजर केले. त्यानंतर पुढील शुक्रवारी दरबाराजवळच्या मशिदीत अल्मिशने स्विकारलेल्या खलिफाच्या मांडलिकत्वाच्या स्वीकारपत्राचे वाचन झाले. हे वाचन घडवून आणण्यासाठी मोठ्या कुशलतेने चर्चा करावी लागली. बगदादच्या परंपरेनुसार शुक्रवारच्या नमाजाच्या वेळी विद्यमान राजा आणि त्याच्या वडिलांसाठी आशीर्वाद मागितले जात. अल्मिशच्या वडिलांचा इस्लामवर विश्वास नव्हता त्यामुळे अल्मिशला त्यांचा उल्लेख टाळायचा होता. इब्न फद्लानने याला मान्यता दिली. याशिवाय अल्मिशबरोबर त्याच्या वडिलांचे नाव जोडले गेले असल्यामुळे शुक्रवारच्या नमाजासाठी त्याला दुसरे मुसलमान नाव हवे होते. त्याने त्यावेळच्या खलिफाचे नाव स्वीकारले.

तीन दिवस उलटले आणि परिस्थिती बिघडायला सुरुवात झाली. खलिफाच्या पत्रात नमूद केलेले, किल्ला बांधण्यासाठी लागणारे पैसे इब्न फद्लानकडे नसल्याचे अल्मिशच्या लक्षात आले. अल्मिश संतापला. त्याने खलिफाचे पत्र इब्न फद्लानकडे फेकले आणि पैशाची मागणी केली. इब्न फद्लान उत्तरला, "वेळ कमी असल्याने ते पैसे वेळेत मिळवणे शक्य नव्हते. पैसे मागोमाग येतीलच." अल्मिशने इब्न फद्लानवर पैसे चोरल्याचा आणि खलिफाचा विश्वासघात केल्याचा आरोप केला आणि म्हणाला, *"तू खलिफाचे अन्न खातोस, त्याने दिलेले कपडे घालतोस, त्याला सतत भेटत असतोस तरीही या खलिफाने माझ्याकडे पाठवलेल्या मोहिमेत तू त्याचा विश्वासघात तर केला आहेसच; पण सगळ्या मुसलमानांनाही फसवले आहेस."* हे ऐकताच इब्न फद्लान घाबरला आणि अस्वस्थ होऊन अल्मिश समोरून निघून गेला.[३४]

इब्न फद्लानने अजूनही अस्वस्थ व्हावे अशी आणखी एक बाब त्याच्या लक्षात आली. अल्मिश आणि त्याचे दरबारी, आधीपासूनच इस्लामी धर्माचरण पाळत होते. परंतु ते खुरासन भागात प्रचलित असलेल्या; पण खिलाफतीपेक्षा संपूर्ण वेगळ्या इस्लामी धर्माचरणासारखे होते आणि ही बाब त्याने खलिफाला पाठवलेल्या पत्रात नमूद केलेली नव्हती. यावरून इब्न फद्लानच्या असेही लक्षात आले की, अल्मिशला तेंव्हाच्या इस्लामी जगतातील राजकारणाची संपूर्ण कल्पना होती. आणि खुरासनी सरकारने मैत्रीचा हात न दिल्यास खलिफाबरोबर मैत्री साधण्यासाठी अल्मिशने आपल्या पत्रातून व्यक्त केलेली, इस्लाम धर्म स्वीकारण्याविषयीची आस्था हा केवळ एक बहाणा होता.

खिलाफतीप्रमाणे धर्माचरण करण्याविषयीच्या इब्न फद्लानने केलेल्या सूचना अल्मिशने धुडकावून लावल्या आणि त्याचे 'राजदूत-पद' अमान्य केले. किल्ल्यासाठी मागितलेले पैसे पोहोचले नाहीत तर आपली मोहीम फसल्यासारखीच आहे, हे इब्न फद्लानच्या लक्षात आले. खलिफाच्या दरबारातील ज्यू लोकांच्या गटाला अल्मिशबरोबर शत्रुत्व असलेल्या खझार ज्यूंविषयी अधिक सहानुभूती असल्याने त्या गटाने हे पैसे अडवले होते, हे आपल्याला नंतर कळल्याचे इब्न फद्लानने आपल्या आठवणींमध्ये नमूद केले आहे. इतका काळ उलटल्यानंतर असेच घडले होते का हे सांगणे अवघड आहे. मोहीम फसली; अल्मिशला किल्ल्यासाठी पैसे मिळाले नाहीत आणि खलिफाला नवा मित्रही मिळाला नाही. अल्मिशला इब्न फद्लानने सांगितलेल्या बगदादविषयीच्या कथा रंजक वाटल्या आणि बहुतेक या कथाकथनाच्या कौशल्यामुळेच इब्न फद्लानचा जीव वाचला.

मोहिमेचा राजकीय उद्देश असफल झाला असला तरी, इब्न फद्लान भोवतालाचे चिकित्सक निरीक्षण करत राहिला. तेथील ढग, साप, स्थानिक फळे आणि पाककृती आणि उन्हाळ्यातील मोठ्या दिवसांत पाच वेळा नमाज पठणात येणाऱ्या अडचणी अशा विविध गोष्टी तो नोंदवत राहिला. अल्मिशच्या राजधानीत व्यापारासाठी आलेल्या रूस (हे बहुदा नोर्स असावेत; पण तज्ज्ञांमध्ये शतकाहून अधिक काळ या विषयी चर्चा सुरू आहे) लोकांविषयीही काही आठवणी त्याने नोंदवून ठेवल्या आहेत. *'स्थानिक स्त्रियांनी पोहताना वस्त्र घालून पोहावे, असे आपण सुचवून पाहिले; पण त्याचा काहीही उपयोग झाला नाही'* असेही त्याने लिहून ठेवले आहे.[३५]

दहाव्या शतकातील आशिया वेगवेगळ्या धर्मांनी व्यापला होता आणि ह्या धर्मांमध्ये राजाश्रय आणि लोकाश्रय मिळवण्यासाठी स्पर्धाच सुरू होती. तिबेटमध्ये बौद्ध धर्माचा प्रसार होत असताना किंवा मध्य आशियात इस्लाम धर्माचा प्रसार होत असताना, त्या भागात बराच काळ प्रचलित धर्मव्यवस्था आणि नवा धर्म यांची सरमिसळ झालेली होती. धर्मांतराची प्रक्रिया गुंतागुंतीची होती. नवा धर्म स्वीकारणे आणि काही काळाने पुन्हा पहिल्या धर्मव्यवस्थेत परतणे, हे समाजात सतत होत असे. नव्या प्रदेशात इस्लामचा प्रसार करताना तेथील प्रचलित धर्मव्यवस्थेवर इस्लामच्या धर्मविचारांचा आणि लष्कराचा दबाव टाकण्यात येत असे. या प्रदेशांमधील राजे आणि सामान्य नागरिक नवा धर्म स्वीकारताना अतिशय डोळसपणे विचार करत. नवा धर्म स्वीकारल्यावर निर्माण होणारे नवे राजनैतिक संबंध तसेच व्यापार, कर आणि नव्या प्रादेशिक विस्तारामुळे होणारे फायदे, या दृष्टीने हा विचार केला जाई. बगदादसारखे मोठे शहर असो अथवा अल्मिशसारख्या राजांचे छोटे राज्य असो,

दोन्हीकडे धर्म आणि राजकारण एकमेकात गुंतलेले असत. एव्हाना मध्यपूर्वेकडील आणि मध्य आशियातील छोट्या मोठ्या राजांच्या दरबारांमध्ये राजनैतिक मैत्रीमुळे किंवा मांडलिकत्वामुळे काही समारंभ आणि सांकेतिक चिन्हे प्रचलित झालेली होती. राजनैतिक निशाणे, सुशोभित खोगिरे, रेशमी वस्त्रे, अर्मेनियातील गालिचे, मेजवान्या आणि औपचारिक पत्रे यांच्या मागच्या संकेतांची कल्पना खलिफा आणि अल्मिश या दोघांनाही होती.

नव्या श्रद्धा, समारंभ, नवी प्रतिके असे बरेच काही इस्लामने देऊ केले असले तरी, अल्मिशला हवे असलेले काहीच इब्न फद्लानकडे नव्हते. पैसे नव्हते, व्यापारातील फायदे नव्हते आणि बाह्य जगाशी व्यावहारिक संपर्क साधता येईल, असेही काही नव्हते. इस्लाम आणि इस्लामी संस्कृती इतक्या दूर व्होल्गा नदीच्या प्रदेशापर्यंत आपण नव्याने पोहोचवत आहोत, अशी कदाचित इब्न फद्लानची भावना असावी; पण तो त्याचा भ्रम होता. आशियाई जगताशी अल्मिशचा आधीपासूनच संपर्क होता. त्याची राजधानी व्होल्गा नदीच्या तीरावरच होती. नदीमार्गे नोर्स लोकांच्या नौकांची ये-जा चालू होती आणि अन्न आणि सोन्याच्या बदल्यात गुलाम देण्याचा व्यापार ते करत होते. बगदाद आणि कॉंस्टँटिनोपल येथील दरबारी अंगरख्यांसाठी प्रचंड मागणी असलेल्या सेबल, कोल्हे आणि इतर प्राण्यांच्या महागड्या लोकरींच्या व्यापारावर अल्मिशला ताबा मिळवायचा होता. यासाठी कदाचित त्याच्यावर वर्चस्व गाजवणाऱ्या आणि त्याच्या दक्षिणेकडे व्होल्गा नदीवरच राजधानी वसवलेल्या खझार राजाची राजवट उलथवण्याचाही त्याचा विचार असावा. इब्न फद्लानने ज्या तांड्याबरोबर प्रवास केला त्या तांड्यात १००० माणसे आणि ३००० जनावरे होती, हे वाचकांच्या लक्षात असेलच. खिलाफत आणि खुरासन यांच्यातील संबंधांना तडे गेल्याचे अल्मिशला माहीत होते आणि तो पूर्वीच रूस लोक आणि खझार राजा यांच्यातील संग्रामात सहभागी झाला होता. राजकीय संबंधांमुळे तो पर्शिया, कॉन्स्टंटीनोपल आणि बगदाद यांच्यासह २००० मैल पसरलेल्या पश्चिमी गवताळ प्रदेशात रुजलेल्या राजकीय व्यवस्थेशी जोडला गेला होता.[३६]

इब्न फद्लानच्या आगमनानंतर अल्मिशच्या जावयाने बंड केले. ज्या गटाने त्याच्या जावयाला पाठिंबा दिला होता, त्या गटाला अल्मिशने एक खरमरीत पत्र पाठवले. त्यात तो लिहितो,

*'सर्वशक्तिमान आणि दिव्य ईश्वराने माझ्यावर इस्लामचा वरदहस्त ठेवला असून, श्रद्धावान लोकांच्या सेनानीची (खलिफाची) शक्ति माझ्या पाठीशी उभी केली*

*आहे. मी त्याचा सेवक असून या देशाचा हक्क त्याने मला बहाल केला आहे. जो मला विरोध करेल, त्याला माझी तलवार उत्तर देईल.'*[३७]

एका आठवड्यापूर्वी जे खलिफाबरोबरचे संबंध अल्मिशने धुडकावून लावले होते तेच त्याने आता स्वीकारले होते. ही मात्रा बरोबर लागू पडली आणि जावयाला पाठिंबा देणारा गट पुन्हा अल्मिशला येऊन मिळाला. असेही इब्न फद्लानने नोंदवून ठेवले आहे.[३८]

आपल्या आठवणींच्या उत्तरार्धात इब्न फद्लानने एक अतिशय मार्मिक आठवण लिहून ठेवली आहे. त्याला जेंव्हा अल्मिश किती मोठ्या भूप्रदेशावर आधिपत्य गाजवत आहे आणि किती जणांबरोबर तो संपर्क ठेवून आहे हे कळले, तेंव्हा त्याने खलिफातर्फे किल्ल्यासाठी येणारे पैसे खरेच किती महत्त्वाचे होते याबद्दल अल्मिशल विचारले. त्यावर अल्मिश उत्तरला,

*''मला इस्लामी साम्राज्य संपन्न असल्याचे जाणवले आणि त्याचा महसूल हा कायदेशीर मार्गाने मिळत असावा, असे वाटले. यासाठी मी हे पैसे मागितले. मला माझ्या पैशाने किंवा सोने-चांदी वापरून किल्ला बांधता आला असता. श्रद्धावान लोकांच्या सेनानीचे (खलिफाचे) सनदशीर मार्गाने मिळवलेले निष्कलंक पैसे माझ्याकडे येताना बरोबर बरकत आणतील, असे मला वाटले म्हणून मी पैसे मागितले.''*[३९]

इब्न फद्लानची मोहीम आशियाई जगताच्या संपूर्ण पश्चिम भागात राजकीय आणि धार्मिक मैत्री दृढ करण्यासाठी आखलेली होती. खलिफाने अल्मिशला देऊ केलेल्या मैत्रीचा किल्ला हा एक केवळ प्रतीक होता. खलिफा अल्मिशला पैसे पाठवू शकला नाही त्यामुळे दोघांमधील संबंधांची सूत्रे अल्मिशच्या हातात गेली. लवकरच स्थानिक वादांमध्ये तो बिनदिक्कत खलिफाचा धाक दाखवू लागला. खलिफाची कमजोरी त्याला माहीत होती त्यामुळे त्यानेही खलिफाला काही देण्याचा प्रश्नच नव्हता. त्याच कारणाने दहा वर्षांनंतर जेंव्हा बुल्गर प्रांतातून मक्केला यात्रेसाठी निघालेली शाही स्वारी बगदादमधून गेली, तेंव्हा खलिफाला यात्रेकरूंनी कोणताही नजराणा पेश केला नाही.

पुढे इब्न फद्लानचे काय झाले असावे? त्याने लिहिलेल्या आठवणींशिवाय त्याच्याविषयीची माहिती दुसरीकडे कुठेही मिळत नाही. तो नक्कीच बगदादला सुरक्षित पोहोचला असणार कारण त्याने लिहिलेल्या आठवणीही सुरक्षित राहिल्या. खिलाफतीच्या त्या काळातील राजकीय गदारोळात पार पडलेली त्याची मोहीम यशस्वी झाली किंवा नाही, याबद्दल काहीच सांगता येत नाही. ही मोहीम म्हणजे खलिफाने स्वस्तात मैत्री होऊ शकते का, हे जाणून घेण्यासाठी केलेली चाचपणी

होती का, हे ही सांगता येत नाही. किंवा कदाचित नवी भौगोलिक आणि राजकीय माहिती मिळावी म्हणून इब्न फद्लानसारखा राजदूत पाठवण्यासाठी आखलेल्या या मोहिमेपायी झालेला खर्च आणि पत्करलेली जोखीम अनाठायी ठरणार नाही, असेही खलिफाला वाटले असेल.

## प्रकरण – ३

# तत्त्वज्ञ आणि हकीम

### इब्न सीना, इ.स. १००२ ते १०२१

बगदादपासून उत्तरपूर्वेकडे दोनशे मैलांवर असलेल्या हामादान या पर्शियातील शहरातून बरोबर शंभर वर्षांपूर्वी इब्न फद्‌लानचा काफिला पुढे गेला होता आणि त्याच शहरातील तुरुंगात आज सुप्रसिद्ध तत्त्वज्ञ आणि हकीम असलेल्या इब्न सीनाची रवानगी होत होती. शिपाई त्याला घेऊन जाऊ लागले असताना, तो आपल्या विद्यार्थ्यांना म्हणतो,

*"तुमच्या देखत मी आत जाणार यात संदेह नाही..*
*पुन्हा कधी बाहेर येईनच याची खात्री नाही..!*[१]"

पुढील चार महिने इब्न सीनाने हामादान बाहेरील एका किल्ल्यात बंदिवासात व्यतीत केले. बंदिवासात असताना त्याने दोन महत्त्वाचे ग्रंथ लिहिले. त्यातील एका ग्रंथात मानवी बुद्धिमत्तेवरील रूपक होते, तर दुसरा ग्रंथ किताब 'अल–कुलंज' हा पोटदुखीवरचा वैद्यकीय ग्रंथ होता. बंदिशाळा ही इब्न सीनाच्या प्रवासातील एक स्थानक असल्यासारखीच होती. नव्या विचारांचा सर्वदूर प्रसार होत असलेल्या त्या काळात इब्न सीनाच्या ग्रंथांनीही वेगळे मार्ग शोधले होते.

इब्न सीनाची शैली आणि त्याच्या लिखाणाचे सार यांची नाळ, ज्ञानार्जन आणि विलक्षण विचारमंथनाने भारलेल्या तीनशे वर्षांच्या कालखंडाशी थेट जोडलेली आहे. इ. स. ७५१ मध्ये, मध्य आशियातील अब्बासिद राजघराण्याने आजच्या इराक भागात तेव्हा सत्तेवर असलेल्या उमय्याद राजघराण्याकडून सत्ता हस्तगत केली आणि या प्रमुख इस्लामी सत्ताकेंद्रावर ताबा मिळवला. अब्बासिद राजघराण्याने इस्लामी साम्राज्याची राजधानी म्हणून बगदाद शहर वसवले. या घराण्याने लवकरच ग्रीक आणि लॅटिन भाषेतील ग्रंथांचा अरबी भाषेत अनुवाद करण्याचा प्रचंड मोठा प्रकल्प हाती घेतला. यात तत्त्वज्ञानापासून गणितापर्यंत आणि नाटकांपासून

वैद्यकशास्त्रापर्यंत हजारो पुस्तकांचा समावेश होता. हे अनुवादक मुख्यत्वे जिंकलेल्या प्रदेशातील ज्यू, नेस्टोरियन ख्रिश्चन आणि झोरॅस्ट्रियन असे गैरइस्लामी विद्वान होते.[२] ह्या प्रकल्पामुळे पर्शिया, हिंदुस्थान, मध्यपूर्व, ग्रीस, ईजिप्त आणि रोम अशा बृहत जगतातील बुद्धिवंत एकत्र आले.

लवकरच बगदाद सरकारने पुरस्कृत केलेली ज्ञानार्जनाची कक्षा, ग्रंथांच्या अनुवादापुरती मर्यादित राहिली नाही. बुद्धिवंतांनी ही कक्षा विस्तारत नेली. नवव्या आणि दहाव्या शतकातील प्रत्येक महत्त्वाचा वैज्ञानिक शोध आशियातील आणि मुख्यत्वे इस्लामी दरबारातील संशोधकांनी आणि बुद्धिवंतांनी लावला आहे.

पहिल्या अब्बासिद राजांनी गणित शिकवण्यासाठी हिंदू गणिती बोलावले होते. त्यांनी शिकवलेल्या संख्यांच्या संकेतलिपीवर अरबी संख्या आधारित आहेत. इ. स. ८५० पर्यंत महान गणिती अल् ख्वारिझ्मी आणि त्याच्या विद्यार्थ्यांनी युक्लिडच्या सिद्धांतांची हिंदू गणिताशी सांगड घातली आणि बीजगणित आणि त्रिकोणमितीचा झपाट्याने विकास केला. यात रेषीय आणि वर्ग समीकरणे, भौमितिक उत्तरे आणि त्रिकोणमितीच्या भुजज्या, कोभुजज्या, स्पर्शरेघ आणि कोस्पर्शरेघ यांच्या कोष्टकांचा समावेश होता. प्रसिद्ध गणिती प्रणालीचे अल्गोरीथम हे नाव अल् ख्वारिझ्मीच्या नावाच्या लॅटिन उच्चारावर आधारित आहे. याच शतकात हिंदुस्थानातून आलेली 'शून्य' ही संकल्पना बगदादच्या गणिताच्या पुस्तकांमध्ये प्रथम आली. नंतरच्या काळातील दरबारी गणिततज्ज्ञांमधील सहकार्यातून वर्गमुळांच्या बेरजा-वजाबाक्या, परवलयाचे क्षेत्रफळ काढणे, गोलीय त्रिकोणांचे गणित, उच्च वर्गीय समीकरणे आणि गोलीय भूमिती, अशा विविध विषयांवर संशोधन झाले. गणितातील या प्रगतीतूनच इस्लामी संस्कृतीचे प्रतीक मानल्या जाणाऱ्या विविध आकारांच्या फरशा विकसित झाल्या. पुढील एक-दोन शतकात या फरशांचा संपूर्ण आशियात प्रसार झाला आणि त्यायोगे मध्यपूर्वेच्या गणितावरील हुकूमतीचा डंका पिटला गेला.[३]

या काळात नौकानयनशास्त्रात मोठी प्रगती झाली. सपाट आणि गोलाकार उन्नती-दिगंशमापकांचा किंवा वेधयंत्रांचा शोध लागला आणि अधिक अचूक तारामंडल नकाशे बनवले गेले. अब्बासिदांनी बगदादमध्ये शाही वेधशाळा उभी केली. विविध भागात जाऊन आलेले सैनिक, राजदूत आणि व्यापारी यांनी पुरवलेल्या माहितीमुळे भौगोलिक ज्ञान वाढले. इ. स. ८५० पर्यंत, चीनविषयीची माहिती मध्यपूर्वेत पसरली होती. इब्न सीनाच्या काळात म्हणजे अकराव्या शतकाच्या सुरुवातीच्या काळात, जवळपास अकरा भूगोल लेखक आशियाई जगताविषयी लिहीत होते आणि माहिती

पसरवत होते. कित्येक विद्वानांनी नव्या माहितीच्या आधारे विस्तृत इतिहासलेखन केले.[४]

या काळातील वैद्यकीतील संशोधनही लक्षणीय होते. बगदादच्या दरबारातील काही विद्वानांनी पुरातन ग्रीसमधील 'गालेन' आणि 'ॲरिस्टॉटल' यांच्या ग्रंथांचे अनुवाद केले, तर काहींनी हकीम म्हणून काम करताना त्यांना मिळालेल्या वैद्यकीय ज्ञानावर प्रबंध लिहिले. या विद्वानांमध्ये सर्वश्रेष्ठ होता मूळचा पर्शियाचा असलेला 'अल् राझी'. हा मध्य युगातील सर्वदृष्ट्या श्रेष्ठ चिकित्सक होता. त्याने लिहिलेला वैद्यकीय विश्वकोश काही शतके युरोप आणि आशियात प्रचलित होता आणि प्रमाण मानला जात होता.

आशियाप्रमाणे युरोपातही बगदादची कीर्ती मोठी होती. अल्याकुबीने नवव्या शतकात त्याविषयी मोठ्या अभिमानाने लिहून ठेवले आहे–

*'बगदाद मधील विद्वानांइतके शिकलेले कोणीही इतरत्र नाहीत. ते परांपरावाद्यांपेक्षा अधिक जाणकार आहेत, तेथील व्याकरणतज्ज्ञांपेक्षा ते अधिक सुस्पष्ट आणि सुबोध आहेत, त्यांच्या वाचकांपेक्षा अधिक अचूक आहेत, पूर्वीच्या हकिमांपेक्षा ते अधिक कुशल आहेत, त्यांच्या गवय्यांपेक्षा अधिक मंजुळ आहेत, त्यांच्याकडे कारागिरांपेक्षा अधिक नजाकत आहे, तेथील लेखनिकांपेक्षा ते अधिक सुशिक्षित आहेत, तर्कशास्त्र पारंगतांपेक्षा ते अधिक सुबोध आहेत, भक्तांपेक्षा अधिक समर्पित आहेत, फकिरांपेक्षा अधिक पवित्र आहेत, न्यायाधीशांपेक्षा ते अधिक न्यायप्रिय आहेत, प्रवचनकारांपेक्षा ते अधिक प्रभावी वक्ते आहेत, ते कवींपेक्षा अधिक काव्यमय आहेत आणि बेपर्वा लोकांपेक्षा अधिक धाडसी आहेत.'*[५]

अशा सर्जनशील वातावरणात इस्लामी विचारवंतांमधील चर्चा, ग्रीक ग्रंथांचे अनुवाद आणि स्थानिक, तसेच जिंकलेल्या लोकांच्या प्रचलित श्रद्धा यांवर आधारित महत्त्वाच्या तत्त्वज्ञानाच्या नव्या संकल्पना पुढे येत होत्या. त्या काळात लिहिली गेलेली कित्येक पुस्तके ॲरिस्टॉटल, प्लेटो आणि टोलेमी यांच्यासारख्या ग्रीक विचारवंतांच्या कल्पनांचा विस्तार करणारी किंवा त्यावर भाष्य करणारी होती.

महत्त्वाच्या पुस्तकांच्या प्रती पर्शियातील दुसऱ्या दरबारांना, रेशीम–मार्गावरील शहरांना, पूर्वेकडे दूर अफगाणिस्तानपर्यंत आणि पश्चिमेकडील उत्तर आफ्रिका आणि स्पेनला पाठवल्या जात. इ. स. ९०० पर्यंत पुस्तके आणि विद्वानांच्या चलनवलनामुळे विद्वत्तेचे मोठे जाळेच निर्माण झाले. प्रबंध आणि पत्रे पर्शियातून कैरोकडे जाऊ लागली, तर दमास्कसपासून मोरोक्कोपर्यंत वादविवाद रंगू लागले.

या सर्व विचारमंथनात कागदाचे महत्त्व नाकारता येणारच नाही. कागद बनवण्याचे

मूलभूत तंत्र चीनमधून रेशीम-मार्गे इ. स. ७५० च्या सुमारास अब्बासिदांकडे आले. बगदादच्या शाही पाठिंब्यावर स्थानिक परिस्थितीचा विचार करून त्यात थोडाफार बदल करण्यात आला. चीनमध्ये ज्या वनस्पतींपासून कागद बनवण्यात येत असे, त्या वनस्पती मध्यपूर्वेत उगवत नव्हत्या. लवकरच ताग आणि कापसाच्या धाग्यांपासून अतिशय लवचिक आणि गुळगुळीत कागद बनवता येऊ शकतो, असा शोध लागला. या एका शतकात कागदाचा मोठा व्यवसाय उभा राहिला आणि बगदादमध्ये बऱ्याच कागद गिरण्या उभ्या राहिल्या. हिब्रू भाषेत लिहिलेले आणि बगदादहून ईजिप्तला पाठवलेले सरकारी पत्र, हा आजपर्यंत टिकून राहिलेला कागदावरचा सर्वात जुना दस्तावेज आहे.[६]

वेगवेगळ्या आकारांचे आणि प्रकारांचे कागद बनवणाऱ्या दमास्कस आणि फुस्तात[७] सारख्या राजधान्या लवकरच बगदादबरोबर स्पर्धा करू लागल्या. कागदामुळे बगदादच्या शाही ग्रंथालयात हजारो ग्रंथांचा संग्रह तर निर्माण झालाच; पण मध्यपूर्व, पर्शिया, मध्य आशिया आणि स्पेनमधील राजधान्यांमध्ये त्यांचा प्रसार झाला. पंधराव्या शतकातील इतिहासकार इब्न इब्न खाल्दुन त्याच्या मुकद्दिमात लिहितो-

*'सुरुवातीला सरकारी कागदपत्रे आणि प्रमाणपत्रांसाठी कागदाचा वापर होत होता, पण नंतर लोकही सरकारी कामांसाठी आणि विद्वत्तापूर्ण लेखनासाठी कागदाचा वापर करू लागले आणि कागद तयार करण्याच्या पद्धतीत मोठी सुधारणा झाली.'*[८]

इब्न सीनाच्या शंभरवर्षे आधी विद्वत्तेच्या या मोठ्या जाळ्यामुळे मूलभूत शैक्षणिक अभ्यासक्रम विकसित केला गेला होता. यात काही विशिष्ट पुस्तके विशिष्ट क्रमाने वाचणे अनिवार्य होते. एखाद्याने अशा पद्धतीने अभ्यास न केल्यास त्याला शिक्षित समजण्यात येत नसे. यासाठी शिक्षकांना, मध्यपूर्वेतील शहरांप्रमाणेच पर्शिया, मध्य आशिया आणि पश्चिमेकडील स्पेनमधील शहरांनाही पाठवण्यात येत असे.

इब्न सीनाचे वडील उत्तर अफगाणिस्तानातील बाल्ख प्रांतातून आले होते आणि त्यांचे घराणे हे सुशिक्षित प्रशासकीय अधिकाऱ्यांचे घराणे होते. इब्न सीनाच्या जन्मापूर्वी राजाने त्याच्या वडिलांची नेमणूक बाल्खपासून पश्चिमोत्तर दिशेला २०० मैलांवरील बुखारा शहराच्या जवळच्या गावात प्रशासकपदी केली. आज हा भाग उझबेकिस्तानात येतो. बुखारात इब्न सीनाला कुराण आणि अभ्यासक्रमाची पुस्तके शिकवण्यासाठी चांगले शिक्षक मिळणे, त्याच्या वडिलांना अवघड गेले नाही. इब्न सीनाने आपल्या शिक्षणाचा पहिला टप्पा वयाच्या दहाव्या वर्षीच पार केला.[९]

मात्र बहुतांश सुशिक्षित उच्च वर्गीय आणि इब्न सीनाचे घराणे यांच्यात एक

फरक होता. ते इतरांपेक्षा वेगळ्या अशा इस्मायली पंथाचे अनुयायी होते. इब्न सीनाने आपल्या आत्मचरित्रात त्याविषयी लिहून ठेवले आहे –

*'त्यांच्याकडून (इस्मायली पंथीय) माझ्या वडिलांना आणि भावाला अंतरात्मा आणि बुद्धिमत्ता याविषयीचे त्यांचे वेगळे विचार एका आगळ्यावेगळ्या शैलीत ऐकायला मिळाले. याबरोबरच त्यांनी तत्त्वज्ञान, भूमिती आणि हिंदुस्तानी गणिताविषयीही भाष्य केले.'*[१०]

बुखारा येथील अकराव्या शतकातील हे इस्मायली कोण होते? इ. स. १९८० नंतर इतिहासकारांना, पूर्वीपेक्षा बरेच अधिक इस्मायली ग्रंथ मिळाले असून, त्यावरून त्यांनी या पंथाचे विचार आणि त्याचा विकास या विषयी बरेच संशोधन केले आहे. इस्लाममध्ये राजकीय सत्ता, नैतिक अधिकार आणि धार्मिक श्रद्धा एकाच पदाशी केंद्रित झाल्याने त्या पदावरील व्यक्ती सर्वसत्ताधिश गणली जात असे. त्यामुळे त्या व्यक्तिच्या कायदेशीर हक्कांवरून वाद होणे अटळ होते. महम्मद पैगंबरच्या कुटुंबाबाहेरचे जे जे खलिफापदी नियुक्त झाले त्यांच्या नियुक्तीला शिया पंथीयांचा कायमच विरोध राहिला होता. त्यामुळे अकराव्या शतकातील आणि त्या पूर्वीच्या बगदादमधून राज्य करणाऱ्या खलिफांच्या विरोधात, शिया पंथीय सतत बंड करत असत. काही शिया उघडपणे विद्रोह करत, तर काही छुपा राजकीय संघर्ष घडवून आणत. त्यांच्या या कारवाया खलिफाच्या राजधानीपासून म्हणजे बगदादपासून दूर चालत असत.

इस्मायली हे शिया पंथीय होते आणि कुराणातील संदेशवचनांमागील छुप्या अर्थाला ते अधिक महत्त्व देत आणि हा अर्थ शिकवायला तितकाच समर्थ आणि पराकोटीची अध्यात्मिक उंची गाठलेला 'इमाम' नेमणे त्यांना गरजेचे वाटत असे. इस्मायलींचा कारणमीमांसा आणि बुद्धिवाद यांच्या सहाय्यानेच अंतिम आध्यात्मिक सत्य जाणून घेता येईल, यावर विश्वास होता आणि वैश्विक घडामोडी तर्कसंगत आहेत, असेही त्यांचे ठाम मत होते.[११] इब्न सीनाच्या तरुण वयात हे इस्मायली आपल्या धार्मिक विचारांचा प्रसार करण्यासाठी गुप्तपणे प्रशिक्षित धर्मगुरू प्रांताप्रांतात पाठवत असत. उच्च वर्गातील घराण्यांना आपल्या पंथात आणण्यात त्यांना बऱ्याचदा यशही मिळत असे. ही घराणी हा पंथ स्वीकारताना बऱ्याचदा आपली सरकारी पदेही धोक्यात टाकत असत. इब्न सीनाचे कुटुंबीयही गुपचुप आणि खाजगीत बुखारातील धर्मगुरूंबरोबर इस्मायली तर्कविचारांची चर्चा करणाऱ्यांपैकीच होते असे वाटते.[१२]

इब्न सीनाच्या आत्मचरित्रानुसार तो लहान असताना त्याच्या वडिलांनी त्याला हिंदुस्थानी गणित ( शून्याचा वापर ) शिकण्यासाठी गावातील एका वाण्याकडे,

तत्त्वज्ञान शिकण्यासाठी एका प्रसिद्ध गुरूकडे आणि इस्लामी कायदा शिकण्यासाठी एका स्थानिक न्यायाधीशाकडे पाठवले.

शंभर वर्षापूर्वी होऊन गेलेल्या महान गणिती अल् ख्वारिझ्मी आणि आशियाई जगतातील इतर हजारो विद्यार्थ्यांप्रमाणे इब्न सीनानेही पर्शियापासून स्पेनपर्यंत शिकवल्या जाणाऱ्या आणि ॲरिस्टॉटलच्या तर्कशास्त्राची ओळख करून देणाऱ्या पॉरफिरीच्या 'आयसॅगॉजी' या ग्रंथाच्या आधारे, आपले शिक्षण चालू ठेवले. अतिशय तल्लख असलेला इब्न सीना सर्वसाधारण प्रश्नाचीही वेगळीच; पण समर्पक उत्तरे देत असे. त्यानंतर लवकरच त्याने युक्लिडच्या भूमितीवर आपल्या शिक्षकांपेक्षाही अधिक माहिती मिळवली. याविषयी तो लिहितो- *'भूमितीतील अधिक गहन प्रश्नांविषयी शिक्षकानाच फारशी माहिती नसल्याने पुस्तके वाचत माझा मीच अभ्यास सुरू ठेवला.'*[१३]

इब्न सीना यानंतर अधिक गहन विषयांकडे वळला. त्याने बगदादमध्ये अनुवाद केल्या गेलेल्या प्राचीन ग्रीक आणि रोमन ग्रंथांचा अभ्यास सुरू केला. त्याने क्लॉडियस टोलेमीच्या खगोल-गणितशास्त्रातील आकृत्यांवर आधारित प्रश्न, एकापाठोपाठ एक सोडवले आणि नैसर्गिक विज्ञान आणि तत्त्वमीमांसेवरील ग्रंथांचाही फडशा पाडला.[१४]

महत्त्वाचा मुद्दा म्हणजे, हे ग्रंथ जेथे लिहिले गेले, त्या बगदादपासून पूर्वेकडे १००० मैल दूर असलेल्या बुखारामध्ये ते शोधणे आणि विकत घेणे सहज शक्य होते. इब्न सीनाने आपल्या आत्मचरित्रात वर्णन केलेल्या खालील प्रसंगातून समृद्ध ग्रंथ बाजाराचे दर्शन होते.-

*'एक दिवस मी ग्रंथ बाजारपेठेत गेलेलो असताना तेथे एक व्यापारी एक ग्रंथ घेऊन विकायला आला होता. तो व्यापारी त्याच्याकडील ग्रंथ मला विकायचा प्रयत्न करू लागला; पण त्या ग्रंथात मला फारसा दम न वाटल्याने मी थोड्या नाराजीने त्याला नकार दिला. यावर तो म्हणाला, 'घ्या हा ग्रंथ कारण हा ज्याचा आहे त्याला पैशांची गरज आहे, त्यामुळे तो अतिशय स्वस्तात विकत आहे. मी तुम्हाला हा केवळ तीन दिरहमला देईन.'* हे ऐकल्यावर मी तो ग्रंथ विकत घेतला.'[१५]

पुढे इब्न सीनाने वैद्यकशास्त्राचा अभ्यास केला आणि लवकरच त्यात तो पारंगतही झाला. हे ग्रंथ मुळचे ग्रीक आणि रोमन होते आणि त्यांचा अरबी आणि पर्शियन भाषेत अनुवाद केला होता. त्याला असे जाणवले की,

*'(वैद्यकी) ही काही फारशी अवघड गोष्ट नाही आहे. त्यामुळे त्यात पारंगत व्हायला मला फारसा वेळ लागला नाही आणि लवकरच नावाजलेले हकीमही*

*माझ्या मार्गदर्शनाखाली या शास्त्राचा अभ्यास करू लागले. मी रुग्णांची काळजी घ्यायला लागलो आणि त्यामुळेच अनाकलनीय वाटणाऱ्या; पण केवळ सरवातूनच शिकता येण्यासारख्या उपचार पद्धतींची द्वारे माझ्यासाठी उघडली गेली.'*[१६]

इब्न सीना सोळा वर्षाचा झाल्यानंतर त्याने पूर्ण वेळ तत्त्वज्ञानाचा आणि त्यातही मुख्यत्वे ॲरिस्टॉटलच्या 'मेटॅफिजिक्स' या तत्त्वमीमांसेवरील ग्रंथाचा अभ्यास करण्यात स्वतःला झोकून दिले.

काही महिन्यांनी त्याच्याकडे एक दुर्मीळ संधी चालून आली. बुखारा येथील 'समानिद' घराण्याच्या राजवटीतील सुलतानाने म्हणजे अमीर नूह याने, स्वतःवर उपचार करून घेण्यासाठी दरबारी हकीम असूनही इब्न सीनाला बोलावले आणि त्याच्या उपचारांनी बरे वाटल्याने, कृतज्ञता व्यक्त करताना इब्न सीनासाठी शाही ग्रंथालयाची द्वारे उघडून दिली. तो लिहितो-

*'बरीच दालने असलेल्या एका इमारतीत मी प्रवेश केला. प्रत्येक खोलीत कपाटांमध्ये एकावर एक रचलेली कितीतरी पुस्तके होती. एका दालनात अरबी भाषा आणि कवितांची पुस्तके होती तर दुसऱ्यात कायदेविषयक पुस्तके होती. याप्रमाणे प्रत्येक दालन वेगवेगळ्या विषयांसाठीचे होते. त्यामुळे पुस्तकांची सूची बघून मला हवे असलेले पुस्तक मी मागून घेत असे.'*[१७]

यावरून एक गोष्ट लक्षात येते. बुखारा हे एक महत्त्वाचे शहर असले तरी त्याची तुलना बगदाद किंवा दमास्कस बरोबर होऊच शकत नव्हती. अशा तुलनेने दुय्यम शहरातील शाही ग्रंथालयातही हजारो पुस्तके वर्गवारीने लावलेली होती आणि त्यांची सूचीही बनवलेली होती. या इब्न सीनाच्या आत्मचरित्रातील छोट्याश्या उताऱ्यावरून आपल्याला त्याकाळातील ज्ञानप्रसाराचे जाळे किती मोठे आणि खोलवर पसरलेले होते याविषयीचा अंदाज येऊ शकतो.

पुढील चार वर्षे इब्न सीना दरबारी हकीम म्हणून कार्यरत राहिला आणि नित्य नेमाने लिखाण करत राहिला. त्याचे पहिले पुस्तक 'अल्-बिर वा अल्-इथ्म' (चांगली कृत्ये आणि पापी), हे नीतीशास्त्रावर होते. या नंतरची दोन पुस्तके त्याने आपल्या जाणकार शेजाऱ्यांनी सुचवलेल्या विषयांवर लिहिली. बगदादपासून इतक्या दूरवरच्या नगरांमध्येही विविध शास्त्रे आणि तत्त्वज्ञानाविषयी आस्था बाळगणारे सुशिक्षित उच्चभ्रू होते. या विषयांवरील ग्रंथांची माहिती असणाऱ्यांना आणि स्वतःकडे त्यांच्या प्रती बाळगणाऱ्यांना समाजात मान होता. सुलतान आणि त्यांचे अधिकारी देशाटन करत. या ज्ञानाचा प्रसार करणाऱ्या संशोधकांना आणि शिक्षकांना नोकऱ्या

देत. इब्न सीनाचा तत्त्वज्ञान शिकवणारा सुरुवातीचा शिक्षक अशाच रीतीने कॅस्पियन समुद्राच्या पूर्वकिनारी वसलेल्या जुर्जन नगरातील लहानशा; पण आधुनिक विचारांच्या दरबारी रुजू झाला होता.[१८]

याच काळात इब्न सीनाने स्वतःची एक तात्त्विक बैठक आणि कार्यपद्धती विकसित केली आणि पुढील आयुष्यात त्याचा उपयोग करत राहिला. अवतीभवती चालणाऱ्या जागतिक व्यवहारांकडे तर्कसंगत दृष्टीनेच पहायला हवे, असे त्याचे मत होते. एखाद्या प्रश्नाशी तो अडला तर सुरापान आणि प्रार्थना करून विचारांना चालना देत असे. तो स्वप्नातही अडचणीचे प्रश्न सोडवण्याचा प्रयत्न करत असे.

इब्न सीनाने त्याच्या आत्मचरित्रात उल्लेख केलेल्या वैविध्यपूर्ण ग्रंथांवरून आणि त्याच्या एकूण लिखाणावरून त्याचे नाव थेट 'नव-प्लेटोमतवादी' तत्त्ववेत्त्यांच्या परंपरेशी जोडले जाते. इब्न सीनाचे प्रवासवर्णन आणि त्यातील धोके समजून घेण्यासाठी त्याचा तत्त्वज्ञानाकडे बघण्याचा दृष्टीकोण समजून घेणे आवश्यक आहे. हा 'नव-प्लेटोमतवाद' अथेन्समधील ख्रि. पू. ३८७च्या सुमारास प्लेटोने स्थापन केलेल्या अकादमीत इ. स. ३०० पासून पुढे इ. स. ५२९ मध्ये ही अकादमी बंद होई पर्यंतच्या काळात विकसित झाला आणि रोमन साम्राज्यात सर्वत्र प्रसारित झाला होता. नव-प्लेटोमतवादी स्वतःला तसे म्हणवून घेत, कारण त्यांनी प्लेटोने ७०० वर्षांपूर्वी मांडलेल्या तत्त्वज्ञानाचे पुनरुज्जीवन केले होते, त्याचा नव्याने विचार केला होता.

या तात्त्विक विचारप्रणालीच्या गाभ्याशी प्लेटोची आकारविषयक संकल्पना होती. विवक्षित आकार हे स्थिर असतात. त्यांच्यावर भौतिक गोष्टींचा परिणाम होत नसतो. उदाहरणादाखल 'खुर्ची' या आकार संकल्पनेचा विचार करू. वेगवेगळ्या हजारो प्रकारच्या खुर्च्या पाहायला मिळतात. त्यात दृष्यमान फरक असले, तरी शेवटी त्या सगळ्या खुर्च्याच असतात. त्यामुळे खुर्ची ह्या विवक्षित आकार संकल्पनेत या सगळ्या खुर्च्या समाविष्ट होतात.

नव-प्लेटोमतवाद्यांसाठी आणि इब्न सीनासाठीही खुर्ची या स्थिर आकार संकल्पनेप्रमाणे स्थिर आणि अनादि असलेला ईश्वर आणि सतत बदलणारे भौतिक जग यांच्यातील नाते कसे सिद्ध करावे, ही मूलभूत तात्त्विक समस्या होती. प्लेटोची आकार संकल्पना हेच त्यावरचे उत्तर होते. स्पेन, उत्तर आफ्रिका, ईजिप्त, मध्यपूर्व, पर्शिया आणि मध्य आशिया या सर्व भागात त्या काळात या मूलभूत प्रश्नांविषयी सार्वत्रिक एकमत होते आणि त्याचे उत्तर शोधण्यासाठी घेतल्या जाणाऱ्या प्रयत्नांचीही एक चौकट ठरलेली होती. पुरातन ग्रंथांची अरबी भाषांतरे करणारे सुरुवातीचे नव-प्लेटोमतवादी आणि इब्न सीना यांच्यामधील दोनशे वर्षांच्या कालखंडात अरबी

तत्त्वज्ञानातील महामेरू मानल्या गेलेल्या अल् किंदी, अल् राझी आणि अल् फाराबी यांनीही याच चौकटीत राहून आपआपल्या परीने उत्तर शोधण्याचा प्रयत्न केला होता.[१९]

घडणाऱ्या तात्त्विक चर्चा आकार, बदलणारे भौतिक जग आणि ईश्वर यांच्यातील नाते यावरच केंद्रित होत्या. हे नाते शोधताना तार्किक आणि भौतिक अशा दोन्ही पातळ्यांवर विचार केला जात होता. ईश्वर आणि पृथ्वी यातील अंतर अनंत होते; पण त्याने घडवलेले आकार पृथ्वीच्या नजीक होते. प्रत्येकाचा आत्मा पृथ्वीच्या त्याहूनही नजीक होता आणि स्थिर आकार आणि बदलते जग, यांचे सुस्पष्ट निरीक्षण आणि त्यावर चिंतन करू शकत होता. शरीराने तो येथील राजकारण, लढाया, मृत्यू अशांचा अनुभव घेत होता. इतर नव-प्लेटोमतवाद्यांप्रमाणे इब्न सीनाच्या दृष्टीनेही 'आत्मा आणि शरीर' या दोन्ही गोष्टी ईश्वररूपच असून दोन्हींचा तात्त्विक दृष्टीने विचार करायला हवा होता. त्यामुळे आत्म्याला समजून घेणे जितके महत्त्वाचे आहे; तितकेच राजकारणाची चाल, समाज, अश्म, वनस्पति आणि शरीर अशा भौतिक गोष्टींना जाणून घेणेही तितकेच महत्त्वाचे आहे, असा त्यांचा विचार होता.[२०]

नव-प्लेटोमतवाद्यांच्या या विचारांमुळे उत्तराऐवजी नवे प्रश्नच उभे राहिले. आकारांच्या निर्मितीत ईश्वराचे योगदान किती असावे? यात आत्म्याचे स्थान काय? स्थिर आकारांपासून सदोष भौतिक जग निर्माण करण्यात मानवाचे योगदान किती? आत्म्याला शरीराकडून नैतिक वर्तनाची कितपत अपेक्षा आहे? मुसलमानांसाठी या व्यतिरिक्तही समस्या होत्या. कुराणमध्ये तर अल्लाचे जगाच्या व्यवहारावर थेट नियंत्रण असते, असे नमूद केलेले असल्यामुळे प्लेटोच्या जगापासून अलिप्त असलेल्या ईश्वराच्या संकल्पनेशी ते कसे जुळवणार? कुराणमधील वर्णनानुसार सिंहासनावर बसणाऱ्या अल्लाची प्लेटोच्या निराकार ईश्वराबरोबर कशी सांगड घालायची? आणि तर्कावर आधारित ज्ञानाचा कुराणातील आविष्करणाशी कसा मेळ साधायचा?

वरवर जरी तत्त्वज्ञानातील विकसित होत असलेल्या या संकल्पना रोजच्या जगण्याशी दुरान्वयेही संबंधित वाटत नसल्या, तरी तसे नव्हते. तत्कालीन राजकारणावर त्याचे एक प्रकारे ओझेच होते. उदाहरणार्थ एका संकल्पनेनुसार ईश्वरानेच सगळे म्हणजे अगदी अणू-रेणूंपर्यंत सगळे निर्माण केले आहे. यातून अनेक अर्थ निघू शकत होते. जर ईश्वरानेच सर्व निर्माण केले असेल, तर तो त्यात केव्हाही बदल करू शकतो. त्यामुळे निसर्गाचा अभ्यास किंवा मानवी वर्तणुकीची संगती लावत बसणे किंवा कशाचीही कारणमीमांसा करत बसणे हे व्यर्थच आहे. माणसाच्या इच्छांना आणि खुद्द माणसालाच काही महत्त्व उरत नाही. यातून आणखी एक अर्थ निघत होता.

माणसालाच महत्त्व नसल्याने तो सर्वच बाबतीत हतबल आहे. ईश्वर, त्याने निर्मिलेले आकार आणि पृथ्वी बरोबरचे त्याचे नाते, या गोष्टी समजून घेण्याची कुवत माणसात नाही. सर्व शक्तिमान आणि गूढ ईश्वराला स्वीकारणे, त्याच्या कायद्यांचे पालन करणे आणि प्रार्थना करत त्याच्या कृपेची आशा बाळगणे एवढेच फक्त माणसाच्या हातात आहे. या अशा तात्त्विक पावित्र्यांमधून ईश्वराची निरंकुश सत्ताच ध्वनित होत होती. त्यात तर्काला स्थान नव्हते. आज्ञांचे निमूटपणे पालन करणे अपेक्षित होते. प्रश्न उपस्थित करण्याला वावच नव्हता. या विचारांना वेगवेगळ्या पंथांचा, राजांचा आणि सैन्यांचाही पाठिंबा होता. इब्न सीनाच्या काळात होत असलेल्या धर्मयुद्धांमध्ये या तिघांचाही सहभाग होता.

इब्न सीनाने असा कोणताही पवित्रा घेणे नाकारले. त्यासाठी त्याला मोठी किंमतही मोजावी लागली. आशियाई जगतातील इतर विद्वानांना त्याने पत्रे लिहिली आणि ग्रंथ आणि प्रबंध लिहून त्याने आपला वैचारिक पवित्रा स्पष्ट केला. इब्न सीनाचा माणसाच्या तर्कशक्तीवर विश्वास होता. जगाचे व्यवहार आणि माणसाचे ईश्वरनिर्मित आकार आणि प्रत्यक्ष ईश्वराशी असलेले नाते जाणून घेण्याची क्षमता, माणसात आहे यावरही त्याचा ठाम विश्वास होता. या तर्कसंगत आणि आकलनीय जगातील निसर्गाचे आणि समाजाचे आकृतीबंध समजून घेणे हे माणसाचे कर्तव्यच आहे आणि त्यायोगे तो सर्वव्यापी ईश्वराच्या अस्तित्वाचा शोध घेऊ शकतो, असे प्रतिपादन इब्न सीनाने केले. अत्यंत जटिल प्रश्नांचा मागोवा घेत तर्क आणि बुद्धीच्या आधारे त्यांची उकल करणे हे माणसाचे कर्तव्यच आहे. असे आकलन होण्यात यश मिळाले तरच संपूर्ण मानवजातीचा उत्कर्ष होईल, असेही त्याचे म्हणणे होते.

इब्न सीनाच्या तत्त्वज्ञानातील मुलूखगिरीविषयीची विस्तृत चर्चा येथे शक्य नाही, पण नव-प्लेटोमतवादी विचारसरणीने स्पर्श केलेल्या ईश्वरापासून माणसाच्या नाडीपर्यंतच्या सर्व विषयांवर त्याने लिखाण केले आहे, एवढे आपण म्हणू शकतो. त्याच्या 'लघू' आत्मचरित्राच्या शेवटी दिलेल्या सूचीनुसार त्याने किमान पन्नास ग्रंथ लिहिले असावेत, तर त्याच्या 'विस्तृत' आत्मचरित्राच्या शेवटी दिलेल्या सूचीनुसार त्याने शंभराहून अधिक ग्रंथ लिहिले असावेत. त्यापैकी दोन तृतीयांशपेक्षा अधिक ग्रंथ तत्त्वमीमांसा, नीतिशास्त्र आणि तर्कशास्त्र या विषयांवर आहेत. इब्न सीनाने हृदरोग उपचार, पोटशूळ आणि प्रेमज्वर अशा विविध वैद्यकीय विषयांवर प्रबंध लिहिले आहेत. त्याने कविता लिहिल्या, अवकाशविज्ञानात उपयोगात येणाऱ्या उपकरणांविषयी आणि भौमितिक समस्यांवर पुस्तके लिहिली. आणि त्याशिवाय एक पुस्तक सैन्याच्या व्यवस्थापनावरही लिहिले.[२१]

इब्न सीनाचे वैद्यकावरील ग्रंथ, त्याला हकिमी करताना आलेले अनुभव, त्याकाळातील प्रचलित औषधे आणि 'गालेन' आणि 'ॲरिस्टॉटल' यांच्याद्वारे मिळालेले ग्रीक आणि रोमन ज्ञान यांच्यावर बेतलेले होते. त्याच्या अतिशय मोलाच्या 'अल् कानून फी अल् तीब्ब' या वैद्यकावरील सर्वसंग्रहात्मक ग्रंथाची सुरुवात हकीमाच्या कार्यपद्धतीपासून होते. हकीमाने प्रथम प्रत्येक रुग्ण काय सांगतो ते समजून घ्यायला हवे. त्यानंतर त्याने आजाराची कारणे आणि लक्षणे तपासायला हवी आणि त्यानंतरच उपचार सुरू करायला हवेत. लक्षणांची तपासणी अग्नि, हवा, जमीन आणि पाणी या मूलतत्त्वांपासून व्हायला हवी. सुदृढ माणसात ही तत्त्वे त्यांच्या योग्य अवयवांमध्ये असतात. प्रत्येक माणसाच्या प्रकृतीत उष्म, थंड, शुष्क आणि जल ही तत्त्वे कमी अधिक प्रमाणात असतात. प्रशिक्षित हकीम रुग्णांच्या भावना समजून घेऊ शकतो. त्याचा श्वास किंवा त्याच्या केसांचा रंग यावरून तो रुग्ण उष्म का थंड, शुष्क का जलयुक्त प्रकृतीचा आहे हे तो हकीम सांगू शकतो. एखादा आजार या तत्त्वांचा शरीरातील तोल बिघडल्याने किंवा श्वास (म्हणजे प्राणवायू ) शरीरभर व्यवस्थित पसरला नाही तर, किंवा अवयवांमध्ये ऊर्जा व्यवस्थित संक्रमित झाली नाही तर होऊ शकतो. उपचारपद्धतीत मूलतत्त्वांना गरजेनुसार चालना देणे किंवा नियंत्रित करणे, काही अवयव उत्तेजित करणे किंवा श्वासोच्छवासात योग्य बदल करणे अशा गोष्टींचा समावेश असे. या उपचारांबरोबरच शरीर, अंतरात्मा आणि दैवी शक्ती यांच्यात ताळमेळ साधण्याचा प्रयत्न केला जात असे.[२२] श्वासोच्छवासात सुधारणा व्हावी यासाठी करावयाच्या उपचारबद्दल इब्न सीना लिहितो–

*'श्वासोच्छवास सुधारण्यासाठी मद्य उपयोगी पडते; मोती आणि रेशीम यांच्या वापराने अनावश्यक गोष्टींवर प्रतिबंध येतो आणि त्यामुळे श्वासाला तजेला येतो. आवळा, तैलस्फटिक आणि प्रवाळ यांच्यामुळे श्वास विरळ न होता एकसंध राहण्यास मदत होते. सोनकीमुळे श्वासाच्या प्रकृतीत बदल होऊन तो उष्ण होतो.'*[२३]

इब्न सीनाच्या 'कानून' मधील लक्षणीय गोष्ट म्हणजे त्यातील मिश्र इलाज या दीर्घ प्रकरणात नोंदलेल्या असंख्य उष्णकटिबंधीय वनस्पती आणि त्यांच्यापासून बनवलेली औषधे. त्यापैकी तीन डझनाहून अधिक वनस्पती सहज ओळखता येण्यासारख्या आहेत. यासाठी इब्न सीनाला आशियात पसरलेल्या व्यापाराच्या जाळ्याचा नक्की फायदा झाला असणार. कारण त्या योगेच ही औषधे आणि त्यांच्या उपयोगाविषयीची माहिती मध्य-पूर्व, पर्शिया आणि मध्य-आशियात आली असणार. त्याने गालेन आणि ॲरिस्टॉटल याच्या औषधी सूत्रांना संपन्न आशियाई जगतात विकसित आणि परिष्कृत वैद्यकीय ज्ञानाची जोड दिली. पण असे करणारा इब्न सीना

काही पहिला नव्हता. त्याच्या आधी शंभराहून अधिक वर्षे अशी उष्णकटिबंधीय औषधे प्रचलित होती. त्याने नोंदलेली बहुतेक औषधे नवव्या शतकात बगदाद येथे लिहिल्या गेलेल्या वैद्यकीय इलाजांवरील ग्रंथात नमूद केलेली दिसतात.[२४]

असा हा अत्यंत बुद्धिवान तत्त्वज्ञानी आणि निष्णात हकीम हामादान बाहेरच्या एका किल्ल्यातील तुरुंगात का बंदिवान झाला होता? त्याला खरेतर अभ्यास आणि लिखाण करत आपले आयुष्य शांतपणे व्यतीत करायची इच्छा होती. पण त्याचा ताबा नसलेल्या घराणेशाहीतील संघर्ष आणि राजकरणात तो ओढला गेला होता. त्याच्या आत्मचरित्रात त्याने याविषयी अतिशय त्रोटक खुलासा केला आहे. तो लिहितो, *'गरजेपायी मला प्रथम फासा या गावाला जावे लागले, तेथून पुढे बावार्दनंतर तूसला आणि नंतर समाकनला जावे लागले. नंतर पुढे मी खुरासनच्या सीमेवरील जरार्म आणि शेवटी जुर्जन गाठले.'*[२५]* इतर काही पुस्तकांमध्ये या विषयी अधिक माहिती मिळते. इब्न सीना वेगाने वाढत असलेल्या गझनीच्या महंमदाच्या अफगाणी साम्राज्यापासून पळून गेला होता. महंमदाने ज्यांच्या दरबारात इब्न सीना होता अशा सुलतानांना त्याने पत्रे पाठवून आपला दरबार भूषवायला इब्न सीनाला पाठवावे, अशी मागणी केली होती. पण इब्न सीना चांगलेच जाणून होता की, महंमदाचा अतिशय कर्मठ दरबार इब्न सीनाचे तर्कसंगत आणि मानववादी विचार सहन करणार नाही.[२६] त्याला शंका होती की, दरबारी विद्वानाऐवजी त्याला कैद्यासारखे वागवले जाईल.

इ. स. १०१० ते १०१७ इब्न सीना आणि त्याचा अत्यंत विश्वासू विद्यार्थी, जुझ्जानी, यांची फिरस्ती चालू राहिली. महंमदाच्या वाढत्या साम्राज्याच्या सीमेबाहेर राहताना ते वेगवेगळ्या दरबारांच्या पदरी रहात नैऋत्य दिशेने पुढे पुढे जात राहिले. आपण कोणत्याही दरबारासाठी भूषण असतानाच बोजाही ठरू शकतो, हे त्याला कळले होते. त्याने ही स्थिति एका कवितेत अतिशय समर्पक शब्दात मांडली आहे–

*''मी इतका मोठा झालो की, कोणतेही शहर मला सामावू नाही शकले..*
*माझी किंमत इतकी वाढली की, प्रत्येक खरेदीदाराने मला विकले..!''*[२७]

या सगळ्या संकटकाळात आणि देशाटन करत असतानाही इब्न सीनाचे लिखाण, तात्त्विक चर्चा आणि पत्रव्यवहार सुरूच होता. आजच्या तेहरानच्या जवळ 'रे' येथे तो काही वर्षे राहिला. या काळात तेथील सुलतानाने महंमदाला थोपवून धरले होते. नंतर तो पश्चिमेला काझ्विनला गेला आणि शेवटी दक्षिणेकडील हामादानला

---

* जुर्जन सोडले तर इब्न सीनाच्या काळातही बाकीची गावे लहानच होती. त्यातील काही तर नामशेष झाली आहेत. साधारण अंदाज येण्यासाठी वाचकांनी सदर लेखाबरोबरचा नकाशा पहावा.

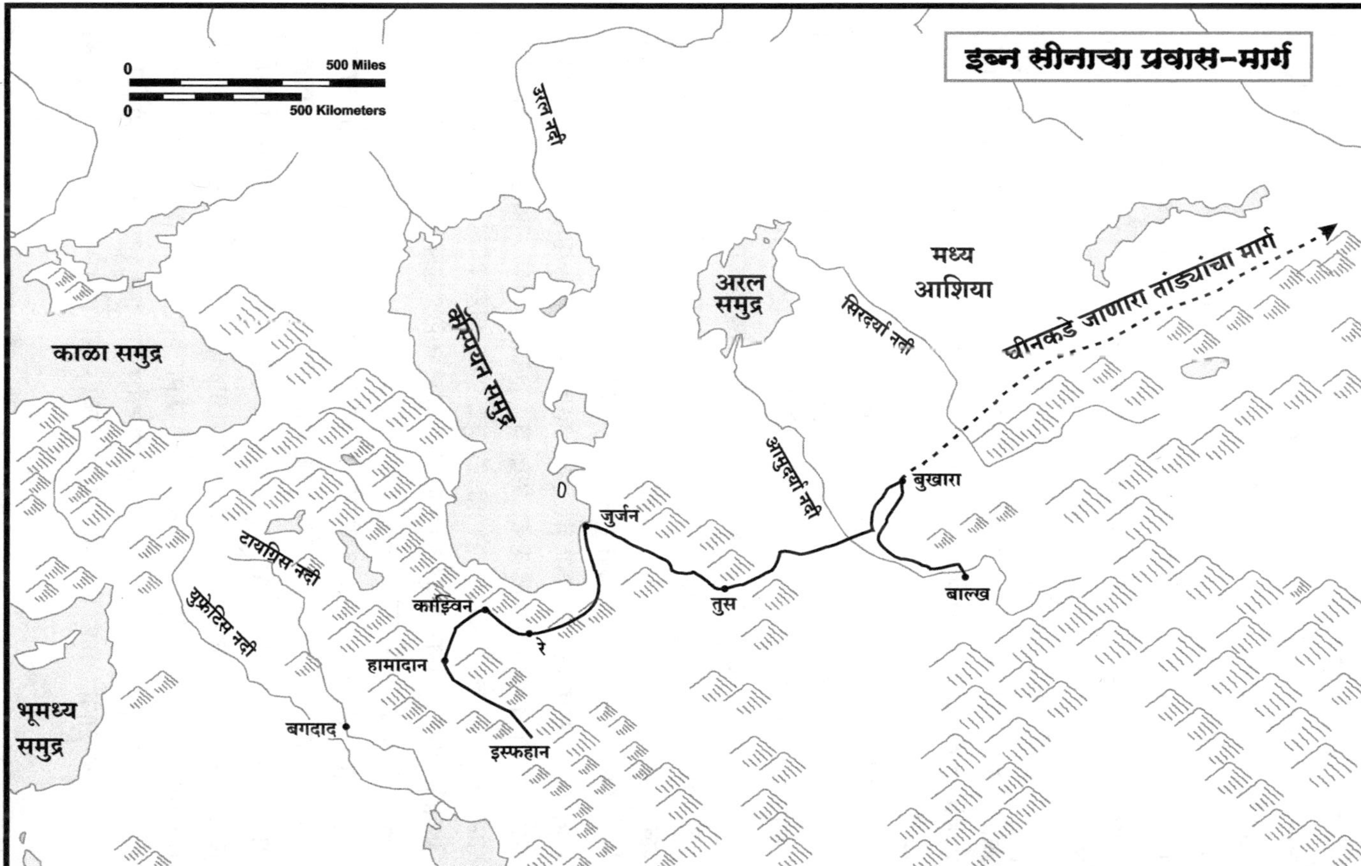
इब्न सीनाचा प्रवास-मार्ग
0 500 Miles
0 500 Kilometers
उरल नदी
कॅस्पियन समुद्र
अरल समुद्र
मध्य आशिया
सिरदर्या नदी
आमुदर्या नदी
चीनकडे जाणारा तांड्यांचा मार्ग
बुखारा
बाल्ख
जुर्जन
तुस
रे
काझ्विन
हामादान
इस्फहान
बगदाद
टायग्रिस नदी
युफ्रेटिस नदी
काळा समुद्र
भूमध्य समुद्र

पोहोचला. येथील शम्स अल् दौला हा सुलतान रेच्या सुलतानाचा भाऊ होता. इब्न सीना त्याचा जवळचा मित्र आणि प्रशासकही बनला. काही लष्करी मोहिमांमध्येही तो सुलतानाबरोबर सहभागी झाला. या अनुभवावरून त्याने आपले 'सैन्य व्यवस्थापना' विषयीचे पुस्तक लिहिले.

शम्स अल् दौलाच्या मित्रत्वाच्या दरबारातही इब्न सीनाचे विरोधक होतेच. एकदा दूरच्या प्रदेशात सुलतानाच्या सैन्याचा पराभव झाल्यावर त्याने मुलकी आणि लष्करी प्रशासकपदावर इब्न सीनाची नेमणूक केली; पण लवकरच सैन्याने त्याच्याविरुद्ध बंड केले.

त्यांनी त्याच्या घराला वेढा घातला, त्याला तुरुंगात टाकले, त्याचे घर लुटले आणि शिवाय सुलतनाकडे त्याला मृत्युदंड ठोठवावा अशीही मागणी केली. सुलतानाने त्यांची मागणी मान्य केली नाही; पण त्यांना खुश ठेवण्यासाठी इब्न सीनाला हद्दपार केले.[२८]

हद्दपारी टाळण्यासाठी इब्न सीना आपल्या एका मित्राच्या घरात चाळीस दिवस लपून राहिला. तेवढ्यातच आजारी पडल्याने सुलतानाला वैद्यकीय उपचारांची गरज वाटू लागली आणि त्याने इब्न सीनाची हद्दपारी रद्द केली.

शम्स अल् दौला इ. स. १०२१मध्ये वारला. त्याच्या पश्चात गादीवर आलेला तरुण वारसदार दरबारातील शत्रू आणि गझनीच्या महंमदापासून आपल्याला वाचवू शकेल याविषयी इब्न सीनाला शंका वाटू लागली. त्याने आग्नेय दिशेला २०० मैलांवर असलेल्या इस्फहानच्या सुलतानाबरोबर गुप्त पत्रोपत्री सुरू केली. हा सुलतान हामादानच्या सुलतानाचा पूर्वंपार वैरी होता. दरबारातील शत्रूंच्या हाती ही पत्रे लागली आणि त्यांनी ती सुलतानापुढे सादर करताच, देशद्रोहाच्या आरोपाखाली त्याने इब्न सीनाला अटक केली आणि तुरुंगात टाकले. चार महिन्यानंतर इब्न सीना आणि जुझ्जानी यांना तुरुंगातून पळून जाण्यात यश आले आणि सूफी फकीराचा वेष धारण करून त्यांनी इस्फहान गाठले.

इब्न सीनाला आता आपल्या भोवतीचे जग बदलत असल्याची जाणीव झाली. एकत्रित खिलाफतीचे दिवस गेले होते आणि त्याबरोबरच ग्रीक ग्रंथांच्या अनुवादासाठी मिळणारे भरघोस अनुदान, विस्तृत तात्त्विक चर्चा आणि विज्ञानाविषयीची जिज्ञासा या गोष्टीही लुप्त झाल्या होत्या. खिलाफतीतून फुटून निघालेल्या बऱ्याचशा राज्यांमध्ये जिज्ञासा आणि तात्त्विक चर्चांची जागा कर्मठतेने घेतली होती. तर्कवादी आणि मानववादी आश्रयदाते मिळणे दिवसेंदिवस दुरापास्त होत चालले होते.

इब्न सीनाने आपल्या आयुष्याची शेवटची पंधरा वर्षे इस्फहानच्या सुलतानाच्या

आश्रयाखाली व्यतीत केली. सुलतान अला अल् दौला इब्न सीनाच्या पसंतीस उतरला होता आणि त्याने त्याची उघडपणे प्रशंसाही केली. जय-पराजय होताना त्याने सुलतानाची साथ सोडली नाही आणि इ. स. १०३१ मध्ये गझनीतील महंमदाच्या मृत्यूनंतरच्या आनंदोत्सवातही त्याचा सहभाग होता. आत्मचरित्रात नमूद केल्याप्रमाणे त्याला त्याच्या सेवेबद्दल आणि लिखाणाबद्दल अनेकदा मानाची वस्त्रे आणि खिल्लत देऊन गौरवण्यात आले.[२१]

इस्फहानमधील मुक्कामातच त्याने आपला भाऊ आणि जुझ्जानी यांच्या सहाय्याने 'कानून' हा आपला वैद्यक-कोश पूर्ण केला. त्याचबरोबर ॲरिस्टॉटलीय विचार मांडणाऱ्या; पण बगदाद येथील विद्वानांनी लिहीलेल्या तत्त्वज्ञानावरील ग्रंथांमधील चुका दाखवणारा आपला आणखी एक महान ग्रंथ किताब अल् शिफा (आत्मिक उपचार) सिद्ध केला. त्याच्या स्वतःच्या तत्त्वचिंतनावरील प्रगल्भ भाष्य असलेला 'किताब अल्-इसरत वाल-तन्बिहत' (उर्फ 'संकेत आणि सूचना') हा ग्रंथही सिद्ध केला. त्याने सुलतानासाठी इतर ग्रंथांप्रमाणे अरबी भाषेत न लिहिता सोप्या पर्शियन भाषेत लिहिलेले विज्ञानावरचे पुस्तकही उल्लेखनीय आहे. साधारण दोनशे वर्षांपासून मध्य आशिया आणि हिंदुस्थानात प्रचलित असलेल्या जुन्या पर्शियन भाषेवरील आणि अरबी भाषेवरील त्याचे प्रभुत्व लक्षणीय होते.

इ. स. १०३७ साली इब्न सीनाचा मृत्यू झाल्यानंतर त्याच्या विचारांचा प्रसार किती मोठ्या प्रदेशात झाला आणि त्यांना किती मान्यता मिळाली होती, याची कल्पना येऊ शकते. इ. स. ११०० पर्यंत नावाजलेले तत्त्ववेत्ते त्याच्या लिखाणाची समीक्षा करू लागले होते. दूर इस्लामी जगताच्या पश्चिम हद्दीवरील स्पेन मधील इस्लामी आणि ज्यू विचारवंतांनाही इब्न सीना माहीत होता. बाराव्या शतकाच्या सुरुवातीच्या काळातील महान ज्यू विचारवंत मोझेस मायमोनिडीझ याच्या लिखाणावर इब्न सीनाचा प्रभाव जाणवतो.

इ. स. १२००च्या सुमारास इब्न सीनाच्या 'किताब', 'अल् शिफा' चा लॅटिन भाषेतील अनुवाद स्पेनमध्ये पोचला. लवकरच हा आणि इतर अनुवाद इटलीत उपलब्ध झाले आणि या तत्त्वज्ञानाच्या ग्रंथांवर समीक्षा लिहिली जाऊ लागली. एका अनुवादकर्त्याने त्याच्या इस्लामी नावाचे रूपांतर 'ॲव्हिसीना' या ख्रिश्चन युरोपात सहज प्रचलित होऊ शकेल अशा नावात केले. युरोपातील कित्येकांना तो दूरच्या पर्शियातील असावा असे न वाटता स्पेनमधील असावा असेच वाटत होते.

इब्न सीनाच्या ग्रंथांचा प्रसार उत्तरेकडेही झाला. इ. स. १२२८ ते १२४९ या काळात पॅरीस चे बिशप राहिलेल्या विचारवंत विल्यम ऑफ ओव्हॅर्न्यँ याच्या

लिखाणावरही इब्न सीनाचा प्रभाव दिसून येतो. मध्ययुगीन तत्त्वज्ञानाचे मानदंड मानल्या जाणाऱ्या दोन तत्त्वज्ञांना इब्न सीनाच्या ग्रंथांविषयी माहिती होती आणि त्यांनी त्यातील काही भागावर आपले विचारही मांडले आहेत. त्यापैकी एक होता तेराव्या शतकाच्या उत्तरार्धातील आणि त्याकाळात, आत्ताच्या फ्रांस, बेल्जियम आणि जर्मनीतून प्रवास केलेला अल्बर्ट द ग्रेट, आणि दुसरा होता थॉमस ॲक्विनस (इ. स. १२२५ ते १२७४). युरोपखंडात इब्न सीनाचा 'अल् कानून फी अल् तीब्ब' हा वैद्यकीय कोश पुढील ४०० वर्षे वैद्यकीवरील एक आदर्श ग्रंथ म्हणून आपले स्थान टिकवून होता. त्याचे खनिजांवरचे पुस्तक तेराव्या शतकापर्यंत भूशास्त्रज्ञांसाठी माहितीचा प्रमुख स्रोत होते.

इब्न सीनाचे ग्रंथ ब्रिटनमध्ये आणि विशेषतः ऑक्सफोर्ड आणि राजा हेन्री दुसरा याच्या दरबारातही वाचले जात होते. त्यावेळी पॅरिस आणि ऑक्सफोर्ड येथील विचारवंत संपर्क ठेऊन होते त्यामुळे बऱ्याच जणांनी इब्न सीनाचे ग्रंथ पॅरिसहून ब्रिटनमध्ये आणले असतील. तेराव्या शतकातील महत्त्वाचा ब्रिटिश तत्त्ववेत्ता रॉजर बेकन (इ. स. १२१४ ते १२९२) याला इब्न सीनाच्या ग्रंथांची माहिती होती.[३०] डेलार्ड (इ. स. १०८० ते ११५२) या अरबी ग्रंथांच्या सुरुवातीच्या ब्रिटिश अनुवादकर्त्याने अरबी तत्वज्ञानाच्या उगमस्थानाविषयी अत्यंत मार्मिक टिप्पणी केली आहे. तो लिहितो–

*'आपल्याला जाणवते की, तत्त्ववेत्त्यांची उपज विषुववृत्तानजीक होणे अगदी नैसर्गिक आहे. तेथील बिया अंकुरण्याची क्रिया स्वयंस्फूर्त असते आणि तेथील नागरिक कायमच योग्य व्यवहार करतात आणि सत्य बोलतात.'*[३१]

संपूर्ण मध्ययुगीन कालखंडात तत्त्वज्ञानाच्या क्षेत्रात इब्न सीनाच्या ग्रंथांचे स्थान महत्त्वपूर्ण राहिले. आजही त्यापैकी वीसपेक्षा अधिक ग्रंथ जवळपास संपूर्ण स्थितीत उपलब्ध आहेत. त्यापैकी थोडे अरबी भाषेत आहेत, तर लॅटिन भाषेतील ग्रंथांची संख्या अधिक आहे. त्याचा वैद्यकीय कोश युरोपात छापण्यात आलेल्या पहिल्या पुस्तकांपैकी एक आहे. (गटेनबर्ग बायबल नंतर केवळ वीस वर्षांनंतर इ. स. १४८५ मध्ये तो छापला गेला). आजही तत्त्वज्ञानाच्या क्षेत्रात इब्न सीना उत्तुंग शिखरासारखा आहे. केवळ विसाव्या शतकातील शेवटच्या तीस वर्षांत त्याच्या साहित्यावर आधारित २००० पेक्षा अधिक विद्वत्तापूर्ण लेख इंग्रजी, फ्रेंच, तुर्की, अरबी, पर्शियन, जर्मन, रशियन, इटालियन आणि स्कँडिनेव्हियातील भाषांमधून लिहिले गेले आहेत.[३२] त्याच्या लिखाणाने विद्वानांना आकर्षित करण्यामागे समर्पक कारणही आहे. इब्न सीनाने उहापोह केलेले प्रश्न ईश्वरावर विश्वास ठेवणाऱ्या कोणासाठीही

हजार वर्षापूर्वी जितके महत्त्वाचे होते तितकेच ते आजही महत्त्वाचे आहेत. परिपूर्ण ईश्वराचे या गुंतागुंतीच्या, बदलत्या आणि उघडपणे अपूर्ण आणि सदोष वाटणाऱ्या जगाबरोबरचे नाते काय? विश्वाच्या अत्यंत कल्पक रचनेबद्दल होणाऱ्या आजच्या चर्चांमधील प्रत्येक तर्कशुद्ध युक्तिवादाचे विश्लेषण आणि त्यावरील चर्चा, इब्न सीना आणि इतर नव-प्लेटोमतवाद्यांनी शेकडो वर्षांपूर्वीच करून ठेवली असल्याचे लक्षात येते.

इब्न सीनाचे आयुष्य आणि लिखाण यातून, स्पेनपासून मध्य-आशियापर्यंतच्या प्रदेशातील मुस्लीम उच्चभ्रू व्यक्तींची शिक्षणाप्रतीची बांधिलकी किती दृढ होती ते लक्षात येते. रोमन साम्राज्याच्या अस्तानंतर शिक्षणाचा ओघ आशियाई जगताकडे वळला. तेथे ग्रीक ज्ञानग्रंथांचे अनुवाद केले गेले. त्या ज्ञानभांडाराची समीक्षा करत असतानाच त्यात भर घालण्यात आली आणि त्याचा विस्तार करण्यात आला. त्या काळात एका दरबारातून दुसऱ्या दरबारात जाणारा, विद्वत्तापूर्ण चर्चेत भाग घेणारा, लिखाण करणारा आणि व्यावहारिक सल्ला देणारा, असा एक विद्वानांचा वर्ग होता. तत्त्वज्ञ आणि निष्णात हकीम असलेला इब्न सीना त्या वर्गातील एक महत्त्वाचा सदस्य होता. नव-प्लेटोमतवाद्यांच्या विस्तृत कार्यक्षेत्रात घडत असलेल्या चर्चांवर विविध धर्म, पंथ आणि राज्यांच्या सीमा यांची बंधने नव्हती. या विद्वतजगताची सर्वसमावेशक प्रकृती आश्चर्य वाटण्यासारखी होती. या जगतात स्पेनमधील ज्यूंनी लिहिलेली पुस्तके, बगदादमधील ख्रिश्चनांनी लिहिलेली पत्रे आणि मध्य आशियातील पर्शियनांनी लिहिलेली टीका अशा वैविध्यपूर्ण साहित्याचा समावेश होता. विद्वानांना कुतूहल वाटणारे असंख्य विषय होते. यात वनस्पतींचे संशोधन, औषधे, चालीरीती, प्रशासन, गणित, भूगोल, खनिजे आणि मानवी अस्तित्वाविषयीच्या मूलभूत तात्त्विक प्रश्नांचा समावेश होता.

## प्रकरण – ४

# धातुशिला आणि हस्तकलाकृती

### इंटन जहाजबुडी, साधारण इ.स. १०००

बुखारा येथे इब्न सीना जेंव्हा तत्त्वज्ञान शिकत होता, त्याच सुमारास तेथून आग्नेय दिशेला जवळपास ६००० मैल दूर जावा समुद्रात एक जहाज बुडाले. आज जवळपास हजार वर्षे उलटल्यानंतरही हे जहाज नक्की का बुडाले असावे हे कळायला मार्ग नाही. काही कारणे आपण नक्कीच वगळू शकतो. त्यावेळी जहाज किनाऱ्यापासून पंचेचाळीस मैल दूर होते आणि जवळपास कोठेही खडकाळ भाग नव्हता. समुद्राचा तळ तर, अगदी सपाट आणि वालुकामय होता. त्यामुळे खडकाला धडकल्याने जहाज बुडाले हे कारण सांगता येत नाही. सगळ्यात जास्त शक्यता म्हणजे, हे जहाज अचानक उठलेल्या वादळाच्या तडाख्यात सापडले असावे. कदाचित जहाज जुने झालेले असल्यामुळे ते हालचालीना तितकेसे लवचिक राहिले नव्हते आणि दबावाखाली मोडले असावे. जहाजावरील अज्ञात खलाशी आणि व्यापारी पश्चिम जावातील इंटन बंदरापासून दीडशे मैल दूर होते. त्यांनी कोणत्याही आठवणी, मागे ठेवल्या नाहीत. मागे राहिली आहेत केवळ त्यांची हाडे, त्यांचे व्यक्तिगत सामान आणि जहाजावरील माल. परंतु अलिकडील संशोधनामुळे जहाजाचे अवशेषही आठवणी सांगू लागतात, तर त्यावरील माल आपल्याला त्याच्या निर्मितीच्या प्रदेशात म्हणजे अगदी दूरच्या इब्न फद्लान आणि इब्न सीना यांच्या मध्य आशियातही घेऊन जातो.[१*]

हे जहाज कसे होते? हे जहाज आग्नेय आशियात मिळणाऱ्या लाकडापासून बनवले होते आणि त्याची बांधणीही आग्नेय आशियायी पद्धतीचीच होती. जहाज सुमारे नव्वद फूट लांब आणि पंचवीस फूट रुंद होते. त्याचे वजन बहुदा ३०० टन

---

* इंटन उत्खननाची निष्पत्ती, त्याच्या पार्श्वभूमीची माहिती आणि त्या संबंधातील अधिक संशोधन याविषयीचे लेखन मायकेल फ्लेकर या संशोधकाने आपल्या डॉक्टरेट प्रबंधासाठी प्रथम केले आणि नंतर ते प्रकाशित केले.

असावे आणि चिनी बनावटीच्या जहाजांप्रमाणे त्याचा तळ सपाट नव्हता, तर त्याचा कणा इंग्रजी अक्षर 'V' या आकाराचा होता. या जहाजाची विशेष लक्षणीय बाब म्हणजे त्याच्या बांधणीत लोखंडाचा वापरच केलेला नव्हता. सर्वात आधी मोठा लाकडी वासा खोदून कणा बनवला होता. नंतर खोदलेल्या आणि गोलाई दिलेल्या फळ्या रचून मुख्य भाग किंवा नौ-काया तयार केली होती. कडेने खुंटया ठोकून त्यावर फळ्या जोडल्या होत्या. या फळ्यांच्या आतील बाजूने उभे वासे लावले होते. या वाशांची टोके फळ्यांच्या वर आलेली होती. समोरासमोर आलेल्या उभ्या वाशांना आडवे वासे माडाच्या झाडांपासून बनवलेल्या दोरखंडांनी आवळून बांधले होते. यामुळे जहाजाचा हा लाकडी सांगाडा मजबूत झाला होता. सहसा या जहाजांना तीन किंवा चार शिडे असत आणि मागे मोठे सुकाणू असे. दहाव्या शतकात अशी शेकडो जहाजे आग्नेय आशियातील बंदरांमधून आणि असंख्य बेटांमधून ये-जा करत असत.[२*] या जहाजांच्या बांधणीत स्थानिक साधनसामुग्रीचा वापर केला जात असे. त्यांची रचना आकर्षक असे. ही जहाजे वजनाने हलकी असली तरी लवचिक असल्यामुळे खवळलेल्या समुद्रातही टिकून रहात.[३]

त्या काळी जहाजाबरोबर बुडालेला माल वाचवता येत नसे. अतिशय मौल्यवान मालही हजारो वर्षे जावा समुद्राच्या तळाशी पडून होता. पाण-वाळवी ही लाकूड पोखरत असेच आणि माल उघडा पडत असे. जड माल तेथेच राही; पण हलका माल लांब वाहत जात असे. अवशेष कुजले तरी खालील वाळूची धूप होऊ देत नसत आणि शेवटी तिथेच एक ढिगारा तयार होत असे.

समुद्रपक्षी बुडालेल्या जहाजाच्या अवशेषांची जागा शोधून काढतात. एखाद्या ठिकाणी पाण्यात सूर मारणाऱ्या पक्षांच्या होणाऱ्या गर्दीकडे स्थानिक कोळयांचे बारीक लक्ष असते कारण अशा ठिकाणी भरपूर मासेही असणार असा त्यांचा होरा असतो. मासेही समुद्रतळातून वर आलेल्या कोणत्याही गोष्टीच्या जवळ अधिक जमतात. खुल्या समुद्रात एखाद्या ठिकाणी अशी माशांची गर्दी दिसली, तर तेथे

---

* गेल्या काही वर्षांत डझनहून अधिक बुडलेली जहाजे सापडली आहेत. 'सादबी' या सुप्रसिद्ध लिलाव-संस्थेतर्फे लिलाव करण्यात आलेल्या चीनमध्ये बनलेल्या उत्कृष्ट चिनी मातीच्या ३००० पेक्षा अधिक वस्तू फिलिपाईन्स जवळच्या समुद्रात बुडालेल्या पंधरा जहाजांमधून निघालेल्या होत्या. इ. स. २००४ मध्ये एका जर्मन साप्ताहिकाने इंटन जहाजबुडी जवळच थांग राजवटीच्या काळातील एका जहाजाचे अवशेष सापडल्याचे जाहीर केले. या बुडालेल्या जहाजात चिनी सोन्याची भांडी आणि पत्रे यांच्या बरोबरच चिनी मातीच्या वस्तूंचा मोठा साठाही सापडला.

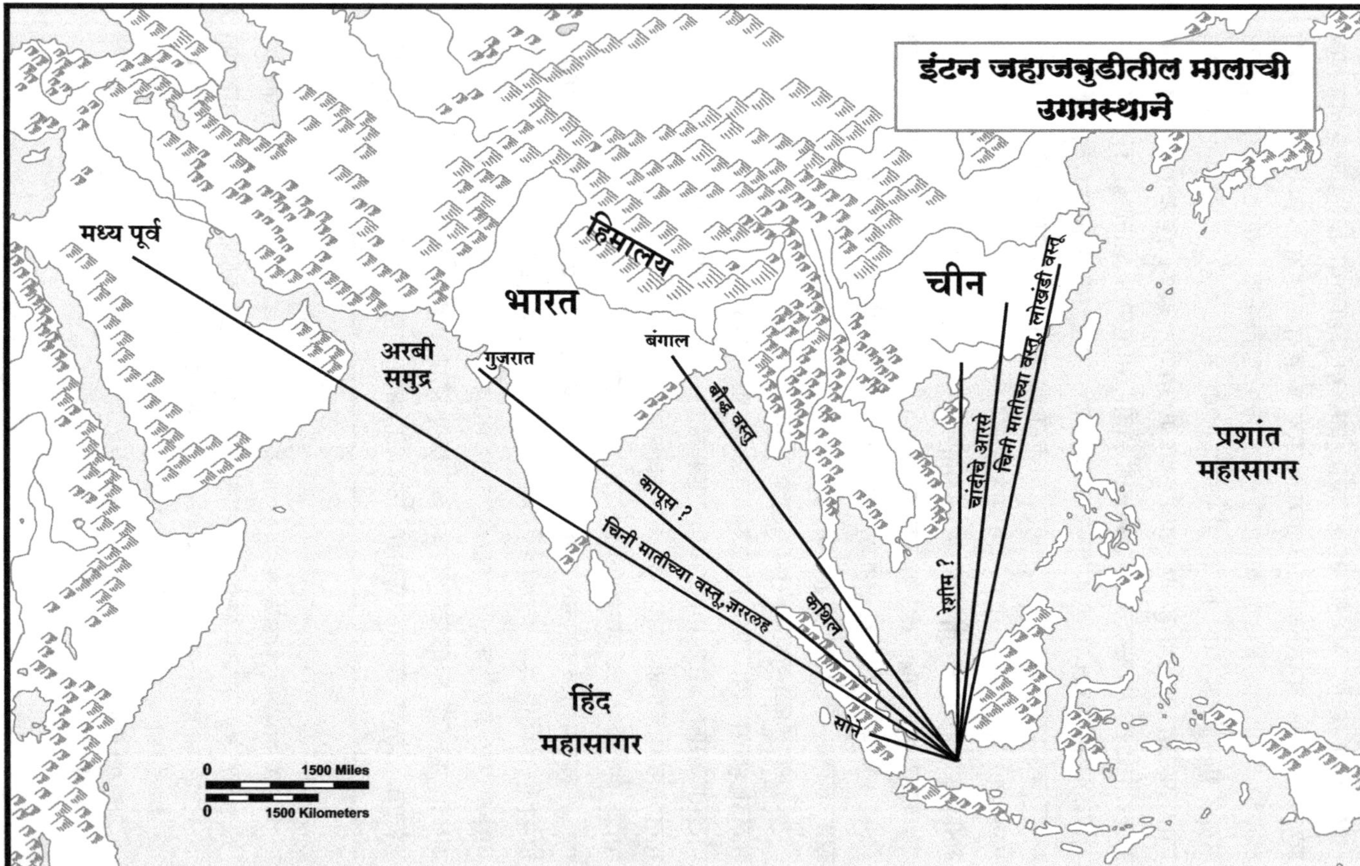
इंटन जहाजबुडीतील मालाची
उगमस्थाने
मध्य पूर्व
हिमालय
भारत
चीन
बंगाल
अरबी
समुद्र
गुजरात
बौद्ध वस्तु
कापूस ?
चिनी मातीच्या वस्तु, जररलह
काथिल
सोने
रेशीम ?
चांदीचे आरसे
चिनी मातीच्या वस्तु, लोखंडी वस्तु
प्रशांत
महासागर
हिंद
महासागर
0
1500 Miles
0
1500 Kilometers

समुद्रतळाशी एखाद्या जहाजाचे अवशेष असणार हे इंडोनेशियाच्या कोळयांना बरोबर माहीत झाले आहे आणि तेथे सापडणाऱ्या वस्तूंचे मूल्य माशांपेक्षा कितीतरी अधिक असणार हेही ते जाणतात.

इ. स. १९९६ मध्ये जकार्तातील जुन्या वस्तु विकणाऱ्या दुकानांमधून अचानक पुरातन चिनी मातीच्या वस्तू दिसायला लागल्यावर, एखाद्या बुडालेल्या जहाजाचे अवशेष सापडले असावेत अशी सरकारी अधिकाऱ्याना शंका आली. अवशेष पंचाहत्तर फूट खोल असल्यामुळे आणि हवामान अनुकूल न राहिल्यामुळे पाणबुड्यांना फारशी लूट करता आली नाही आणि नौदलाला या पाणबुड्यांना अटक करणे शक्य झाले. इंडोनेशियाच्या सरकारच्या जहाजबुडी समितीने एका स्थानिक संस्थेला उत्खनन करणाऱ्या दुसऱ्या एका जर्मन संस्थेबरोबर भागीदारी करून पुरातत्व उत्खनन मोहीम राबवण्याची परवानगी दिली. त्यांच्या पथकाने उत्खननाचे क्षेत्र नक्की केले आणि २७०० पेक्षा अधिक ऐतिहासिकदृष्ट्या महत्त्वपूर्ण अशा हस्तकलाकृती प्रकाशात आणल्या.[४]

जहाजाच्या तळाशी पश्चिम मलय द्वीपकल्पातील केडाह भागातून आलेले सारख्या आकारांचे, चिन्हांकित आणि पिरॅमिडसारखे दिसणारे कथिल धातूचे ठोकळे होते. त्यांचे वजन हजारो पौंड होते. दहाव्या शतकात कथिलही सोन्याप्रमाणे खाणीतून काढले जात असे. कथिलाची धातुशिला बहुदा हातानेच कांडून नंतर धूत असत. जड कथिल-ऑक्साईड गाळ होऊन खाली राहत असे. खाण-कामगार नदीपात्रातूनही कथिलाचे गोटे शोधत असत. नंतर कथिल-ऑक्साईड वितळवून त्याच्या धातुशिला बनवत. जहाजातील ते कथिलाचे ठोकळे कथिल न मिळणाऱ्या जावा भागात चालले होते.

जहाजबुडीच्या कालखंडात कांस्य हा मिश्रधातू मोठ्या प्रमाणात वापरला जात असे. कथिल हा या मिश्रधातूचा महत्वाचा घटक होता. कांस्य धातू ओतून त्यापासून पुतळे आणि धार्मिक कर्मकांडांसाठीच्या वस्तू घडवल्या जात असत. तसेच खलबत्ते आणि बिजागऱ्या यांसारख्या रोजच्या वापरतील वस्तू आणि त्याबरोबरच दागिने आणि हत्यारे बनवायलाही कांस्य धातू उपयोगात येत असे. कथिल अधिक प्रमाणात असलेल्या कांस्यापासून भारतात, मध्य पूर्वेत आणि आग्नेय आशियातही चलनी नाणी पाडली जात. मध्य पूर्वेतील अरबांना 'केडाह' चांगलेच माहीत होते. इ. स. ९४० मध्ये अबू दलफ या भूगोल तज्ञाने लिहून ठेवले आहे- *'केडाहमधील या कथिलाच्या खाणीसारखी दुसरी खाण साऱ्या जगात पाहायला मिळणार नाही.'*[५]

जहाजावर आणखीही बऱ्याच वस्तू अशा होत्या ज्यांच्या घडणावळीत कथिलाचा

वापर केलेला होता. दोन भिन्न प्रकारच्या आरशांचे ढीग होते. एका ढिगात थोड्या निकृष्ट दर्जाचे आरसे होते. ते इंडोनेशीय बनावटीचे होते. दुसऱ्या ढिगातील उत्कृष्ट दर्जाचे आरसे, चिनी बनावटीचे होते. दोन्ही प्रकारात कथिल वापरण्यात आले होते. चिनी आरशांमध्ये तांबे आणि शिसे यांच्याबरोबर वापरलेल्या कथिलाचं प्रमाण पंचवीस टक्के होते.[६] या मिश्रणामुळे ठिसूळ धातूला चकाकी मिळत असे. मलय प्रदेशातील कथिलाच्या धातुशिला चीनला आयात केल्या जात असाव्यात अशी शक्यता आहे. तेथे त्यांना वितळवून मिश्र धातू बनवला जात असावा. नंतर हा मिश्रधातू पुन्हा वितळवून आणि ठराविक साच्यांमध्ये ओतून आरशांसारख्या महागड्या वस्तू बनवत असावेत. या मालापैकीच काही माल पुन्हा आग्नेय आशियात निर्यात केला जात असावा.

दहाव्या शतकात आग्नेय आशियात अनेक मोठी राज्ये होती. मुख्य भूभागावर चार राज्ये होती. त्यापैकी उत्तर ब्रह्मदेशात पगान या राज्याचा उदय होत होता. कंबोडियात अंकोर आणि दक्षिण व्हिएतनाममध्ये चम्पा ही राज्ये होती तर याच शतकात उत्तर व्हिएतनाममध्ये दाई को व्हिएत हे राज्य उदयास आले.[७] ही राज्ये मुख्यत्वे भात पिकावर आधारलेली होती. त्यांच्या राजधान्यांच्या परिसरात दाट लोकवस्ती होती आणि त्या अत्याधुनिक होत्या. तेथील दरबारांमधून रीतिरिवाजांचे पालन होत असे.[८] बेटांपैकी सुमात्रा बेटावरील श्रीविजय राज्याची व्यापारावर हुकूमत होती. मध्य जावामधील मातरम या राज्याच्या आकारमान आणि ताकद यांच्याविषयी अजूनही विद्वानांमध्ये मतभेद आहेत. या राज्याचे पावसातील मुख्य उत्पन्न भात हे होते. 'बोरोबुदूर' हा जगातील सर्वात मोठा बौद्धविहार तेथेच बांधण्यात आला होता. बौद्ध धर्मातील विषयसूत्रांवर आधारित कोरीव काम केलेल्या दगडी फरशांनी येथील स्तूप सजवलेले आहेत.[९] अशाच एका फरशीवर कोरलेल्या शिल्पांमध्ये एक उच्चकुलीन दरबारी स्त्री, एका आरश्यात बघून केस विंचरताना आणि साज-शृंगार करताना दाखवली आहे. हा आरसा हुबेहूब उत्खननात सापडलेल्या आरशांसारखा दिसतो.[१०] तिने परिधान केलेल्या दागिन्यांचा बाज, उत्खननात सापडलेल्या तीसपेक्षा अधिक सोन्याच्या आंगठ्या, असंख्य कर्णभूषणे, पदके आणि मण्यांसारखाच आहे. यावरून या काळात आग्नेय आशियातील दरबारांमध्ये सुसंस्कृतपणाचा लौकिक राखण्यासाठी कथिल आणि सोने गरजेचे होते हे लक्षात येते.

कथिलाचा गुंतागुंतीचा व्यापार आणि कल्पकता आणि सुसंस्कृतपणाच्या अभिव्यक्तीसाठी आवश्यक असलेल्या कांस्य धातूचे महत्त्व या गोष्टी उत्खननात सापडलेल्या चिनी आरशांवरून सूचित होतात. पाणबुड्यांनी उभ्या बुद्धाचा एक

कांस्य पुतळाही बाहेर काढला. त्याची शैलीही तत्कालीन पूर्व भारतातील शैलीसारखीच असावे.[११] बंगालमध्ये कथिल मिळत नव्हते त्यामुळे व्यापारी केडाहवरुन कथिल येथे आणत असावेत आणि नंतर त्यापासून मिश्र धातू बनवून त्याचे पुतळे घडवले जात असावेत. बुडालेल्या जहाजात बौद्ध मंदिरांच्या लघु प्रतिकृती बनवण्यासाठी लागणारे साचेही सापडले. या साच्यांपासून बौद्ध उपासकांसाठी जावा भागात कांस्य किंवा मातीच्या प्रतिकृती बनवल्या जात होत्या. बोरोबुदूर येथील कोरीव दगडी शिल्पांमध्ये त्याही दिसतात.

बुडालेल्या जहाजात मिळालेला बुद्धाचा पुतळा एका पूर्वापार चालत आलेल्या परंपरेचा द्योतक आहे. दहाव्या शतकाच्या ५०० वर्षे आधीपासून बौद्ध आणि हिंदू संस्कृतींचा प्रभाव असलेल्या वस्तू आणि कल्पना यांचा प्रसार आग्नेय आशियाच्या व्यापारी मार्गांवरून होत होता. ह्युएनत्संगच्या भारतभ्रमणाच्या शंभर वर्षे आधी 'फाशियान' हा चिनी यात्रेकरूही पवित्र ग्रंथांच्या शोधार्थ भारतात आला होता. आणि जाताना भारतीय जहाजातून आग्नेय आशियाच्या समुद्रमार्गे चीनला परत गेला होता. जर त्याने म्यानमार, इंडोनेशिया, थायलंड, व्हिएतनाम, कंबोडिया आणि लाओस या भागांमध्ये शोध घेतला असता, तर त्याला सगळीकडे रेशीममार्ग आणि भारताप्रमाणेच प्रस्थापित आणि कार्यरत असलेले मठ, धर्मस्थळे आणि विश्रामगृहे दिसली असती.[१२] दहाव्या शतकापर्यंत आग्नेय आशियातील मोठ्या राज्यांनी बौद्ध किंवा हिंदू धर्म स्वीकारलेला होता. रेशीममार्गावरील राज्यांमधील राजांप्रमाणे आग्नेय आशियातील राजांनाही बौद्धधर्म स्वीकारल्याने मिळणारे फायदे लक्षात आले होते. या धर्माच्या शिकवणुकीतून येणारी राजावरील निष्ठा वांशिकतेच्या पलीकडे जाणारी होती आणि व्यापार वाढण्यासाठी आवश्यक असलेली व्यवस्थाही फायदेशीर होती.[१३]

रेशीममार्गावर आणि भारतात बौद्धधर्म स्थानिक संस्कृतीशी संकरीत झाला होता. उदाहरणार्थ, कंबोडियातील अंकोर (इ. स. ९०० ते १२००) येथील वास्तूंची रचना भारतातील बौद्ध वास्तूंसारखी असली तरी त्यांचा उद्देश वेगळा होता. या वास्तू म्हणजे बुद्धाचा दात किंवा त्याच्या वस्त्राचा तुकडा किंवा त्याच्या भिक्षापात्राचा एखादा तुकडा, अशा अवशेषांवर उभारलेली मंदिरे नव्हती. अंकोर येथील बऱ्याचशा मोठ्या वास्तू म्हणजे मृत राजांची त्यांच्या वारसांनी बांधलेली स्मारके होती. त्यावरील कोरीव लेख त्या राजांची स्तुती करणारेच आहेत. त्यात बुद्धाचा उल्लेख नाममात्रच आहे. अशी पितृपूजा तेंव्हा आग्नेय आशियात प्रचलित होती; पण बौद्धधर्माचे उगमस्थान असलेल्या भारतात ती तितकी प्रचलित नव्हती.[१४]

आग्नेय आशिया तेंव्हा बौद्धधर्माच्या सगळ्या पंथांशी जोडलेला होता.[१५]* पाणबुड्यांनी धार्मिक विधींशी संबंधित वस्तूंचा मोठा साठा वर काढला. यातील घंटा आणि भाल्यासारखे राजदंड बौद्धधर्माच्या वज्रायन पंथाशी निगडीत होते. हा पंथ पूर्व भारतात विकसित झाला होताच, पण दहाव्या शतकात आग्नेय आशियातही तो चांगला रुजला होता आणि आश्रयासाठी प्रस्थापित पंथांबरोबर स्पर्धाही करत होता. याच सुमारास ह्या वज्रायन पंथाचा तिबेटमध्येही शिरकाव झाला होता. ह्याच प्रकारचा राजदंड बोरोबुदूर येथील शिल्पचित्रांमध्येही पाहायला मिळतो.[१६]

जहाजावरील इतर कलाकृती भारतातील विधींशी संलग्न होत्या. यात कांस्य धातूतील सिंह-शिर स्तंभ, कांस्य धातूतील कमळाची कळी, राजदंड, भांडी आणि तबकांचा समावेश होता. याशिवाय सगळ्यात लक्षणीय वस्तू म्हणजे कांस्य धातूतील कोरीव काम केलेल्या नक्षीदार बिजागऱ्या आणि द्वारभूषणे. या गोष्टी ज्या लाकडावर बसवलेल्या होत्या ते कधीच कुजून गेले होते; पण त्यांच्या मोठ्या आकारावरून त्या घरांच्या दारांसाठी नक्कीच नव्हत्या हे लक्षात येत होते. जावा बेटांवर तेंव्हा विविध हिंदू आणि बौद्ध पंथांमध्ये राजाश्रय आणि लोकाश्रय मिळवण्यासाठी स्पर्धा होती. त्यांच्यापैकीच एखाद्या संपन्न इनाम मिळालेल्या धर्मक्षेत्री उभारण्यात येणाऱ्या भव्य मंदिरासाठी ही दारे जात असावीत. धार्मिक प्रथा आणि राजकीय स्पर्धा यातील गुंतागुंतीमुळे निर्माण होणारे ताणतणाव हे इब्न फद्लान आणि इब्न सीना यांनी अनुभवलेल्या इस्लामी पंथांमधील ताणतणावांसारखेच होते.

याशिवाय जहाजावरील हजार पौंडहून अधिक वजनाच्या कांस्य धातूच्या ठोकळ्यांमध्येही कथिलाचा समावेश होता. या ठोकळ्यांचा आकार घुमटासारखा होता; पण त्यांची मापे आणि वजन सारखे नव्हते. कांस्य वितळवून, ते मातीच्या साध्या खळग्यांमध्ये ओतले जात असे. पुरातत्त्वी पुराव्यांवरून हे ठोकळे नव्या आणि अधिक शुद्ध धातुशिलांपासून बनवलेले नव्हते, तर जुन्या कांस्य वस्तू वितळवून बनवलेले होते. या ठोकळ्यांच्या जवळच अशा जुन्या वस्तूंचे भंगार पडले होते. कदाचित हे भंगार नंतर वितळले जाणारे असावे. हा सगळा कांस्य साठा बहुतेक जावाला जात असावा आणि तेथे त्यापासून घरगुती आणि धार्मिक वस्तू बनवल्या जात असाव्यात.

---

* उदाहरणार्थ, उत्तर व्हिएतनाम हा चिनी थांग साम्राज्याचा एक प्रांत होता आणि तेथील बौद्धधर्म चीनमधील पंथांशी जोडलेला होता. जहाजबुडीच्या काळात व्हिएतनामला चीनपासून मुक्त होण्यात यश मिळाले आणि नंतर तेथील बौद्धधर्म थोड्या वेगळ्या स्थानिक स्वरूपात विकसित झाला.

कथिलाच्या व्यापारातील गुंतागुंत, खाणकाम आणि शुद्धीकरण एवढीच मर्यादित नव्हती; पण भंगार वस्तू गोळा करणे, त्यांना वितळवून त्यांचे ठोकळे करणे, त्यांना आशियाई जगात पाठवणे आणि त्यापासून पुन्हा नवीन वस्तू परतपरत बनवणे या गोष्टीही त्यात समाविष्ट होत्या आणि हा सगळा व्यवहार शतकानुशतके चालू होता. कांस्याच्या प्रत्येक पौंडामागे खर्च होणाऱ्या मानवी श्रमांचा जरी केवळ विचार केला, तरी असा भंगाराचा पुनर्वापर करणे आर्थिकदृष्ट्या आवश्यक बनले होते.[१८] जहाजावर, कांस्याच्या बरोबरीने तांबे आणि जस्त यांच्या मिश्रणातून बनवलेल्या पितळ्याचे भंगारही लक्षात येण्याइतके होते. या पुनर्वापराच्या प्रक्रियेमुळे एखादी वस्तू स्थानिक कारागिरांनी घडवली आहे, की दूरच्या प्रदेशातून आली आहे, हे कळणे दुरापास्तच होते.

जहाजावर धातुशिलांच्या रूपात आणखी एक धातू सापडला. या चांदीच्या चिनी धातुशिला होत्या. त्यातील काहींवर *'५२ लियांगची उच्च प्रतीची चांदी-अधिकारी छेन छुआन'* अशा अर्थाचा मजकूर कोरला होता. कथिलाप्रमाणे चांदीचा साठा एका जागी नव्हता तर वेगवेगळ्या भागात विखुरलेला होता. या वरून हा वेगवेगळ्या व्यापाऱ्यांचा असावा असे वाटते.[१९] पाणबुड्यांना, विखुरलेली चांदीची बरीच चिनी नाणी मिळाली. पण सोन्याची मिळालेली नाणी मूठभरही नव्हती. यावरून व्यापाऱ्यांना व्यवसायासाठो जास्ती चिनी नाणी बाळगण्याची गरज वाटत नसावी असे जाणवते. परदेशी चलनाच्या अभावावरून असे दिसते की, व्यापारी मोठ्या आणि स्थिरावलेल्या स्थानिक राजवटींचे चलन वापरत असावेत.

जहाजावरील लोखंडही चिनी बनावटीचे होते. त्यात ठोकळे, स्वयंपाकाची भांडी आणि भाल्यांच्या टोकांचा समावेश होता. त्या काळात फक्त चीनकडे अतिशय कार्यक्षम असे दोन टप्प्यांमध्ये शुद्धीकरण करण्याचे तंत्रज्ञान होते. त्यामुळे आग्नेय आशियातील लोखंड बनवणाऱ्या इतर प्रदेशांशी चीन यशस्वी स्पर्धा करू शकत होता. पुरातत्त्व संशोधकांना युरोपीय वसाहतींच्या आधीच्या काळात आग्नेय आशियातील समुद्रात जलसमाधी मिळालेल्या बहुतेक सगळ्या जहाजांवर आणि जमिनीवरील पुरातत्त्वीय उत्खनन क्षेत्रांमध्ये, चिनी बनावटीची बिडाची स्वयंपाकाची भांडी सापडलेली आहेत.[२०]* उदाहरणार्थ, इंटन जहाजबुडीनंतर कित्येक शतके जावामध्ये लोखंड बनवले

---

* इंटन जहाजबुडीत चीनचा दक्षिण भागच त्याचे राजकीय आणि आर्थिक केंद्र होता. उत्तरचीनमध्ये होणाऱ्या सततच्या लढाया आणि सरदारांमधील भांडणांमुळे तो भाग उजाडच झाला होता. दहाव्या शतकाच्या शेवटच्या दशकांमध्ये सोंग राजवटीच्या काळात उत्तर आणि दक्षिण चीनचे एकीकरण झाले.

जात नव्हते. बेटावर काही लोखंडाचे साठे असूनही गरजेप्रमाणे लोखंड आयात केले जात असे.[२१]

पाणबुड्यांनी जे २४५ काचेचे मणी बाहेर काढले होते त्या मण्यांचे आकार आणि शैली सारखी होती आणि विशेष बाब म्हणजे ते मणी नेत्रमणी होते. ते तयार करण्याच्या एका पद्धतीत प्रथम काच वितळवून त्याचा मण्याच्या आकाराचा एक छोटा गोळा केला जात असे. तो लिबलिबीत असतानाच कारागीर दुसऱ्या रंगाच्या काचेचे छोटे थेंब त्याच्या पृष्ठभागावर पेरत असे. त्यामुळे मूळ गोळ्यावर वेगळ्या रंगाचे ठिपके दिसायला लागत. त्यानंतर तो या ठिपक्यांवर आणखी वेगळ्या रंगाचे बिंदू पेरत असे आणि त्याचा मणी तयार होत असे. जहाजावर सापडलेल्या मण्यांचा मूळ रंग हिरवा, निळा किंवा काहींचा तपकिरी होता. त्यावरील ठिपके पांढरे होते तर या ठिपक्यांवर निळे बिंदू होते. या मण्यांच्या काचेच्या आणि रंगाच्या रासायनिक मिश्रणावरून ते चीन किंवा भारतापेक्षा पर्शियात तयार झाले असावेत, असे संकेत मिळतात. त्या काळात याच तीन प्रदेशांमध्ये काच तयार होत असे.[२२] युरोपात काच बनवणे अस्तंगत होऊन काही शतके उलटली होती आणि पुन्हा सुरू व्हायला अजून दोनशे वर्षांचा काळ जावा लागणार होता. जहाजबुडीच्या काळातील या प्रकारचे नेत्रमणी थायलंडमधील कैक पुरातत्त्वीय उत्खनन क्षेत्रांमध्ये सापडले आहेत.[२३] मलय द्वीपकल्पातील कथिलाशी संबंधित असलेल्या केडाह भागातील क्षेत्रांमध्ये तर हे मणी नेहमीच सापडत आले आहेत. दूरचा प्रवास केलेले हे नेत्रमणी कथिल आणि त्याच्या व्यापारातून झालेल्या नफ्यातून खरेदी केले गेले असावेत.

कथिलाच्या व्यापाराप्रमाणेच मण्यांचा व्यापारही गुंतागुंतीचा होता आणि जहाजबुडीच्या घटनेच्या कितीतरी वर्षे आधीच सुस्थापित झाला होता. आग्नेय आशियातील पुरातत्त्वीय उत्खननांमध्ये सापडलेल्या सर्वात पुरातन परदेशी वस्तूंमध्ये मण्यांचा समावेश होता. उत्खननात सापडलेले भारतातून आलेले विशिष्ट रुधिराक्ष किंवा कार्नेलियन खड्याचे मणी इसवीसनाच्या पूर्वीचे आहेत.[२४] राजधान्या आणि साधी गावे, या दोन्ही ठिकाणच्या उत्खननांमध्ये जहाजबुडीपूर्वीच्या हजार एक वर्षांपासूनचे मणी सापडलेले आहेत. उत्खननांच्या पुराव्यावरून दहाव्या शतकापर्यंत आग्नेय आशियात साधे मणीच नव्हे तर नेत्रमणीही घडवणारी केंद्रे कार्यरत झाली होती. मात्र ह्या केंद्रांकडे मण्यांसाठी लागणारी काच बनवण्याचे तंत्रज्ञान नसल्यामुळे त्यासाठी ते आयात केलेली काच वापरत असत. बुडालेल्या जहाजात मिळालेला पुरावाही हेच सिद्ध करतो. जहाजाच्या ज्या भागात मणी मिळाले होते, त्याच्या जवळच पाणबुड्यांना काचेची भांडी सापडली. त्यातील काही अजूनही शाबूत

राहिली होती. पण पुरातत्त्वशास्त्रज्ञांच्या लक्षात आले की, बरीचशी भांडी ही फुटक्या स्वरूपातच आणण्यात आली होती. याचा अर्थ या फुटक्या भांड्यांच्या काचा वितळवून त्यापासूनच मणी घडवले जात असावेत या विषयी खात्री वाटते.

जहाजावर मिळालेल्या रोजच्या वापराच्या मातीच्या भांड्यांवरून त्यांचे या समुद्री व्यापारातील महत्त्व लक्षात येते. अतिशय सुबक बनावटीची जी चिनी भांडी मिळाली त्यात बरण्या, कटोरे आणि छोट्या भांड्यांचा समावेश होता; पण ती थोडीच होती. मात्र ओबडधोबड भांड्यांची संख्या कितीतरी अधिक म्हणजे जवळपास सात हजार इतकी होती. यातील बहुतेक भांडी व्यवस्थित गठ्यांमध्ये बांधलेली होती. ही भांडी आता 'युए' नावांनी ओळखली जातात, आणि ती आता 'झीजँग' या नावाने ओळखल्या जाणाऱ्या पूर्व चीन समुद्राच्या किनारपट्टीवरील प्रांतातील वेगवेगळ्या भट्ट्यांमध्ये तयार झाली असावीत. याच्या आधी सापडलेल्या अशाच एका व्यापारी जहाजातही मुख्यत्वे साधे कटोरे समाविष्ट असलेली साठ हजार मातीची भांडीही याच प्रदेशात बनलेली होती.[२५]

जहाजावरील नाशवंत गोष्टींबाबत आपल्याला काय माहिती मिळते? जहाजावर बत्तीस मोठ्या तांब्याच्या कढया होत्या. समुद्राच्या खाऱ्या पाण्यात तांब्याचे क्षरण होते. त्यामुळे या कढयांच्या केवळ मुठीच मागे उरल्या होत्या. जहाजावरील माल हा मुख्यत्वे सर्वसामान्य माणसांच्या उपयोगासाठीचा होता आणि त्याला अनुसरून जहाजावर भारतीय अक्रोडाच्या जातीच्या कँडलनट झाडाच्या तेलबियांचा साठा होता आणि हजार वर्षांनंतरही तो टिकला होता. आजही या जातीच्या बियांपासून काढलेले तेल दिव्यांमध्ये वापरले जाते.

इतर पुरातत्त्वीय पुराव्यांवरून सूचित होत असलेल्या आणि महत्त्वपूर्ण असलेल्या दोन प्रकारच्या कापडांचा मात्र दुर्दैवाने मागमूसही राहिलेला नव्हता. जावा आणि सुमात्रा येथील सुसंस्कृत राजदरबारांसाठी मागवण्यात आलेले रेशमाचे कापड जहाजावर नक्की असावे. जहाजबुडीच्या काळात, म्हणजे दहाव्या शतकात, रेशमाचे कापड हे चीनपासून स्पेनपर्यंतच्या सगळ्या राजदरबारातील मानकऱ्यांच्या आवडीचे कापड होते. तेंव्हा चीन निर्यात करत असलेल्या गोष्टींमध्ये चिनी मातीच्या भांड्यांबरोबर रेशीमही अतिशय महत्त्वाचे होते. रेशीमचे मूळ जरी चीन असले तरी या वेळेपर्यंत रेशीम उत्पादन करणारी इतर केंद्रेही तयार झाली होती. युरोपातील नवजात रेशीम उद्योग इ. स. ५००च्या सुमारास बंद पडला परंतु, रेशीममार्गावरील ओॲसिस किंवा मरुद्यान स्थळ, पर्शिया आणि मध्यपूर्वेतील शहरांमध्ये रेशीमकिडयांची जोपासना आणि रेशमाच्या धाग्यांचे उत्पादन सुरूच राहिले. परंतु, एवढी स्पर्धा असूनही रेशीम

उद्योगातील चीनची मक्तेदारी सगळीकडे आणि विशेषतः आग्नेय आशियात अबाधित राहिली. स्थानिक हवामान आवड, आणि वापर यांचा विचार करून चीन उंची कापड बनवत असे. बोरोबुदूर येथील बऱ्याच शिल्पचित्रांमध्ये दाखवलेली वस्त्रे रेशमी वाटतात. जहाजबुडीच्या काळात जावातील दरबारातील मानकरी रेशमी वस्त्रे वापरत असत. सामान्य नागरिकांमधील श्रीमंत लोकही जेंव्हा रेशीम विकत घ्यायला लागले तेंव्हा रेशमाचा वापर आणि त्याच्या कापडचे काही रंग केवळ मानकऱ्यांसाठी राखीव ठेवण्यासाठी तेथील राजाला त्याबद्दलचे कायदे बनवावे लागले.[२६] सामान्य नागरिक आणि मानकरी यांच्या पेहरावात दृश्य फरक दिसला तर त्यांच्या दर्जातील फरक अधोरेखित होईल असा हे कायदे बनवण्या मागचा उद्देश होता.

भारताकडून प्रामुख्याने कापूस निर्यात होत असे आणि जहाजावर कापूस किंवा सुती कापड नक्कीच असावे. मध्य पूर्वेपासून चीनपर्यंतच्या राज्यांमधील त्याकाळातील कागदपत्रांमधून या व्यापाराविषयीचा मजकूर वाचायला मिळतो. अलीकडेच उपलब्ध झालेला पुरातत्त्वीय पुरावा अधिक स्पष्ट, थेट आणि रोमांचक आहे. कैरोच्या दक्षिणेकडील पुरातन फुस्तात येथील कचऱ्यांच्या ढिगाऱ्यांच्या खाली केलेल्या उत्खननांमध्ये छापलेल्या सुती कापडांचे शेकडो तुकडे सापडले असून, त्यापैकी बरेच तुकडे अगदी अकराव्या शतकापासूनचे आहेत. कैरो भागातील कोरड्या हवामानामुळे हे तुकडे हजार वर्षे शाबूत राहिले आहेत. या तुकड्यांमध्ये वापरण्यात आलेल्या धाग्याचा पीळ, विणायची पद्धत लाकडी ठसे वापरुन करण्यात आलेल्या छपाईची नक्षी, या वरून हे भारतातील गुजराथमधील वाटतात. हे तुकडे साध्या, कामचलावू कापडांचे असावेत. ज्या प्रमाणे चीनच्या झीजँग भागात मातीची भांडी बनवणारी अनेक केंद्रे होती तशीच गुजराथच्या ग्रामीण भागात कापूस उत्पादन करणारी, धाग्यांवर रंगसंस्कार करून विणकाम करणारी अनेक केंद्रे पसरलेली होती.[२७]

जहाजबुडीच्या काळापर्यंत गुजराथमधील बंदरांमधून सूती कापडाच्या निर्यातीची जुनी परंपरा होती. रेशमाप्रमाणेच कापसाची लागवड आणि त्यावर आधारित वस्त्रोद्योग आशियाई जगतातील व्यापारी मार्गांच्या सान्निध्यात पसरले होते. उदाहरणार्थ, दहाव्या शतकात जावा भागात कापसाची लागवड आणि विणकाम केले जात असे. तरीही चीनप्रमाणे गुजराथही दूर देशांच्या मागण्यांप्रमाणे पुरवठा करत असे. संशोधकांना अलीकडेच आग्नेय आशियातील बेटांवर व्यवस्थित राहिलेल्या कापडाचा मोठा साठा सापडला असून त्याची वीण आणि शिलाई हुबेहूब ईजिप्तमध्ये सापडलेल्या कापडाच्या तुकड्यांसारखी आहे. केवळ रंग आणि नक्षी यांच्यातच थोडा फरक आहे. इंडोनेशियात लाल रंगाची नक्षी असलेले कापड अधिक विकले जात असे. आग्नेय आशियात

निळा रंग अशुभ मानला जात असल्याने त्या रंगाचे कापड त्या भागात दिसत नाही. हिरव्या रंगाच्या नक्ष्यांना ईजिप्तमध्ये चांगली मागणी असे. प्राण्यांच्या आकृत्या असलेली कापडे आग्नेय आशियात पाठवली जात, पण इस्लामी ईजिप्तमध्ये जात नसत. या पुरातत्त्वीय शोधांवरून असे दिसते की, व्यापारी केवळ गुजराथी सूती कापड दूरच्या देशात नेऊन विकत नव्हते तर त्या भागात काय विकले जाऊ शकते किंवा काय नाही, या विषयीची माहिती गुजराथ येथील विणकरांपर्यंत पोहोचवत होते. पुरातत्त्वीय पुरव्यावरून हेही लक्षात येते की, इंडोनेशियावरून तेथील नमुने गुजराथला आणले जात होते आणि बाजाराची मागणी लक्षात घेऊन त्या नमुन्यांवरून कापड तयार केले जात होते.[२८]

जहाजबुडीत सापडलेल्या गोष्टींपैकी कदाचित सगळ्यात खळबळजनक वाटणारी, नाशवंत असूनही टिकून राहिलेली अशी दुर्मीळ गोष्ट म्हणजे वेगवेगळ्या सापळ्यांमधून निघालेली चव्वेचाळीस मानवी हाडे. जेंव्हा एखाद छोटे जहाज बुडते तेंव्हा खलाशी आणि प्रवासी जहाजावरून उड्या मारून जीव वाचवायचा प्रयत्न करतात. पण जे बुडतात त्यांचे देह अंतर्गत प्रवाह जहाजबुडीच्या ठिकाणापासून दूर वाहून नेतात. असे असता या दुर्दैवी माणसांनी जहाजातून उड्या का मारल्या नसतील? कदाचित तक्तपोशीखालील पोटमाळ्यावर त्यांना झोप लागली असण्याची शक्यता आहे. पण त्याचबरोबर ते त्या जागी बांधून ठेवलेले गुलाम असण्याचीही शक्यता आहे. वेगवेगळ्या प्रकारच्या आणि वेगवेगळ्या कारणांसाठीच्या गुलामगिरीच्या पद्धती त्याकाळी प्रचलित होत्या. प्रकरण १ आणि २ मध्ये वर्णन केलेल्या कुरणांच्या प्रदेशाप्रमाणे आग्नेय आशियातही जमीन मुबलक होती आणि लोकसंख्या विरळ होती. जिंकलेल्या प्रदेशातील किंवा हरवलेल्या राज्यातील माणसांना गुलाम बनवण्याची आणि त्यायोगे कामगार जनता वाढवण्याची प्रथा पुरातन काळापासून चालत आलेली होती. आशियात गुलामगिरीच्या संदर्भात वेगळ्याच कायदेशीर आणि व्यावहारिक नात्यांनी दास किंवा दास्या आपल्या मालकांबरोबर त्यांच्या घरी, व्यवसायात, सैन्यात आणि दरबारात बांधले जात. यात्रेकरू, व्यापारी आणि राजनैतिक वकील यांच्या प्रमाणे गुलामही मोठ्या संख्येने आशियाई जगात देशांतर करत असत.

जहाजावरील इतर प्रवाशांविषयी केवळ काही संकेत मिळतात. पाणबुड्यांना बरेच वापरलेले धार लावायचे दगड मिळाले. ते बहुदा खलाश्यांचे असावेत. फावल्या वेळात त्या दगडांनी ते आपल्या तलवारी, चाकू यांना धार लावत असतील. आग्नेय आशियात आणि भारताच्या पूर्व आणि पश्चिम किनाऱ्यावर खलाशी आणि समुद्रचाचे यांच्यात फारसा फरक नव्हता. दोघेही हत्यारबंद होते. जहाजावरील माल आणि

जहाज कोणाच्या मालकीचे आहे, यावरून त्यांच्यातील फरक समजत असे. त्याकाळात चाचेगिरी इतकी नित्याची गोष्ट होती की, त्याचा उल्लेख जहाजबुडीच्या काळातील पुराभिलेखांमध्ये सापडतो.[२९] काही वापरलेली स्वयंपाकाची भांडी, मासे पकडायचा आकडा आणि तीन खलबत्ते यांच्या रूपाने खलाश्यांच्या अस्तित्वाच्या खुणा मागे राहिल्या आहेत.

काही वेगळ्या आकाराच्या काठ्यांवरून काही बौद्ध पंथांचे भिक्षू कोणते दंड वापरत असावेत याचा अंदाज येतो. ह्युएनत्संगच्या काळी ज्ञान मिळवण्यासाठी भिक्षू एका मठातून दुसऱ्या मठात, असे परिक्रमण करत असत. अलीकडील संशोधनावरून हे परिक्रमण उत्तर भारतातील बोधगया, म्यानमार आणि श्रीलंका येथील मठांमधून चालत असे.[३०] जहाजावर विखुरलेल्या वैयक्तिक वापराच्या सोन्याच्या अंगठ्या आणि मौल्यवान धातूंचे वजन करण्यासाठी वापरण्यात येणाऱ्या काही छोट्या तराजूंवरून प्रवाशांमध्ये श्रीमंत व्यापारी असावेत असे वाटते. ते कोण असावेत, या विषयीचा थेट पुरावा नसला तरी, ते आग्नेय आशियातील असण्याची शक्यता आहे. कदाचित ते अजूनही दुरून आले असतील. कारण जावामधील एका पुराभिलेखात कंबोडिया, ब्रह्मदेश आणि भारतातील बऱ्याच भागातील व्यापऱ्यांचा उल्लेख वाचायला मिळतो.[३१] सापडलेल्या काही अंगठ्यांवर मजकूर कोरलेला असून त्यांचा वापर शिक्क्यासारखा केला जात असावा. यावरून जहाजावरील भिक्षू आणि व्यापारी सुशिक्षित असले पाहिजेत असा निष्कर्ष काढता येईल.

या जहाजावर इतका वैविध्यपूर्ण माल कोठे चढवला गेला असेल? असे नक्कीच दिसते की, हा सर्व माल सुमात्रा बेटावरील एखाद्या आयात-निर्यात केंद्र असलेल्या बंदरात चढवण्यात आला असेल. हे बंदर पालेमबँग असू शकेल. माल वेगवेगळ्या ठिकाणांवरून एका बंदरात येत असावा. तेथे व्यापारी तो साठवत असतील आणि नंतर पाठवण्याच्या ठिकाणाची मागणी लक्षात घेऊन आवश्यकतेप्रमाणे गठित करत असतील. त्याकाळी आशियात सगळीकडच्या सागरी व्यापाराची हीच पद्धत होती. जसे जसे सागरी तंत्रज्ञान विकसित होत गेले त्याप्रमाणे आग्नेय आशियाच्या पश्चिम भागातील बंदरांचे महत्त्व कमी जास्त होत गेले. ह्युएनत्संगच्या काळी म्हणजे इ. स. ४०० ते ६००च्या सुमारास खलाशांकडे सुमात्राच्या उथळ समुद्रातून जहाज हाकण्याचे तंत्र नव्हते आणि मलॅकाच्या सामुद्रधुनीतील चाच्यांचा सामना करण्याची तयारीही नव्हती. हिंदी महासागरातून पाठवण्याचा माल मलय द्वीपकल्पातील अरुंद अशा क्रा-सेतूवर उतरवण्यात येत असे आणि नंतर जमीनमार्गे पश्चिमेकडे पाठवला जात असे.

दहाव्या शतकापर्यंत सागरी तंत्रज्ञान विकसित होत गेले आणि सागरी मार्ग आणि बंदरे बदलत गेली. इंटन जहाजबुडीत पाणबुड्यांना एक होकायंत्र मिळाले. ह्याचा शोध चीनमध्ये लागला होता, पण या वेळेपर्यंत त्याचा प्रसार संपूर्ण आग्नेय आशियात तर झाला होताच आणि समुद्रमार्गे हे यंत्र भारतातही पोचले होते. होकायंत्रात एका लाकडी तबकडीवर लोहचुंबकाचा एक तुकडा बसवलेला असे. हे हलके उपकरण एका खुणा केलेल्या वाडग्यावर तरंगते बसवले जात असे. ज्या अर्थी एका साध्या जहाजावर हे होकायंत्र सापडले त्या अर्थी या वेळेपर्यंत ते सर्वसाधारण वापरातील यंत्र झाले होते.[३२] एव्हाना जहाजाची शिडे आणि सुकाणू यांच्यातही लक्षणीय सुधारणा झाल्या असणार.

असंख्य बेटांनी बनलेल्या आग्नेय आशियात महत्त्वाची बंदरे ताब्यात घेण्यासाठी आणि त्याद्वारे व्यापारावरील करातून संपत्ती मिळवण्यासाठी विविध राज्यांमध्ये स्पर्धा चाललेली होती. जहाजबुडीच्या वेळी सुमात्राची श्रीविजय राजवट सर्वात प्रबळ होती आणि त्यांच्या ताब्यात महत्त्वाचे बंदर होते. दक्षिण भारतातील चोला राज्याने सन १०२५ मध्ये केलेल्या आक्रमणानंतर श्रीविजय राज्याचे व्यापारातील वर्चस्व संपले. पुढील कैक शतके महत्त्वाची बंदरे आपल्या अंमलाखाली व्यापार यावा यासाठी झगडत होती. अखेर चौदाव्या-पंधराव्या शतकात, मलॅकाला वर्चस्व मिळवण्यात यश आले.[३३]

इंटन जहाजाचा प्रवास जावाला पोहोचल्यावर संपणार होता. आयात झालेला माल वितरित करणारी यंत्रणा जावावर कार्यरत होती. तेथे मोठी शहरे नसली तरी छोट्या नगरांमध्ये आणि गावांमध्ये ठरलेल्या दिवशी बाजार भरत असे. त्या काळातील कोरीव लेखांवरून स्थानिक व्यापाऱ्यांची यादी, विक्रीच्या वस्तू आणि भरलेले विविध कर याविषयीचा तपशील कळतो आणि व्यापारी बऱ्याच नगरांमधून व्यापार करत होते, असे लक्षात येते. स्थानिक अर्थव्यवस्थेत कर रोख भरले जात होते. याचा अर्थ लोकांना आयात वस्तू घेता याव्यात; यासाठी बाजारात पुरेसा नगद पैसा उपलब्ध होता. हे स्थानिक व्यापारीच अगदी आतील भागात असलेल्या गावांमधील बाजारांमधून चिनी स्वयंपाकाची भांडी आणि रोजच्या वापरतील चीन आणि जावात तयार झालेली मातीची भांडी विकत असत. आशियातील इतर ठिकाणांप्रमाणेच स्थानिक कारागीर आयात केलेल्या वस्तूंच्या स्वस्तातील नकला बनवत होते. जावात तयार झालेली अशी भांडी चिनी धाटणीची होती.[३४]

आयात-निर्यातीचा ताळेबंद कसा लावत असतील? जहाज बुडाले नसते तर परत जाताना आणलेल्या मातीची भांडी, रेशीम, कथिल, सूती कापड आणि इतर मालाचे पैसे चुकते करण्यासाठी येथून कोणता माल परत नेला असता? त्या

काळातील चिनी दस्तऐवजांमधून आग्नेय आशियातून येणाऱ्या विविध सुगंधी राळ (धूप), मसाल्याचे पदार्थ आणि लाकूड या गोष्टींना चीनमध्ये असलेल्या प्रचंड मागणीची वर्णने वाचायला मिळतात. ही जंगल उत्पादने आयात करण्यासाठी द्याव्या लागणाऱ्या चांदीमुळे तिजोरीवर पडणाऱ्या ताणाची चिंता सरकारी अधिकाऱ्यांना वाटत असे. त्यामुळे त्यांनी आग्नेय आशियात विकण्यासाठी चिनी मातीची भांडी विकसित करण्याच्या सूचना दिल्या होत्या. बुडालेल्या जहाजावर मिळालेल्या साध्या मातीच्या भांड्यांवरून ही योजना अमलात आणली गेली होती आणि यशस्वी झाली होती असे दिसते.[३५]

आशियाई जगतात सुगंधी वस्तू अत्यावश्यक मानल्या जात होत्या. चीन आणि भारतात घरगुती धार्मिक विधी आणि समारंभांमध्ये, मंदिरांमध्ये आणि स्मशानातही राळ आणि लाकडांमधून निघणारा ऊद वापरला जात असे. या सुगंधी वस्तू मादक पदार्थ आणि औषधामध्ये वापरल्या जात आणि त्यांच्यापासून अत्तरे आणि तेलही बनवले जात असे. या अत्यंत महागड्या वस्तू दूर मध्य पूर्वेतही विकल्या जात होत्या आणि युरोपातील चर्चेसमधील धूपदाण्यांमध्येही त्या वापरल्या जात होत्या. जहाजबुडीच्या जागी या महत्त्वाच्या व्यापाराकडे निर्देश करणारी केवळ एकच गोष्ट सापडली. ती गोष्ट म्हणजे, बौद्धांच्या मठांमध्ये आणि घरांमध्ये वापरल्या जाणाऱ्या शिलारस किंवा बेंझोईनच्या छोट्या चोवीस कांड्या.[३६] कदाचित अधिक गोष्टी असतीलही पण या हलक्या वस्तू अंतर्गत प्रवाहांबरोबर वाहून गेल्या असतील.

प्रवाहाबरोबर सगळ्यात दूर वाहून गेलेली गोष्ट म्हणजे मातीची काही फुटकी भांडी. या भांड्यांवर चढवलेला आकाशी नीळा रंग आणि त्यावरील कोरीव नक्षी पाहता, ती इस्लामी मध्य-पूर्वेतून म्हणजे अगदी इब्न फद्लानच्या बगदादहूनही आलेली असू शकतात. केवळ इस्लामी वस्तूच आग्नेय आशियात जात होत्या, असे नव्हे. जहाजबुडीच्या आधी नवव्या-दहाव्या शतकात अरब खलाशी आग्नेय आशियाला आणि चीनला गेलेले होते आणि त्याविषयी त्यांनी लिहिलेल्या आठवणी आजही वाचायला मिळतात. दोनशे वर्षात मुस्लीम व्यापाऱ्यांनी मार्गावरील बंदरांमध्ये आपल्या छोट्या वसाहती केल्या होत्या आणि मशिदीही बांधल्या होत्या. हळूहळू तेथील धर्मसभा चालवण्यासाठी मुस्लीम धर्मगुरू आणि न्यायाधीशही तेथे दाखल झाले. या सागरी मार्गावर म्हणजे भारताच्या पश्चिम किनारपट्टीवर, आग्नेय आशियातील बंदरांवर आणि दक्षिण चीनमध्ये बऱ्याच जणांनी इस्लाम धर्म स्वीकारला. याच सुमारास मध्य आशियात तांड्यांच्या मार्गावरील शहरांमधून आणि उत्तर चीन मधून अनुयायी मिळवण्यात इस्लामला यश मिळाले. ज्याप्रकारे इस्लाम या व्यापारी मार्गांवर पसरला, त्यात आणि बौद्ध धर्माच्या प्रसारात साम्य दिसून येते.

या दहाव्या शतकात बुडालेल्या जहाजात सापडलेल्या धातुशिला आणि हस्तकलाकृती दक्षिणेकडील समुद्रमार्गे चालणाऱ्या व्यापाराविषयीचे कोणते चित्र उभे करतात? मध्य पूर्व, भारत आणि चीन येथे मोठी राज्ये उभी राहिली. त्यातील शहरांमधील पुढारलेल्या समाजाकडून सोने, हस्तिदंत, रेशीम, मसाल्याचे पदार्थ आणि मोती अशा महागड्या आणि श्रीमंतांच्या म्हणून गणल्या गेलेल्या वस्तूंची मागणी वाढत गेली.[३७*] एक आणखी महत्त्वाची गोष्ट म्हणजे, या व्यापारी मार्गांवर धार्मिक श्रद्धांशी निगडीत ग्रंथ, पुतळे, चित्रे, घंटा इत्यादी वस्तू मिळत असत. विशिष्ट ठिकाणांमध्येच अशा वस्तू बनविल्या जात. बऱ्याचदा भिक्षू आपल्या बरोबर त्या हजारो वस्तू मैल दूर घेऊन जात असत आणि दूरदूरच्या खंडांमध्ये पसरलेली धार्मिक नाती दृढ करत असत. असे असले तरी व्यापाराच्या दृष्टीने श्रीमंती किंवा धार्मिक वस्तूंपेक्षा साध्या स्थानिक गोष्टी अधिक किफायतशीर होत्या. गरगटवलेले मासे, तांदूळ, साधी मातीची भांडी, लोखंडी भांडी आणि कथिल अशा गोष्टीच जहाजे अधिक नेत असत.

श्रीमंती, धार्मिक आणि साध्या वस्तू शहरे आणि दरबारांपासून दूर राहणाऱ्या लोकांना जगायला मदत करत असत. भारतातील आणि आग्नेय आशियातील दूरच्या अरण्यांमध्ये, श्रीलंकेतील मोती उत्पादन क्षेत्रांमध्ये आणि गुजराथमधील ग्रामीण भागातील विणकरांपर्यंत ही मागणी पोहोचत असे. व्यापाराला धर्माच्या मर्यादा नव्हत्या. बौद्ध आणि हिंदू आग्नेय आशियातील धूप, इस्लामी मध्य पूर्वेत आणि कन्फ्युशियस विचारांच्या चीनमध्ये जात असे. धर्माचरणासाठी अशा वस्तू आवश्यक होत्या. जहाजावरील महागडी दारे त्या काळातील आग्नेय आशियातील बेटांवर पसरलेल्या बौद्ध मठांची बरकत, कुवत आणि त्यांच्यातील चैतन्य अधोरेखित करतात. वज्रायन पंथाशी निगडीत वस्तू त्या पंथाचा होत असलेला उत्कर्ष दर्शवतात. इस्लाम नवीन असला तरी त्याचा प्रसार याच मार्गाने वेगाने होत होता. शेवटी असे म्हणता येईल की, व्यापार हा आशियाई जगतातील जनतेच्या रोजच्या जगण्यासाठी, त्यांच्या संस्कृतीसाठी आवश्यक होता. चीनला त्याच्या धार्मिक विधींसाठी धूप जितका आवश्यक होता तितकेच आवश्यक, जावाच्या दरबारासाठी परदेशातून येणार सोने होते.

---

* इ. स. ७५० ते ११०० या काळात चीनची लोकसंख्या दुप्पट झाली आणि सुशिक्षित सरकारी अधिकाऱ्यांची वाढही त्याच गतीने झाली. त्यामुळे बहुतांश परदेशी असलेल्या चैनीच्या श्रीमंती वस्तूंच्या मागणीतही याच काळात लक्षणीय वाढ झाली.

## प्रकरण – ५

# मिरे आणि भागीदारी

### अब्राहम बेन यीजू, इ.स. ११२० ते ११६०

इ. स. ११३८मध्ये अब्राहम बेन यीजू हा ज्यू मसाल्यांचा व्यापारी अतिशय चिंतातूर अवस्थेत मंगलोर बंदरात, अंतर्गत भागातून येणार असलेल्या त्याच्या वेलदोड्यांची वाट बघत थांबला होता. त्यासाठी त्याने मोठी आगाऊ रक्कम दिलेली होती आणि मालाला उशीर झाला तर तो मोठ्या अडचणीत येणार होता. मध्य पूर्वेकडे जाणारे जहाज निघून गेले तर अब्राहम बिन यीजूचा वेलदोडा जेंव्हा एडनला पोहोचेल तोवर खूप उशीर झालेला असेल. कारण तोवर इतर व्यापाऱ्यांनी आपला वेलदोडा विकून बाजार भरवून टाकला असेल.[१] लवकरच त्याला समजले की, वेलदोड्याला नुसता उशीर झाला नव्हता, तर तो येणारच नव्हता. स्थानिक पुरवठेदाराने अब्राहम बेन यीजूला फसवले होते आणि जहाजातून पाठवायला त्याच्याकडे मालच नव्हता.

मंगलोर हे भारताच्या नैऋत्य किनारपट्टीवरील एक वैशिष्ठ्यपूर्ण बंदरगाव होते. हे बंदर नदीच्या तोंडाशी होते आणि तेथील उथळ खाजण, किनाऱ्याला समांतर असलेल्या नैसर्गिक वाळूच्या बंधाऱ्यामुळे अरबी समुद्राच्या लाटांपासून सुरक्षित राहिले होते. उष्ण कटिबंधातील हिरवीगार झाडी आणि त्यातही मुख्यत्वे नारळाची झाडे बंदराच्या मागच्या टेकड्यांवर पसरली होती. पुळणीला लागूनच तटबंदी बांधून सुरक्षित केलेली व्यापाऱ्यांची घरे होती आणि त्यातच त्यांची गोदामेही होती.[२*] मात्र बंदराच्या रक्षणासाठी तटबंदी, तोफा किंवा इतर साधनांचा वापर केलेला नव्हता.[३**] अरब, गुजराथी, तामिळ, ज्यू आणि इतर अशी संमिश्र लोकवस्ती असलेल्या या

---

* या पुस्तकातील सहाव्या प्रकरणाचा विषय असलेल्या इब्न बतूता याने इ.स. १३४०च्या सुमारास मंगलोरचे पहिले विस्तृत वर्णन लिहून ठेवले आहे.

** भारताच्या किनारपट्टीवर आणि आग्नेय आशियात सर्वत्र अशीच तटबंदी नसलेली बंदरे होती.

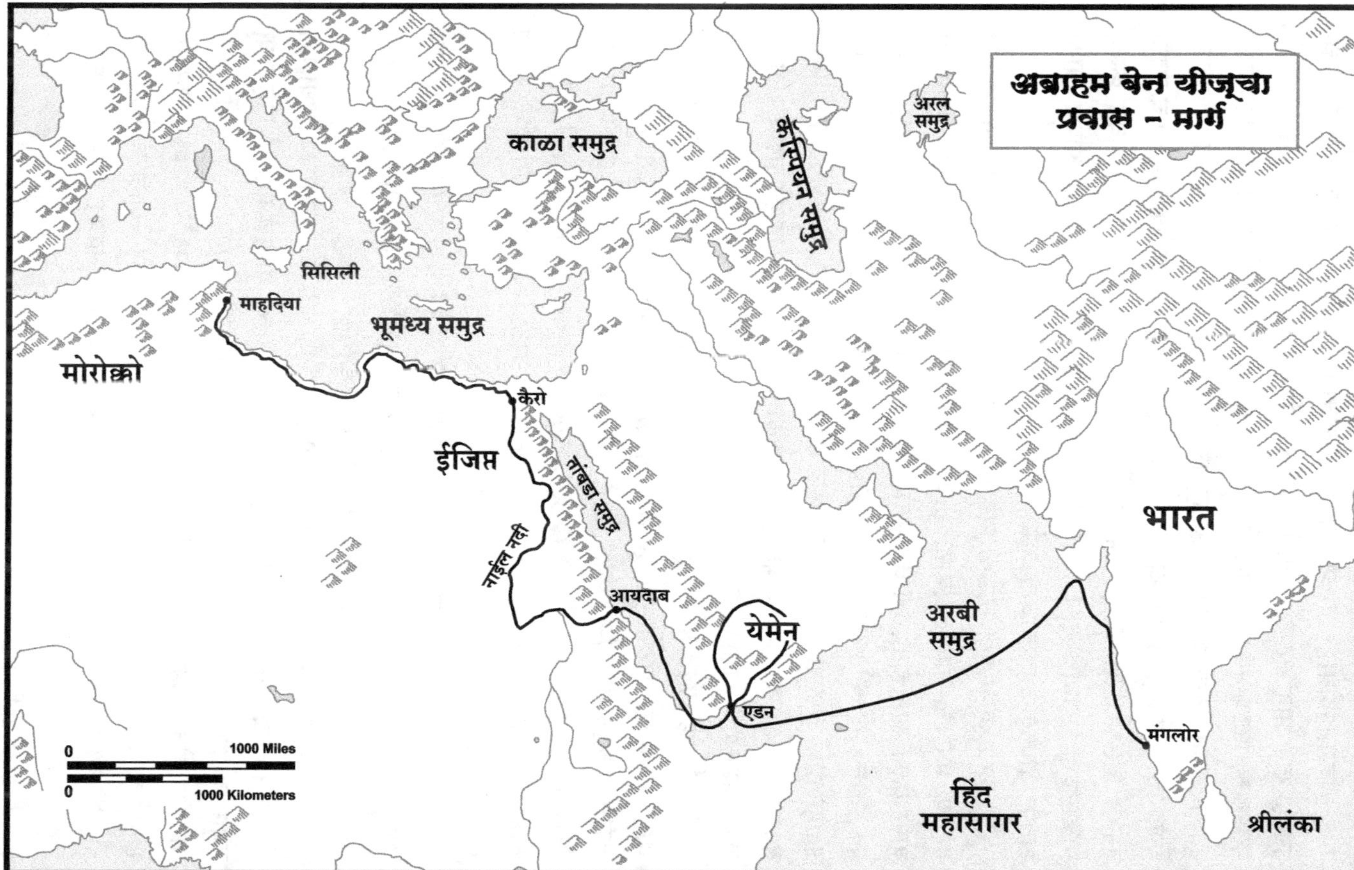
अब्राहम बेन यीजूचा
प्रवास – मार्ग
काळा समुद्र
कॅस्पियन समुद्र
अरल
समुद्र
सिसिली
माहदिया
भूमध्य समुद्र
मोरोक्को
कैरो
ईजिप्त
तांबडा समुद्र
नाईल नदी
आयदाब
येमेन
एडन
अरबी
समुद्र
भारत
मंगलोर
हिंद
महासागर
श्रीलंका
0
1000 Miles
0
1000 Kilometers

गावाची लोकसंख्या दोन ते तीन हजार असावी.

किनारपट्टीवरील वरच्या आणि खालच्या बंदरांप्रमाणे या बंदराच्या नफ्याचा उगमही खूप आत असलेल्या पश्चिम घाटाच्या हिरव्यागर्द टेकड्यांमध्ये होत असे. इथे मसाल्याचे पदार्थ उगवत. काळे मिरे हे या टेकड्यांवर उगवणारे स्थानिक पीक होते आणि जगात इतरत्र थोड्याच ठिकाणी ते पिकत असे. याच टेकड्यांवर वेलदोडे, धणे, आले, हळद, लवंगा, जायफळ आणि इतर डझनाहून अधिक मसाल्याचे पदार्थ उगवत असत. अशा काही रानातून गोळा केलेल्या आणि काही लागवड करून मिळालेल्या पदार्थांचे दाणे आणि वनस्पती हे सर्व विविध मलमे, औषधे आणि अन्नपदार्थांमध्ये वापरले जात असे.

अब्राहमला पक्के ठाऊक होते की त्याला त्याचा माल बाजारात नेता आला तर त्या मालाला नक्की उठाव होता. आशियाई जगात सर्वत्र या पदार्थांचा सातत्याने वापर केला जात होता. त्याचे वेलदोडे कैरोला गेले असते आणि तेथून संपूर्ण मध्य पूर्व, उत्तर अफ्रिका, स्पेन आणि युरोपातील बाजारांमध्ये ते वितरित झाले असते. उदाहरणार्थ, तेराव्या शतकातील इस्लामी स्पेनमधील इस्फीरिया ह्या मांसापासून बनवण्यात येणाऱ्या पदार्थाच्या कृतीत कित्येक भारतीय मसाल्यांचे पदार्थ वापरले जात असल्याचे लक्षात येते–

*“थोडे तांबडे मांस कुटून मऊ करून घ्या. नंतर ते पाण्यात ठेवा आणि त्यात थोडे आंबवलेले पीठ घाला. हे पीठ लावलेले मांस आवश्यक तेवढी अंडी घालून कालवा. त्यात मीठ, मिरे, केशर, जिरे, आणि धणे घालून हे सगळे मिश्रण व्यवस्थित तिंबून घ्या. त्यानंतर तवा आचेवर ठेऊन त्यावर थोडे तेल टाका. तेल गरम झाले की त्यात वरील मिश्रणाचे पातळ तुकडे टाकून ते तळा. त्यानंतर त्यासाठीचे चाटण बनवा.”*[४]

इब्न फद्लानच्या बगदादमध्ये, मोहविणाऱ्या पाककृती दरबारी रीतिरिवाजांचाच जशा भाग होत्या, तशाच त्या दहाव्या शतकात त्याने भेट दिलेल्या इतर प्रांतांच्या राजधान्यांमधील दरबारी रीतिरिवाजांचाही भाग होत्या.

अब्राहम आणि मंगलोरमधील इतर व्यापाऱ्यांसाठी स्वाद आणि औषधी गुण या दृष्टीने काळे मिरे हे मसल्याच्या पदार्थांच्या व्यापाराचा गाभाच होते. अब्राहमच्या हजार वर्षे आधी मलबार किनारपट्टीवरील व्यापाऱ्यांनी रोमला ३००० पौंड मिरे पाठवले होते. व्हिसिगॉथ टोळीचा राजा लरिक याने इ. स. ४०८मध्ये रोमकडे खंडणीचा एक भाग म्हणून याची मागणी केली होती आणि त्याला ते मिळालेही होते.[५] इब्न फद्लाननेही पूर्वेकडील कुरणांच्या प्रदेशातून त्याच्या ईप्सित ठिकाणी

सुखरूप जाण्यासाठी मिऱ्यांची लाच दिली होती हे वाचकांच्या लक्षात असेलच.

उष्ण कटिबंधातील या वनस्पती अन्नपदार्थांना स्वाद यावा यासाठी जितक्या वापरल्या जात होत्या त्यापेक्षाही अधिक औषधांमध्ये वापरल्या जात होत्या. प्रकरण ३ मध्ये नोंदल्याप्रमाणे आशिया आणि युरोपात प्रमाण मानल्या गेलेल्या इब्न सीनाच्या 'अल् कानून फी अल् तीब्ब' या वैद्यकावरील ग्रंथात अशा छत्तीस पेक्षा अधिक वनस्पतींची यादी वाचायला मिळते. आशियातील राजे मसाल्याच्या पदार्थांचा वापर करत, त्यांचा साठा करून ठेवत आणि त्यांच्या वनस्पतींच्या लागवडीचे प्रयत्नही करत. यातील बहुतेक प्रयत्न फसले. कारण या वनस्पती उष्ण कटिबंधातील विशिष्ट हवामानातच उगवत.

अब्राहम बेन यीजू , त्याचे बेपत्ता झालेले वेलदोडे आणि त्याच्या व्यक्तिगत आयुष्याबद्दल बरीच माहिती मिळू शकते. कारण त्याने लिहिलेली आणि त्याला आलेली अशी सत्तरपेक्षा अधिक पत्रे आजवर टिकून राहिली आहेत. शिवाय त्याच्या व्यवसायातील मित्रांची बरीच पत्रेही उपलब्ध आहेत. बाराव्या शतकातील ही पत्रे इतकी वर्षे कशी टिकून राहिली याची कथाही अद्भुतरम्य आहे. बाराव्या शतकातील बऱ्याच ज्यू लोकांची अशी श्रद्धा होती ( आणि आजही आहे ) की, ज्या लिखित कागदावर कोणत्याही स्वरूपात ईश्वराचे नाव लिहिलेले असेल तर तो कागद नष्ट करणे म्हणजे ईश्वराविषयी अनादर दाखविण्यासारखे आहे. एखाद्या जुन्या, जीर्ण आणि नको असलेल्या कागदावर समजा, तुझ्यावर ईश्वराची कृपा असूदे, किंवा ईश्वराची स्तुती करा असे लिहिले असेल, तर अशा कागदाचे काय करायचे ? यावर उपाय म्हणून सिनेगॉग या ज्यूंच्या प्रार्थनास्थळाजवळ एक खोली बांधलेली असे. त्याला 'गेनिझा' म्हणत. या खोलीला दार किंवा खिडक्या नसत. एका भिंतीत उंचावर एक भेग केलेली असे आणि भिंतीशी एक शिडी ठेवलेली असे. सिनेगॉगच्या धर्मसभेतील सदस्य त्यांना नको असलेले; पण ज्यावर ईश्वराचा उल्लेख आहे असे कागद त्या भेगेतून आत सोडून देत.[६] योगायोगाने अब्राहम बेन यीजूची मुलगी कैरोतील ज्या सिनेगॉगची सदस्य होती त्याच्या जवळच अशी गेनिझा होती. तिने आपल्या वडिलांची पत्रे आणि व्यवसायाची काही दफ्तरे त्या गेनिझात टाकून दिली होती.

कित्येक शतके असे सिनेगॉगचे सदस्य हजारो कागदपत्रे त्या गेनिझात भरत राहिले होते. ईजिप्तच्या कोरड्या हवामानामुळे ते कागद टिकले होते. एकोणीसाव्या शतकाच्या शेवटच्या काळात या सूची न केलेल्या आणि अस्पर्शित राहिलेल्या खजिन्याची जाणीव अभ्यासकांना झाली. कित्येक ग्रंथालयांनी वजनावर हे कागद

विकत घेतले आणि हा संग्रह विखुरला गेला. 'कैरो गेनिझा कागद' असे नाव पडलेला हा संग्रह रशिया, इंग्लंड आणि अमेरिकेत विभागाला गेला आहे. विसाव्या शतकाच्या पहिल्या पन्नास वर्षात अभ्यासकांनी मुख्यत्वे संग्रहात मिळालेल्या धर्मग्रंथांच्या आवृत्यांवर काम केले.[७]

सन १९५०पासून अभ्यासकांनी आपले लक्ष, पत्रे आणि हिशेब यांच्याकडे वळवले आहे. आजही त्यातील नोंदींवरून व्यापारी, नातेवाईक, जहाज मालक आणि जहाजे यांचे संदर्भ उलट पडताळून पाहिले जात आहेत. हे काम अतिशय संथ गतीने चालू आहे. कारण महत्त्वाची कौटुंबिक कागदपत्रे रशिया, इंग्लंड आणि अमेरिकेत विखुरली गेली आहेत. पत्रातील लिखावट आणि भाषा याही अडचणीच्या आहेत. हे कागद अरबी भाषेतील असून ते लिहिलेत मात्र हिब्रू लिपीत. मध्ययुगीन अरबी भाषा आणि हिब्रू लीपी वाचण्यासाठी आवश्यक असलेले दोन्ही भाषांवरील प्रभुत्व, अलीकडच्या फारच थोड्या अभ्यासकांकडे आहे. असे असूनही जितकी कागदपत्रे आत्तापर्यंत अभ्यासली आणि भाषांतरित केली गेली आहेत. त्यावरून बाराव्या शतकातील व्यापारी आयुष्याचे बरेचसे स्पष्ट चित्र आपल्यापुढे उभे राहते.

अब्राहम बेन यीजूचे वडील यहुदी धर्मगुरू होते आणि त्याचे कुटुंब ट्युनिशियातील माहदिया या बंदरगावात राहत होते.[८] त्याची जन्म तारीख नक्की करणारी कोणतीही नोंद नाही, पण सन १०९८ ते ११०२ या काळात कधीतरी त्याचा जन्म झाला असावा. त्याच्या पत्रांमध्ये त्याच्या दोन भावांचा आणि एका बहिणीचा उल्लेख येतो; पण त्याला आणखीही भावंडे असावीत. या तीन भावांपैकी कोणीही धर्मगुरूचा पेशा स्वीकारला नाही आणि ते व्यापार करू लागले. या त्यांच्या निर्णयामुळे घरात कोणताही विवाद उत्पन्न झाला नाही. उलट अब्राहमच्या वडिलांनी त्याला आवश्यक असलेली परिचय-पत्रे दिली आणि त्याला त्याचे स्वप्न पूर्ण करण्यासाठी पाठिंबा दिला. त्याचे युसुफ आणि मुबश्शिर हे भाऊ आणि बेरखा ही बहीण लग्न करून ट्युनिशियातच राहिले. ही तिन्ही कुटुंबे भूमध्य समुद्रातील व्यापारात कार्यरत राहिली.

सन ११२०च्या सुमारास कधीतरी अब्राहम नशीब अजमावायला घराबाहेर पडला. तो प्रथम तांड्यांच्या मार्गे ट्युनिशियाहून कैरोला गेला. त्याच्याबरोबर कैरोतील प्रसिद्ध ज्यू व्यापाऱ्यांच्या नावे त्याच्या वडिलांनी दिलेली परिचय-पत्रे होती. हे व्यापारी कदाचित ट्युनिशियातूनच आलेले असावेत.[९] त्यांच्यातर्फे त्याला दुय्यम नोकरी आणि कदाचित छोट्या भागीदाऱ्या मिळाल्या असाव्यात. काही वर्षातच तो तेथून निघून तांबड्या समुद्राच्या तोंडाशी असलेल्या एडन येथे दाखल झाला. यावेळीही त्याने तेथील प्रसिद्ध ज्यू व्यापाऱ्यांना देण्यासाठी परिचय-पत्रे आणली होती.

अब्राहम बेन यीजूच्या प्रवासांमधून त्याकाळातील भूमध्य समुद्रातील बृहत राजकारणाचा अंदाज येतो. त्याच्या जन्माच्या थोडाच काळ आधी अनातोलियातील तुर्की फौजांनी इ. स. १०९६ मधील जनतेचे धर्मयुद्ध चिरडले होते. त्याच्या ट्युनिशियातील बालपणीच्या काळात, पहिल्या ख्रिस्ती धर्मयुद्धाला पॅलेस्टाईन ओलांडून जेरूसलमवर ताबा मिळवण्यात यश आले होते. त्याच्या किशोरवयात ख्रिस्ती धर्मयोद्ध्यांनी आजच्या इस्राएल आणि लेबाननच्या किनारपट्टीवर राज्ये वसवली. या धर्मयुद्धांमुळे युरोपातील गैरख्रिश्चनांविषयीचा दृष्टीकोण अधिकाधिक प्रतिकूल होत गेला. त्यामुळे ज्यूंना तेथे जगणे अशक्य होत गेले. ज्यूंबद्दल तिरस्काराची भावना सर्वत्र बोकाळली होती. अब्राहनच्या कुटुंबियांपैकी कोणालाही युरोपात कामासाठी जावे असे वाटत नव्हते.[१०] सिरियात (म्हणजे आजच्या इस्राएल, पॅलेस्टाईन, जॉर्डन, सिरिया आणि लेबानन यांचा एकत्रित प्रदेश) होणाऱ्या सततच्या युद्धांमुळे त्या भागात व्यापार करणे अशक्य नव्हते; पण खूपच अवघड झाले होते. भूमध्य समुद्रातील परिस्थितीही गंभीर होती. कैरो आणि इतर मुस्लीम बंदरातून येणाऱ्या जहाजांवर या समुद्री व्यापारावर वर्चस्व मिळवण्यासाठी व्हेनीस आणि जेनोआतून हल्ले होत. यामुळे युरोपातून विस्थापित झालेल्या आणि अजूनही भूमध्य समुद्राच्या किनारपट्टीवर राहणाऱ्या ज्यू व्यापाऱ्यांनी नव्या संधी शोधायला सुरुवात केली आणि त्यांना भारतातून होणारा मसाल्याच्या पदार्थांचा व्यापार खुणावू लागला.[११]

भारत आणि ईजिप्तमधील व्यापाराचे मध्यवर्ती ठिकाण असलेल्या एडनमध्ये अब्राहमचा संबंध त्यावेळी सर्वात प्रबळ आणि वजनदार व्यापारी असलेल्या मदमून इब्न बांदार याच्याशी आला.[१२*] आपल्या वडिलांप्रमाणेच मदमूनही एडनमधील ज्यू व्यापाऱ्यांचा विश्वस्त किंवा नागीद म्हणून ओळखला जात होता. या मदमूनविषयीही बरीच माहिती उपलब्ध आहे. कारण त्याची बरीच पत्रे कैरो गेनिझात सुरक्षित राहिली होती. कदाचित त्याची मुले या सिनेगॉगचे सदस्य असतील. त्याच्या पत्रव्यवहारचे जाळे भारतापासून स्पेन पर्यंत पसरले होते.[१३]

भारताबरोबरच्या व्यापारात असलेल्या इतर व्यापाऱ्यांप्रमाणे मदमूननेही एडनमधील वेगवेगळ्या समाजांमधील लोकांबरोबर दीर्घकालीन भागीदाऱ्या केल्या होत्या. याचा नमूना म्हणून त्याच्या सन ११३० मधील एका मुसलमानाबरोबर केलेल्या उपक्रमाचा उल्लेख करता येईल. एका पत्रात तो लिहितो, *मार्गदर्शनासाठी उदात्त ईश्वराचा कौल घेतल्यानंतर मी एडनमध्ये एक नौका बांधली आणि विख्यात*

---

* एखाद्या व्यापारी संस्थेत उमेदवारी करताना त्या संस्थेच्या मालकाबरोबर दीर्घकालीन संबंध प्रस्थापित होणे हे त्या काळीही नित्याचे होते.

*शेख बिलालबरोबर भागीदारी करून त्या नौकेतून श्रीलंकेला माल पाठवला.*[१४] तो सातत्याने श्रीलंकेचा माल ईजिप्तला पाठवत असे. तो म्हणतो- *"माझ्या स्वतःच्या जबाबदारीवर मी त्याच्या बरोबर सेली(श्रीलंका) दालचिनीच्या प्रत्येकी १०० पौंड वजनाच्या साठ गोण्या पाठवल्या आहेत. कृपया यातील निम्मा माल काढून घ्यावा आणि आपल्या या चाकरासाठी (मदमून) पवित्र ईश्वर देईल त्या किमतीला विकावा."*[१५]

प्रकरण ४ मध्ये वर्णन केल्याप्रमाणे सुमारे दीडशे वर्षापूर्वी घडलेल्या जहाजबुडीच्या काळात जशी सागरी व्यापाराची ढोबळ विभागणी होती, तशीच ती मदमूनच्या काळातही होती. भूमध्य समुद्र विभागात कैरो आणि भूमध्य समुद्र यांचा समावेश होता, तर हिंद महासागराच्या विभागात तांबडा समुद्र, पर्शियाचे आखात, भारताची पश्चिम किनारपट्टी आणि श्रीलंका यांचा समावेश होता. बंगालच्या उपसागराच्या विभागात भारताची पूर्व किनारपट्टी, बंगाल, म्यानमार आणि मलायाची पश्चिम किनारपट्टी यांचा समावेश होता. जावा समुद्र विभागात उर्वरित आग्नेय आशिया आणि चीनच्या किनारपट्टीच समावेश होता. वेगवेगळ्या विभागांमध्ये होत असलेल्या सागरी वाहतुकीवर वर्चस्व मिळवण्यासाठी बंदरांमध्ये स्पर्धा चालत असे. बाराव्या शतकाच्या सुरुवातीस हिंद महासागर आणि बंगालचा उपसागर या विभागांमध्ये चालणाऱ्या व्यापारावर श्रीलंकेच्या मुख्य बंदराचे वर्चस्व होते. श्रीमंत आणि प्रबळ असलेला मदमूनही श्रीलंकेच्या पुढे आपली जहाजे पाठवत नसे.[१६*]

त्याकाळातील जहाजे दूरच्या प्रवासासाठी सक्षम असली तरी, सागरी व्यापार वेगवेगळ्या विभागांमध्ये विभागला गेला असल्यामुळे कदाचित सागरी दुर्घटनेची जोखीम कमी होत असावी. कप्तान आणि चालकाला केवळ एक चतुर्थांश मार्गावरील मौसमी वारे, धोकादायक उथळ भाग आणि जहाज चालवण्यासाठी आवश्यक असलेल्या इतर गोष्टी लक्षात ठेवाव्या लागत होत्या. एकाच विभागात व्यापार करणेही धोकादायकच होते. कोणत्याही जहाजाला वाईट हवामानाचा तडाखा बसू शकत असे. कितीतरी जहाजे समुद्री चाच्यांची शिकार होत असत.

व्यापारी सतत आपल्यावरील जोखीम कमी करण्याचे मार्ग शोधत असत. मदमून आणि शेख बिलाल यांच्याप्रमाणे भागीदाऱ्या करणे हा एक मार्ग होता. त्यामुळे जोखीम विभागली जात असे. अशा भागीदाऱ्या दुसऱ्या व्यवसायांमध्येही केल्या जात होत्या, हे कैरो गेनिझात मिळालेल्या इतर पत्रांवरून लक्षात येते. व्यापारी

---

* तेंव्हा एक-दोन प्रचंड श्रीमंत व्यापारी होते जे अगदी चीनपर्यंतही व्यापार करत असत. त्यापैकी एक रमिश्त नावाचा मुसलमान व्यापारी होता. त्याला एका प्रवासात इतका फायदा झाला की त्याने स्वतः मक्केतील संपूर्ण काबा आच्छादेल इतके मोठे चीनी रेशमी कापड दिले होते.

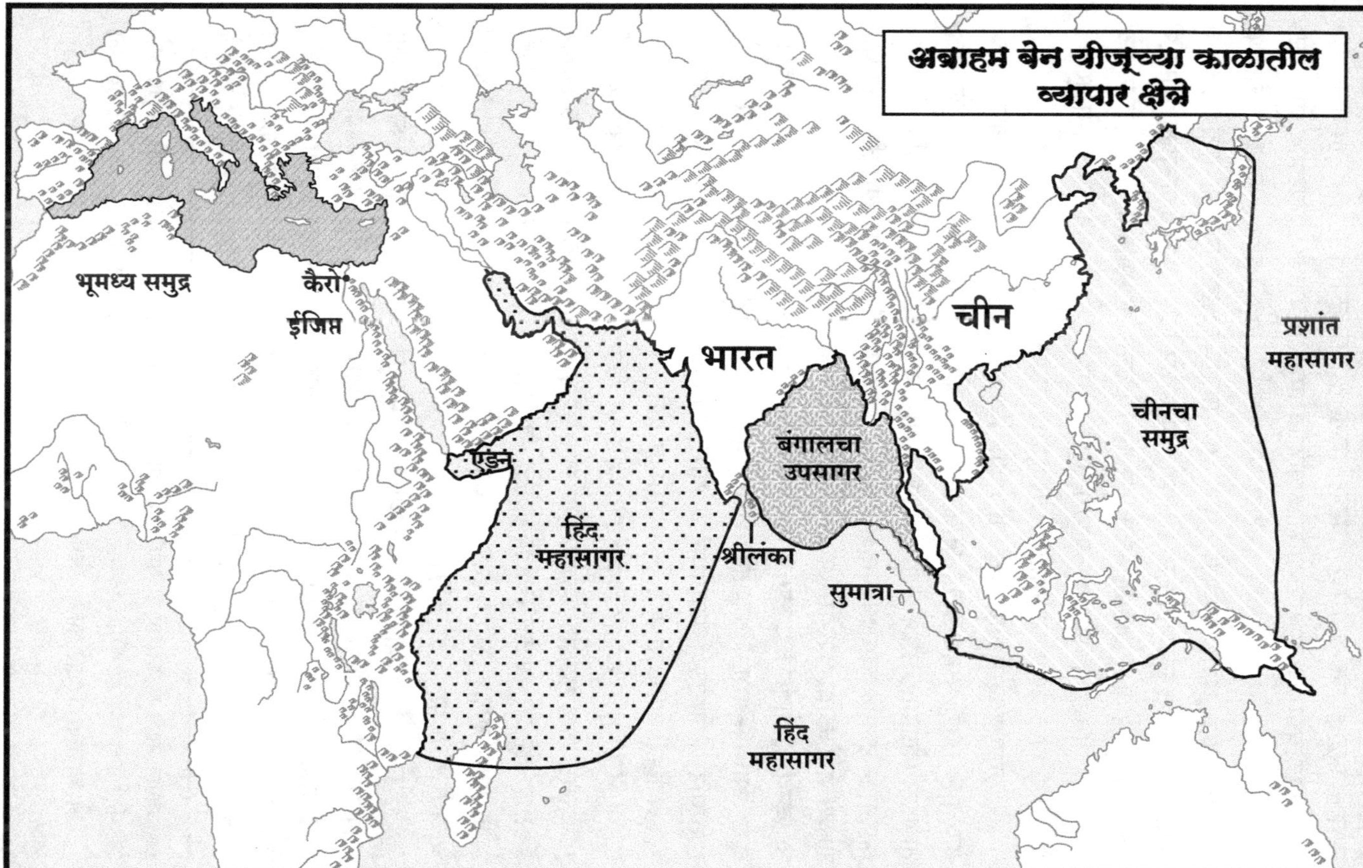

अब्राहम बेन यीजूच्या काळातील व्यापार क्षेत्रे
भूमध्य समुद्र
कैरो
ईजिप्त
एडन
हिंद महासागर
भारत
श्रीलंका
बंगालचा उपसागर
सुमात्रा
हिंद महासागर
चीन
चीनचा समुद्र
प्रशांत महासागर

त्यांचा माल नामांकित जहाज मालकांच्या वेगवेगळ्या जहाजांमधून विभागून पाठवायचे म्हणजे, एखाद्या जहाजाबरोबर दुर्घटना घडली तरी सगळ्याच मालाचे नुकसान होत नसे. ते त्यांचा माल वेगवेगळ्या लोकांकडे विभागून पाठवायचे. प्रवासातच वेगवेगळे गठ्ठे बांधून त्यावर बाहेरच्या बाजूला प्राप्तकर्त्याचे नाव लिहीत. व्यापारी विविध वस्तुंचा व्यापार करत. त्यामुळे दूरच्या बाजारांमध्ये एखाद्या वस्तूला भाव मिळाला नाही तर त्यातील नुकसान दुसऱ्या वस्तूत भरून निघे. ते माल घेणाऱ्याला आगाऊ पत्र पाठवून काय माल पाठवणार असल्याची सविस्तर माहिती देत.[१७] हे सगळे जोखीम कमी करण्याचे उपाय व्यापारी, त्याचे भागीदार, जहाज मालक आणि दूरच्या देशातील माल घेणारे यांच्यातील विश्वासावर अवलंबून असत.

एकूणच असा लांब पल्ल्याचा व्यापार विश्वास आणि प्रतिष्ठित व्यक्ती यांच्यावरच अवलंबून असे. परमुलखातून आलेला माल स्वीकारून अपेक्षित प्राप्तकर्ता येईपर्यंत तो माल गोदामात ठेऊन घेणारे आणि अशा सेवेबद्दल शुल्क आकारणारे नंतरच्या काळातले दलाल, बाराव्या शतकात नव्हते. मित्रमंडळी आणि व्यापारातील संबंधित यांच्या सदिच्छांवर व्यापारी अवलंबून असत. दूरच्या ठिकाणी असलेले मित्रच माल उतरवून घेत, तो विकत, त्याचा हिशेब ठेवत, नफ्यातून परत पाठवायच्या गोष्टी खरेदी करत आणि त्यासाठी कोणतेही शुल्क आकारत नसत.[१८] त्यांच्या सविस्तर आणि सातत्याने लिहिलेल्या पत्रांमधून व्यापार करताना आपल्या सहकाऱ्यांवर विश्वास टाकणे किती महत्त्वाचे होते हे अधोरेखित होते.

*"मी तुझे उपकार अपेक्षित धरून तुला विनंती करतो की, जर ईश्वरकृपेने मी पाठवलेला माल सुरक्षित पोहोचला, तर त्यातील निम्मा माल ताब्यात घेऊन माझ्यावतीने ईश्वरी इच्छेनुसार मिळेल त्या किमतीला विकावा. विक्रीतून आलेल्या पैशांचे फक्त सोने आणि चांदीच खरेदी करून ते वेगवेगळे व्यापारी, समधर्मीय किंवा इतर कोणी यांच्याकडे विभागून देऊन ते पाठवण्याची व्यवस्था करावी."*[१९*]

सन ११२०च्या सुमारास कधीतरी मदमून इब्न बांदारने अब्राहम बिन यीजूला आपल्या पेढीवर नोकरीला ठेवले आणि गोदामातील मालाचा हिशेब ठेवण्याचे काम दिले. तीन वर्षांच्या उमेदवारीनंतर मदमूनने या तरूण व्यापाऱ्याला भारताच्या नैऋत्य किनारपट्टीवरील मंगलोरला जाऊन मसाल्याच्या पदार्थांचा व्यापार सुरू करण्यासाठी प्रोत्साहित केले. मदमूनने नक्कीच या ज्येष्ठ-कनिष्ठ भागीदारीसाठी लागणारे खेळते

---

* आपले मुद्दल खेळते राहावे, अशी या मागील कल्पना होती. व्यापाऱ्याला अशी अपेक्षा असे की, माल घेणाऱ्याने माल विकावा आणि त्या पैशातून असा माल विकत घेऊन पाठवावा की जो आपल्या प्रदेशात नफ्यात विकला जाईल.

भांडवल पुरवले असणार. अब्राहम बेन यीजू मंगलोरला दाखल झाल्यानंतर लगेचच एका पत्रात मदमूनने सुपाऱ्या आणि इतर माल सुखरूप मिळाल्याचे लिहिले आहे. त्यावरून मदमूनने गुंतवलेल्या भांडवलावर नफा मिळत असल्याचे आणि अब्राहम व्यवस्थित काम करत असल्याचे ध्वनित होते. त्याची एडनहून पाठवलेली पत्रे समयोचित बाजाराविषयीचे सल्ले, इतर व्यापाऱ्यांच्या बातम्या, राजकीय घटना आणि व्यापाराबद्दलच्या सूचना यांनी भरलेली आहेत. भागीदारीत मंगलोरला क्वचितच माल पाठवण्यात येत असे. मुख्यत्वे मसाले खरेदी करण्यासाठी लागणारे पैसेच पाठवले जात.[२०*] नंतरच्या शतकांमध्ये भारताला घोडे, गुलाम, शस्त्रे आणि मातीच्या भांड्यांची निर्यात व्हायला लागली; पण बाराव्या शतकात त्याची सुरुवात झाली नव्हती असे दिसते.

भारताकडून कैरोला निर्यात होणारा माल प्रथम एडनला जात असे आणि नंतर तेथून तांबड्या समुद्राच्या पश्चिम किनाऱ्यावरील आयदाब या काहीशा मरगळलेल्या बंदराला पाठवला जात असे. अब्राहम मंगलोरला आल्यानंतर तिसऱ्या वर्षी त्याने बराच माल आयदाबमधून पुढे जाण्यासाठी पाठवला होता. पण तेथे तो माल उतरवून घेऊन नाईल नदीकडे जाणाऱ्या तांड्यांवर ज्या ठेकेदाराने चढवला, त्याला पैसे देण्याचे अब्राहमने नाकारले. त्याबद्दल त्या माणसाने अब्राहमचा वरिष्ठ असलेल्या मदमूनकडे तक्रार केली–

*'दरवेळी मी अब्राहमला भेटलो की तो माझ्याशी इतका भांडतो की मला त्याची भीती वाटू लागली आहे. प्रत्येक वेळी तो मला जा.. हाकल.. जाऊन मर असे शंभर वेळा तरी म्हणतो. म्हणून मी आपल्यासारख्या उच्चपदस्थ व्यक्तीला विनंती करतो की आपण यात लक्ष घालून मला माझे पैसे मिळवून द्यावे. मालक, कृपया दयावंत होऊन माझ्या बाजूने उभे रहा. आणि मला मदत करा.'*[२१]

कारभाराची खरी सत्ता एडनमधील वरिष्ठ भागीदार मदमूनच्या हातात होती. काही महिन्यानंतर त्याने कडक पत्र लिहून हे प्रकरण संपवण्यासाठी अब्राहमच्या खात्यातून तीनशे दिनार कापल्याचे कळवले.

व्यापाऱ्यांमधील संबंध व्यक्तिगत भेटवस्तू दिल्यामुळे अधिक दृढ होत. हजारो दिनार किमतीच्या मालासोबत मदमूनने अब्राहमला त्याच्या आवडीचे काही जिन्नस भेट म्हणून पाठवले. नेहमीप्रमाणे स्वतःकडे कमीपणा घेताना ही छोटीशी स्वस्तातील भेट असल्याचे म्हणताना या पत्रात त्याने पाठवलेल्या जिन्नसांची यादी दिली आहे–

---

* संपूर्ण आशियाई आणि इस्लामी जगतात सर्वसामान्य रेशीम चलन म्हणून वापरले जात असे. त्याचे मूल्य स्थिर असे आणि कित्येक शतके त्याची मागणीही नियमित होती.

सफेत साखर, घट्ट झाकण असलेल्या एका टोपलीत बेदाण्यांनी भरलेली बाटली, अब्राहमच्या बायकोसाठी डोळ्यांचे सौंदर्य खुलवण्यासाठीची भुकटी आणि युरोपातून येणारे कित्येक पौंड कोशर चीज.[२२]

व्यापाऱ्याच्या विनंतीवरून त्याचे भागीदार त्याच्यासाठी घरगुती वापराच्या गोष्टीही पाठवत असत. विशेषत्वे या गोष्टी महानगरात वापरल्या जाणाऱ्या उंची जीवनशैलीला शोभणाऱ्यात असत. एकदा मदमूनने ईजिप्तवरून मागवलेले उत्तम दर्जाचे वाडगे, चषक आणि ताटल्या आणि घरी बनवतो तसा उत्तम गुलाबाचा मुरंबा पाठवले होते.[२३] अब्राहमने मंगलोरवरून मेजावर अंथरायचे कातडी कापड मागवले होते. असे कापड असलेले मेज बुद्धिबळ खेळण्यासाठी वापरत असत आणि ते आशियाई जगतात सगळीकडे लोकप्रिय होते. अब्राहमच्या दृष्टीने मात्र सगळ्यात बहुमोल होता उत्तम प्रतीचा कागद, जो भारतात तेंव्हा उपलब्ध नव्हता.[२४] रेशीम मार्गे भारतात प्रथम कागद आला त्याला तीनशे वर्षे उलटून गेली होती, तरी भारतात त्याचे उत्पादन नगण्यच होते. लेखनिक भूर्जपत्रांचा किंवा नेचाच्या एका प्रजातीच्या पानांचा उपयोग लिखाणासाठी करत.

पत्रांमधून व्यक्त केल्या जाणाऱ्या सदिच्छा आणि अभिवादनांमुळेही भागीदारांमधील संबंध अधिक दृढ होत असत. पुढील उतारा गेनिझात मिळालेल्या सन १०८० ते ११०० याकाळात कधीतरी लिहिलेल्या पत्रातून उधृत केला आहे–

*'कृपया माझ्या सदिच्छांचा आपण स्वीकार करावा आणि बुजुर्ग अबू अल् हसन (व्यापारातील भागीदार) यांनाही सदिच्छा व्यक्त करतो; त्यांना काही हवे असल्यास मला त्यांनी लिहून कळवावे. रेचल, तिची आई आणि घरातील इतर सर्वांना माझ्या सदिच्छा. आणि माझ्या आत्याचा मुलगा आणि त्याचा मुलगा. (यांनाही सदिच्छा) आपल्याला शांती लाभो आणि दीर्घायुष्य लाभो.'*[२५]

व्यापार आणि कुटुंब एकमेकाशी निगडित असत. एडनमधील ज्यू व्यापाऱ्यांचा विश्वस्त असलेल्या मदमूनचे लग्न कैरोमधील विश्वस्ताच्या बहिणीशी झाले होते.

सन ११३८मध्ये बेपत्ता असलेल्या त्याच्या वेलदोड्यांमुळे अब्राहमचे अस्वस्थ होणे साहजिकच होते. कारण त्याच्या व्यवसायाचा पाया असलेल्या विश्वासाला तडा जाण्याची वेळ आली होती. त्याने त्याच्या एडनमधील भागीदारांचे पैसे मालासाठी आगाऊ दिलेले होते. अब्राहमची जी काही पत्रे वाचली आहेत त्यात केवळ या वेळेच्या पत्रातच त्याला दुसऱ्या माणसावर ईश्वराची अवकृपा व्हावी अशी मागणी करावीशी वाटली आहे.

*'तो दलाल (!), त्याच्यावर ईश्वराची अवकृपा होऊ दे..! त्याला मी दोन*

*बहार (६०० पौंड) वेलदोडयांसाठी १४ मिथकल (१ मिथकल = चोख सोन्याचा दिनार) दिले, पण त्याने माल दिला नाही. त्यामुळे मी फंदरायना (मंगलोरच्या दक्षिणेकडील मध्ययुगीन पंतलायनी कोल्लम हे बंदर) येथून पर्यायी दोन बहार वेलदोडे १७ मिथकल देऊन आणले.*[२६]

जेंव्हा वेलदोड्याच्या दलालाने आपला शब्द पाळला नसल्याचे एडनमधील अब्राहमच्या भागीदारांना समजले, तेव्हा त्यांनी स्पष्टपणे आपली नाराजी व्यक्त केली. त्यांच्या पत्राची भाषा औपचारिक असली, तरी झालेल्या नुकसानीची जबाबदारी सर्वस्वी अब्राहमची असल्याचे त्यातून ध्वनित झाले.

मसाल्याच्या व्यापाराचा पाया असलेली विश्वासार्हता परत मिळवण्यासाठी हे नुकसान भरून देण्याशिवाय अब्राहमपुढे दूसरा पर्याय नव्हता. एडनमधील भागीदारांच्या नाराजीमुळे त्याची पत ढासळली असती आणि एडन आणि कैरोच्या बाजारांबरोबरचा त्याचा संपर्कच तुटला असता. अब्राहम स्वतःच फसवला गेला असल्याचे भागीदारांना मान्य असले, तरी मंगलोरमधून नुकसान भरून काढण्याचा कायदेशीर किंवा दुसरा कोणताही मार्ग त्यांच्यापुढे नव्हता. मदत म्हणून ते केवळ त्या फसवणाऱ्या दलालाचे नाव खराब करू शकत होते. मदनूनच्या एका चुलत भावाने अब्राहमला पत्र पाठवून एक उपाय सुचवला.

*'तू या दलालाला धमकी दे की, आम्ही एडनमध्ये अशा फसवणाऱ्या आणि आमचे पैसे बुडवणाऱ्या माणसाची जाहीर निर्भत्सना करतो. कदाचित याला तो घाबरेल. अशी धमकी देऊनही जर त्याने पैसे दिले नाहीत, तर आम्ही त्याची बदनामी आणि निर्भत्सना करणारे पत्र त्याला पाठवू, म्हणजे त्याला त्याच्या अपराधाची जाणीव होईल.'*[२७]

हा पेच कसा सुटला याविषयी नंतरच्या पत्रांमध्ये उल्लेख नसला तरी या घटनेनंतरही भागीदारीत खंड पडला नाही. अब्राहमने स्वतः खोट खाऊन भागीदारांचे नुकसान भरून दिले असावे, अशी शक्यता अधिक आहे.

वेलदोडयांच्या या घटनेवरून आशियाई जगतातील व्यापार किती मुक्त होता हे लक्षात येते. याच्या तुलनेत अब्राहमच्याच काळात युरोपातील व्यापार मुक्त नव्हता. तो पुर्णपणे श्रेणीसंघांच्या ताब्यात होता. हे संघच व्यापाराची वेळ आणि ठिकाण ठरवत, मालाची किंमत आणि प्रत ठरवत आणि उमेदवार आणि सदस्यांपैकी कोणी व्यापार करायचा हेही ठरवत. राजे अशा संघांना व्यापाराच्या सनदा देत असत आणि त्यामुळे त्यांचाही ह्या गोष्टी ठरवण्यात अप्रत्यक्ष हात असे. अब्राहमवर अशी कोणतीही बंधने नव्हती. त्याने पर्यायी माल दुसरीकडे शोधला आणि पडेल ती किंमत देऊन

विकत घेतला. कागदपत्रांमध्ये मलबार किनारपट्टीवरील बऱ्याच बंदरांमध्ये ज्यू व्यापाऱ्यांचे विश्वस्त नेमले असल्याचे उल्लेख मिळतात. पण अशा विश्वस्ताच्या हातात एखाद्या व्यवहारावर नियंत्रण ठेवणे किंवा त्याचे ठिकाण नक्की करणे याचे फारसे अधिकार नव्हते. आशियाई जगतातील दक्षिण भारतात श्रेणीसंघ असल्याचे काही पुरावे आहेत, पण आग्नेय आशियात मात्र असे श्रेणीसंघ अस्तित्वात नव्हते.[२८*] चीनमध्ये मात्र व्यापारावर बरीच बंधने होती. बंदराच्या अधिकाऱ्याकडे जहाजे आणि मालांची नोंद करावी लागे. हे अधिकारी अरब, ज्यू, तामिळ अशा वेगवेगळ्या व्यापाऱ्यांना एखाद्या तात्कालिक श्रेणीसंघाचे सदस्य असल्यासारखे मानत. एखाद्याची वाईट वर्तणूक त्याच्या गटाला सांगितली जायची. अर्थात, बेकायदेशीर वागणाऱ्याला चिनी न्यायालयाला आणि बहुदा तुरुंगवासाला सामोरे जावे लागे.

अब्राहम बेन यीजूच्या पत्रांवरून स्थानिक राजकरणात त्याचा सहभाग असावा असे दिसत नाही आणि स्थानिक हिंदू दरबारांशी त्याचा संबंध असावा असेही उल्लेख दिसत नाहीत. त्याकाळी किनारपट्टीवर बारा हिंदू राज्ये होती. प्रत्येकाकडे चिंचोळया किनारपट्टीचा काही प्रदेश आणि एखादे बंदर होते. उदाहरणार्थ, मंगलोर, बेपूर, कोचीन, कन्नूर आणि कालिकत. येथील राजांचे उत्पन्नाचे मुख्य साधन म्हणजे व्यापारावरील कर आणि काही श्रीमंत राजे व्यापारी जहाजांना अर्थ-पुरवठा करत. जहाजे बंदरात असतील तर राजाचे सैनिक त्यांना चाच्यांपासून संरक्षण पुरवीत. काही राजे लष्करी जहाजे बाळगत आणि त्यांच्या जोरावर ते चाच्यांवर हल्ले करत आणि व्यापारी जहाजांना बळजबरीने आपल्या बंदरावर आणत आणि त्यांच्याकडून जकात वसूल करत.

मदमूनच्या कुटुंबीयांची जी पत्रे गेनिझात मिळाली त्यापैकी एका पत्रात चाचेगिरीच्या सततच्या धोक्याविषयी लिहिले आहे. मदमूनचा विवाह कैरोतील प्रमुख व्यापारी जुदा बेन जोसेफ हा-कोहेन याच्या बहिणीबरोबर झाला होता. जुदा आपला माल घेऊन ज्या जहाजावरून निघाला होता ते जहाज चाच्यांनी ताब्यात घेतले आणि त्यावरील व्यापारी आणि खलाश्यांना गुजराथच्या किनाऱ्यावर उतरवले. कैरो-भारत या व्यापारी मार्गावर ये जा करणाऱ्या दुसऱ्या एका जहाजाच्या कप्तानाने

---

* याकाळातील दक्षिण भारतातील श्रेणीसंघांविषयीचा पुराभिलेखीय पुरावा बराचसा संदिग्ध आहे. त्यात कोणत्यातरी व्यापाऱ्यांच्या संघटनेने मंदिरांना दान दिल्याचे उल्लेख आहेत. पण हे व्यापारी एकत्रित कसे काम करत होते, ते भाव ठरवत होते का, मालाच्या दर्जावार नियंत्रण ठेवत होते का किंवा मालाच्या वाहतुकीत एकमेकांना सहकार्य करत होते का, अशा गोष्टींविषयी कोणताही थेट पुरावा उपलब्ध नाही.

हे पत्र लिहिले असून त्याचा विवाहही जुदाच्याच दुसऱ्या बहिणीबरोबर झाला होता. त्याने जुदाला मंगलोरला येऊन आपल्याला भेटण्याची विनती केली होती–

*'कोणत्याही परिस्थितीत अधिक वेळ न दवडता कृपया लवकर मंगलोरला यावे, कारण मी मंगलोरला थांबलो आहे आणि ईश्वरी इच्छा झाल्यास आपण लवकरच घराकडे परत जाऊ शकू. कोणत्यातरी परदेशी लोकांच्या जहाजातून प्रवास करण्यापेक्षा मंगलोरहून माझ्याबरोबर प्रवास करणे अधिक उचित राहील. कृपया लक्षात ठेवा. आपण एकच आहोत, माझे पैसे तुमचे असल्यासारखेच आहे.'*

*'आणि परत सांगतो..तुमचे झालेले नुकसान मनाला फार लावून घेऊ नका, ईश्वर कृपेने तुम्हाला त्याचा आधार असल्याने झालेले नुकसान लवकरच भरून निघेल. आपला जीव वाचला ह्या पेक्षा दुसरे काहीही महत्वाचे नाही.'*[२९]

येथे एक गोष्ट अधोरेखित करणे आवश्यक आहे. मंगलोरमध्ये अब्राहम बेन यीजू जितकी वर्षे वास्तव्यास होता त्या काळात तो कधीही इतर समाजाशी संबंध न ठेवता केवळ ज्यू परिवारातच राहिला नाही किंवा त्याने अलगपणे व्यापारही केला नाही. मंगलोरच्या व्यापारीवर्गात स्थानिक हिंदू, स्थानिक मुस्लीम, निवासी गुजराथी आणि कधी कधी येणाऱ्या मध्य पूर्वेतील मुस्लिमांचा समावेश होता. अब्राहम नियमितपणे त्याच्या व्यवसायाच्या वृद्धीसाठी पूरक असलेल्या गुजराथी आणि स्थानिक हिंदू लोकांबरोबर भागीदाऱ्या करत राहिला. अशा भागीदाऱ्या ज्यू व्यापाऱ्यांमध्ये अगदी नित्याच्या होत्या. आणि गेनिझा कागदपत्रांमध्ये त्यांचा उल्लेख सतत आढळतो. आतील भागात राहणाऱ्या मसाल्याचे पदार्थ पुरवणाऱ्या विक्रेत्यांशीही असेच विश्वासाचे संबंध ठेवले जात. कागदपत्रांवरून असे दिसते की, अब्राहम कधीही मसल्यांची लागवड होणाऱ्या प्रदेशात गेला नाही. लागवड, प्रक्रिया, मालाची जुळणी आणि त्याची मंगलोरपर्यंतची वाहतूक या सर्वांच्या बाबतीत तो स्थानिक हिंदूंवर अवलंबून राहत असे.

मंगलोरला आल्यानंतर दहा वर्षात अब्राहम बेन यीजू श्रीमंत झाला. आता तो केवळ मदमूनचा प्रतिनिधी राहिला नव्हता, तर त्याने स्वतःचे वेगळे स्थान निर्माण केले होते. त्याच्या पत्रांवरून तो अगदी आरामशीर आयुष्य जगायला लागला होता. त्याने त्याच्या कुटुंबासाठी ईजिप्तवरून खास साबण आणि साखर, एडनमधून भांडी आणि चाळणी तर सोमालियातून चटया आयात केल्या होत्या. त्याशिवाय गुजराथमधून गालिचा आणला होता. त्याच्या रोज वापरायच्या कपड्यांमध्ये ईजिप्तहून आणलेले अंगरखे आणि उत्तम फेटे आणि शाली यांचा समावेश होता.[३०]

अब्राहमच्या पत्रांमध्ये त्याच्या 'बामा' नावाच्या पुरूष गुलामाचा उल्लेख

बऱ्याचदा आलेला आहे. तो साधा घरगडी गुलाम नव्हता. अब्राहमच्या सगळ्या व्यवहारांमध्ये तो त्याचा विश्वासू प्रतिनिधी असल्याचे दिसते. तो एडनला पैसे घेवून जात असे किंवा तिकडून आणत असे आणि माल खरेदीही करत असे. तो सर्वांना इतका परिचित झाला होता की मदमून त्याच्या पत्रांमध्ये 'सुरूर' या अब्राहमच्या मुलाबरोबर आवर्जून बामाविषयीही सदिच्छा व्यक्त करत असे.[३१] गेनिझा कागदपत्रांमध्ये असा पुरूष गुलाम मिळणे हे आनंदोत्सव साजरा करण्याचे कारण आहे, अशा भावना व्यक्त केलेल्या दिसतात. बामाप्रमाणेच इतरही बरेच गुलाम त्यांच्या मालकांसाठी व्यापारीमार्गांवरून प्रवास करत असत.[३२] त्याकाळातील आशियातील गुलामगिरीतील गुंतागुंतीच्या नात्यांचा हा एक वेगळा पैलू होता.

याच सुमारास अब्राहम बेन यीजूला मलबार किनारपट्टीवरील धातूकामात अतिशय वाकबगार असलेले कारागीर बघून व्यवसायाची एक नवी संधी दिसली. त्याच्या घरापासून दक्षिणेला असलेल्या एका बंदरावर त्याने धातूकामाचा एक कारखाना उभा केला. त्याच्या विस्तृत संपर्कक्षेत्रातील माणसांकडून तो मोडकी आणि झिजलेली भांडी, दिवे आणि ताटल्या वगैरे भंगार माल मागवत असे. त्याच्याकडे हा माल अगदी दूरच्या स्पेनमधूनही येत असे. त्याबरोबर त्याच्याकडे नवीन बनवून हव्या असलेल्या वस्तूंची मागणीही येत असे.

*'मी आपल्याकडे एक फुटका हंडा आणि खोलगट घंगाळ (कांस्याचे) पाठवत आहे. त्याचे वजन पावणे सात पौंड आहे. हे कांस्य चांगले असल्यामुळे तेच वापरुन पाठवलेल्या हंड्याच्या आकाराचाच नवीन हंडा करून कृपया पाठवावा. नव्या हंड्याचे वजन बरोबर पाच पौंड ठेवावे.'*[३३]

वरील पत्र म्हणजे बाराव्या शतकातील बाह्यकेंद्रित उत्पादन व्यवस्थेचे एक उत्तम उदाहरण आहे. पुनर्वापार करण्यासाठी हजारो मैल दूर भंगार माल पाठवला जाणे आणि भारतीय धातूकारागिरांच्या कौशल्यावर विश्वास असणे, या दोन्ही गोष्टी या पत्रातून सूचित होतात.

अब्राहम बेन यीजू यशस्वी व्यावसायिक आणि श्रीमंत असला तरी त्याला कौटुंबिक समस्या होत्या. मंगलोरमधील वास्तव्याच्या सुरुवातीच्या काही वर्षातच त्याने 'आशू' या स्थानिक गुलाम मुलीशी संबंध ठेवले होते. त्याकाळी व्यापारी लोकांमध्ये असे संबंध ठेवणे नित्याचे होते. परंतु अब्राहमने तिला विकत घेऊन गुलामीतून मुक्त केले आणि तिच्याशी लग्न करून मंगलोरमध्ये वीस वर्षे तो तिच्यासह राहिला. यामुळे बरेच प्रश्न निर्माण झाले. गेनिझा कागदपत्रांमध्ये या गुलामगिरी मुक्ततेचा औपचारिक करारनामा सापडला आहे. त्यात १७ ऑक्टोबर, ११३२ रोजी

'आशू' नावच्या गुलाम मुलीला जाहीरपणे मुक्त केले असा उल्लेख आहे. पुढे अब्राहमला तिच्यापासून सुरूर नावाचा मुलगा आणि एक मुलगी झाली.[३४]

ही गोष्ट त्याच्या भागीदारांना पसंत पडली नाही आणि आशूचा उल्लेख टाळून ते आपली नापसंती दाखवत राहिले. व्यवसायातील पत्र पाठवणारा भागीदार पत्रामध्ये पत्र स्वीकारणाऱ्या भागीदाराच्या कुटुंबीयांविषयी सदिच्छा व्यक्त करत असे. मदमून आणि इतर भागीदारांनी पाठवलेल्या पत्रांमध्ये अब्राहमच्या मुलांविषयी सदिच्छा व्यक्त केल्या आहेत; पण त्याच्या पत्नीचा उल्लेखही केलेला नाही. अशा पत्नीचा एडन किंवा कैरोत कोणी स्वीकारही केला नसता. खरा प्रश्न त्याच्या मुलांचा होता. ज्यू कायद्यानुसार आईचा जो धर्म असतो तो मुलांचा धर्म होतो, पण आशू तर ज्यू नव्हती. अब्राहमला आशा वाटत होती की, भरपूर हुंडा दिला तर ज्यू समाजतील एखाद्या मुलाशी आपल्या मुलीचा विवाह होईल आणि त्यासाठी तो प्रार्थना करत होता आणि खूप कष्टही करत होता.

कोण होती ही आशू? अब्राहमच्या सगळ्या पत्रांपैकी केवळ एका पत्रात आलेल्या याविषयीच्या एका संदिग्ध संदर्भावरून ती 'नायर' समाजातील असावी असे दिसते. परंतु हा संदर्भ उत्तर देण्याऐवजी प्रश्नच उभे करतो. ब्राह्मणांप्रमाणे नायर समाजही मलबारमधील उच्चभ्रू समाज होता. प्रथमतः ते योद्धे होते. काही घराण्यांची स्थानिक राज्येही होती; पण बरीच कुटुंबे ब्राह्मण आणि देवस्थाने यांच्या मालकीची शेती सांभाळणारी कुळे होती. काही नायर मुलींचे विवाह वरच्या सामाजिक स्तरातील ब्राह्मणांबरोबर झाले होते. नंतरच्या पुराव्यांवरून असेही दिसते की, काही गरीब नायर ब्राह्मणांचे चाकर होते.

नायर समाजात सर्वसामान्य विवाहविधीला 'संबंधम' असे म्हणत. स्त्री एकाच वेळी किंवा एका नंतर दुसऱ्या, तिसऱ्या अशा बऱ्याच पुरुषांशी विवाहबद्ध होत असे. कुटुंब म्हणजे अशी स्त्री आणि तिची वेगवेगळ्या पुरुषांपासून झालेली मुले यांचा समावेश असे. संपत्तीचा वारसा आईकडून थोरल्या मुलीकडे जात असे. अशा स्त्रिया आणि त्यांच्या मुलांच्या कितीतरी पिढ्या एखाद्या मोठ्या तटबंदी असलेल्या घरात रहात असत. या स्त्री-केन्द्रित घरात राहणारा पुरूष त्या स्त्रीचा भाऊ असे. नायर समाजव्यवस्थेत स्त्रिया अधिक प्रबळ होत्या.[३५]

अशा श्रीमंत आणि प्रबळ समाजातील एखादी स्त्री गुलाम होणे आणि नंतर गुलामगिरीतून मुक्त केली गेली असणे अशक्य वाटते. आधुनिक मानववंशशास्त्रातील संशोधनावरून एखादी नायर स्त्री गुलाम कशी होत असेल याविषयीची मौलिक सूचना मिळते. मुलगी पौगंडावस्थेत आल्यानंतर ती तिच्यापेक्षा वेगळ्या घराण्यातील पुरुषाशी

संबंध ठेवू शकत असे, पण असा पुरूष तिच्या स्तरातील किंवा आणखी उच्च स्तरातील असायला हवा. मात्र, जर तिने आपल्यापेक्षा निम्न स्तरातील किंवा निम्न जातीतील पुरूष स्वीकारला तर कुटुंबासाठी ते लांछन मानले जात असे. असे लांछन धुवून काढण्यासाठी त्या स्त्रीची हत्या केली जात असे किंवा राजाला गुलाम म्हणून दिली जात असे. बऱ्याचदा राजा अशा गुलाम स्त्रिया परदेशी व्यापाऱ्यांना विकत असे. आशूची कथा अशीच असावी.[३६*]

अब्राहम बेन यीजूच्या कौटुंबिक समस्या परदेशी व्यापारी आणि स्थानिक स्त्रिया यांच्यातील गुंतागुंतीच्या नात्याकडे केवळ इशारा करतात. आशियाई जगतात सागरी व्यापार करणारे परदेशी व्यापारी क्वचितच त्यांच्या पत्नीला बरोबर आणत. आपला प्रदेश सोडण्यापूर्वी काहींचे विवाह झालेले असत आणि नंतर त्यांनी स्थानिक स्त्रियांबरोबरही तात्पुरते संबंध ठेवलेले असत. यातून पैदा झालेल्या मुलांचे दोन भिन्न संच निर्माण होत.[३७] आग्नेय आशियातील चिनी व्यापाऱ्यांमध्ये एक आणखी वेगळा प्रकार नित्याचा होता. ते स्थानिक स्त्रियांशी विवाह करत आणि स्थानिक समाजाशी एकरूप होऊन जात. त्यांची मुले त्या समाजाची घटक मानली जात. तिसरा प्रकार म्हणजे व्यापारी, स्थानिक स्त्रीशी विवाह करत असे आणि तिला आपला धर्म स्वीकारायला लावत असे. या संबंधांमधून स्थानिक पातळीवर वेगळा छोटेखानी समुदाय निर्माण होत. मलबार किनाऱ्यावरील कित्येक नगरांमध्ये वसलेल्या 'नवायत' हा मुस्लिम समुदाय यातूनच निर्माण झाला असावा, असे मानण्यात येते. अरबस्तानातून आलेल्या नऊ मुस्लीम व्यापाऱ्यांनी या भागात येऊन येथील स्त्रियांशी निकाह लावले, त्यांचे धर्मांतर केले आणि त्यांच्यापासून हा समुदाय निर्माण झाला असे मानण्यात येते. कदाचित असे समुदाय पुरूष आणि स्त्रिया या दोघांचेही धर्मांतर केल्यामुळे वाढले असावेत.[३८]

बाराव्या शतकात आफ्रिका आणि आशियात ज्यू व्यापारी आणि धर्मांतर केलेल्यांचे ज्यू समुदाय कित्येक ठिकाणी वसलेले होते. कित्येक हजार लोकसंख्या असलेला एक ज्यू समुदाय मलबार किनारपट्टीवरील कोचीन येथे वसला होता. अब्राहम बेन यीजूने या समाजातील मुलीबरोबर विवाह न करता नायर मुलीबरोबर विवाह केला या मागे काय कारण असावे, याविषयी संबंधित कागदपत्र काहीच सांगत नाहीत. कदाचित त्याला या स्थानिक ज्यू मुली पसंत पडल्या नसाव्यात कारण त्यांचे पूर्वज त्याच्यासारखे ट्युनिशियातून आलेले नव्हते, तर सिरियातून आलेले

* गेनिझा कागदपत्रांमध्ये मुक्त केलेल्या स्त्रीचा विवाह तिच्या आधीच्या मालकाबरोबर झाल्याच्या बऱ्यांच घटना वाचायला मिळतात.

होते. कदाचित त्याला त्याच्या भागीदारांच्या मुलींपैकी कोणी आवडले नसेल. कदाचित तो आशूच्या प्रेमात पडला असेल.

कौटुंबिक समस्या वाढत गेल्यामुळे अब्राहम बेन यीजूचे उर्वरित आयुष्य अतिशय दुःखात गेले. ट्युनिशियात राहणारी त्याची भावंडे भूमध्य समुद्रातील धर्मयुद्धांच्या तडाख्यात सापडली.[३९] ख्रिश्चन आरमार आणि भूसेनेने कितीतरी गैरख्रिश्चन भागांवर हल्ले केले. यात मुस्लिमांमध्ये राहणाऱ्या ज्यूंचाही समावेश होता. अब्राहमने त्याच्या कैरोतील भागीदारांना लिहिले–

*'ट्युनिशियाच्या किनाऱ्यावरील प्रदेशात काय घडले त्याबद्दल मला ऐकायला मिळाले. मात्र कोण वाचले, कोण वारले याचा खुलासा करणारे पत्र आलेले नाही. ईश्वराला स्मरून माझ्या मनाला शांती मिळण्यासाठी कृपया खरा तपशील कळवावा आणि ही पत्रे विश्वासू माणसांबरोबर पाठवावी.'*[४०]

सन ११४८ मध्ये सिसिलीच्या रॉजर (दुसरा) या राजाच्या सैन्याने ट्युनिशियावर दुसऱ्यांदा हल्ला केला आणि अब्राहम बेन यीजूच्या संपूर्ण कुटुंबाचे अपहरण करून त्यांना सिसिलीला नेण्यात आले. हे अपहरण का करण्यात आले याचा उल्लेख कोणत्याही कागदपत्रांमध्ये वाचायला मिळत नाही. रॉजर (दुसरा) याला व्यापार करण्यासाठी त्यांची गरज वाटली असेल. परंतु, युद्धकाळात व्यापार बंदच पडला आणि कंगाल झालेल्या ह्या कुटुंबाला *एका पावाचीही भ्रांत पडू लागली.*[४१] शक्य झाले तर, आपल्या भावांना आणि बहिणीला वाचवायची अब्राहमची खूप इच्छा होती. त्याचे पत्र त्यांना सिसिलीत मिळेल आणि ते कैरोला त्याच्याकडे येतील अशी वेडी आशा त्याला वाटत होती. तो लिहितो–

*'ईश्वरी इच्छा समजून तुमचे माझ्याकडे येणे लांबवू नका. मी कमावलेले हे दिरहम घ्या आणि ते खरेदी-विक्रीसाठी (व्यापारासाठी) वापरा. याची फारशी वाच्यता करू नका. मला अंतःकरणापासून काय वाटते ते सांगायचा प्रयत्न केला तर ते पत्रांमध्ये सामवणार नाही.'*[४२]

सन ११४९मध्ये अब्राहम बेन यीजूने आपल्या मुलांसह मंगलोरला आणि आशूला कायमचे सोडल्यानंतरच्या काळातील त्याची फारच थोडी पत्रे गेनिझात मिळाली आहेत. तो त्याच्या अविवाहित भावाला भेटला; पण ती भेट कटूच ठरली. त्या भावाने त्याला चांदीच्या दिरहमना फसवले आणि तो बेपत्ता झाला.[४३] अब्राहमची दुसरी भावंडे युद्धांमधून निभावली गेली; पण पश्चिम सिसिलीत गरिबीत जगत राहिली. एडनला आल्यावर लवकरच त्याच्या मुलाचा मृत्यू झाला आणि त्याने लिहिले, *'ह्याचे वर्णन कसे करावे हेच कळत नाही.'* त्याचा मार्गदर्शक आणि वरिष्ठ भागीदार

मदमूनही दोन वर्षांनी मृत्यू पावला. आपल्या मोठ्या भावाला पाठवलेल्या पत्रात अब्राहम लिहितो, *'माझ्या हृदयाला अतीव यातना होत आहेत.'*[४४]

मंगलोरहून आल्यानंतर अब्राहम फार काळ एडनमध्ये राहिला नाही. ईजिप्तला जावून आल्यानंतर तो दक्षिण येमेनला गेला आणि तेथे त्याने व्यापाराला सुरुवात केली. बाराव्या शतकातील येमेनचे हवामान आजच्यापेक्षा सौम्य होते आणि तुलनेने कित्येक गावे आणि नगरेही समृद्ध होती. कित्येक शतके मध्य पूर्वेतील ज्यू येमेनला स्थलांतरित होवून येत होते. ते मुस्लीम नगरांमध्ये रहात आणि शोभिवंत कातड्याच्या वस्तू, धातूकाम किंवा दागिने यांत कारागिरी करत होते.[४५] कदाचित, मंगलोरमध्ये जमवलेले भांडवल आणि धातू व्यवसायातील अनुभव यांच्या सहाय्याने अब्राहम धातूच्या वस्तू निर्यात करू लागला असावा. एडनबरोबरचे संबंध वापरून कदाचित तो साखर किंवा तांदूळ आयातही करत असावा. पत्रांमध्ये याचा काहीच उल्लेख नसल्यामुळे आपण केवळ अंदाज करू शकतो.

अब्राहम बेन यीजूने त्याच्या मुलीला, त्याच्या एका भागीदाराच्या घरात ठेवले. तीन वर्षांनंतर या सिरियन ज्यू असलेल्या भागीदाराच्या मुलाने तिच्याशी विवाह करण्याची इच्छा व्यक्त केली, पण त्याला अब्राहमने नकार दिला. कारण त्याला तिचा विवाह आपल्या ट्युनिशियातील ज्यू समाजातील मुलाशी जमेल अशी आशा वाटत होती. यावरील तोडगा त्याच्या अगदी नजीक होता. त्याने तिचा विवाह आपल्याच थोरल्या भावाच्या मुलाशी करण्याचा प्रस्ताव ठेवला. ही योजना सगळ्यांसाठीच फायदेशीर ठरणारी होती. यामुळे अब्राहमची संपत्ती त्याच्या कुटुंबातच राहिली असती. त्याच्या गरीबीत ढकलल्या गेलेल्या नातेवाईकांना सहाय्य मिळाले असते आणि त्याच्या इच्छेप्रमाणे त्याची मुलगी त्याच्याच समाजात राहिली असती. लवकरच अब्राहमचे दोन्ही पुतणे सिसिलीवरून आले आणि अब्राहमने ठरवल्याप्रमाणे आपल्या मुलीचा विवाह थोरल्या भावाच्या मुलाबरोबर लावून दिला.

अब्राहम बेन यीजूचे शेवटचे दर्शन त्याच्या थरथरत्या हाताने त्याने ईजिप्तमधून लिहिलेल्या पत्रातून होते. वाट्याला आलेली दुःखे आणि नैराश्य पचवत मंगलोरला आपल्या पत्नीकडे म्हणजे आशूकडे न जाता तो आपल्या मुलीच्या जवळच राहिला.[४६]

ही कहाणी अब्राहम बेन यीजूसारख्या एखाद्याच्या आयुष्याची असली, तरी त्यातून बृहत आशियाई जगतात चालणाऱ्या बाराव्या शतकातील व्यापारावर प्रकाश पडतो. त्या काळातील व्यवसायाचा पाया विश्वास आणि लौकिक तसेच कौटुंबिक आणि वैयक्तिक संबंध यांवर आधारलेला असे. व्यवसायाची सुरुवात वडिलांनी एका ज्येष्ठ व्यापाऱ्याकडे केलेल्या मुलाच्या शिफारशीमुळे मिळालेल्या साहाय्यक पदापासून

झाली. मुलाने व्यापाराच्या वर्षभराच्या दिनक्रमाचा अभ्यास केला, संबंध प्रस्थापित केले आणि बाजारांची खडानखडा माहिती मिळवली. अनेक वस्तूंचा व्यापार करणे, अनेक जहाजे वापरणे आणि भागीदाऱ्या करणे अशा उपायांमुळे जोखीम विभागली जाई. भरवशाच्या बटवडापद्धतीमुळे होणाऱ्या पत्रव्यवहारातून विश्वासार्हता जपली जात होती. अब्राहम बेन यीजूची पत्रे एडनला आणि ईजिप्तला एका महिन्यात पोहोचत असत आणि त्यात स्पष्ट सूचना दिलेल्या असत. त्याचबरोबर गप्पाटप्पा, बातम्या आणि व्यक्तिगत स्नेहभावना यांचाही समावेश असे. समाजाचे स्वतःचे काही नियम असत. उदाहरणार्थ ज्यू कायदे किंवा शरिया कायदे मानले जात; पण भागीदाऱ्या आंतरधर्मीय असत. कायदेशीर परिणामांपेक्षा गैरकृत्ये केल्याने लौकिकाला पोहोचणारी हानी अधिक गंभीर मानली जात असे. त्याकाळी युरोपप्रमाणे आशियात वस्तूंचे मूल्य नियंत्रित करणारे आणि आपल्या सदस्यांना व्यापाराचे नियम आखून देणारे श्रेणीसंघ अस्तित्वात असल्याचे ठोस पुरावे नाहीत.[४७]

व्यापारी बराच काळ एकमेकांशी स्पर्धा करत असत आणि व्यापाऱ्यांच्या वेगवेगळ्या गटांचा उत्कर्ष आणि ऱ्हास झालेलाही बघायला मिळतो. मलबार भागातील मसाल्याच्या पदार्थांच्या व्यापारातील ज्यू व्यापाऱ्यांचा वरचस्मा अब्राहम बेन यीजूच्या काळानंतर सन १३००पर्यंत म्हणजे केवळ दोनशे वर्षेच टिकला. त्यानंतर ईजिप्तच्या मुसलमान व्यापाऱ्यांच्या गटाने ज्यूंच्या ताब्यातील बराचसा व्यापार हिसकावून घेतला; पण त्यांना पूर्णपणे ताबा मिळवता आला नाही. अगदी अलीकडच्या काळापर्यंत कोचीनमध्ये काही हजार ज्यू लोकांचा समाज या मसाल्याच्या पदार्थांच्या व्यापारात कार्यरत होता. सन १९७० ते २००० या काळात ते इस्राएलला परत गेले आणि हा व्यापार थांबला. त्यांच्या जीर्णोद्धार करण्यात आलेल्या सिनेगॉगमध्ये जुन्या निळ्या-पांढऱ्या चिनी फरशा अजूनही शाबूत आहेत आणि हे सिनेगॉग आजही मलबार किनारपट्टीवर ज्यूंच्या जगण्याचे साधन असलेल्या आणि चीनपासून स्पेनपर्यंत व्याप्त असलेल्या सागरीव्यापाराची साक्ष देत आहे.

## प्रकरण – ६

# उमराव आणि उल्लेखनीय

### इब्न बतूता, इ.स. १३२५ ते १३५६

इ. स. १३३२ मध्ये दिल्लीच्या सुलतानाच्या राजमहालातील आम जनतेसाठी असलेल्या परिसरात कितीतरी प्रांगणे होती आणि हजार सुतन किंवा हजार खांबी या नावाने ओळखले जाणारे विस्तृत सभागृह होते. एक समकालीन निरीक्षक आपले निरीक्षण नोंदवताना लिहितो– *'हे खांब लाकडाचे असून ते रंगवलेले आहेत. उत्कृष्ठ कोरीवकाम केलेलल्या लाकडी छताला या खांबांचा आधार आहे. पांढऱ्या गालीचा अंथरलेल्या मंचावर ठेवलेल्या उच्चासनावर सुलतान बसतो. त्याच्या पाठीशी मोठा तक्या असतो आणि असेच तक्के उजव्या आणि डाव्या बाजूला हात ठेवण्यासाठी असतात.*[१] सुलतानाच्या उजव्या बाजूला शंभर आणि डाव्या बाजूला शंभर शरीररक्षक उभे असत. त्याच्या समोर त्याचे सर्वोच्च पदाधिकारी उभे असत आणि त्यांच्या मागे शंभरहून अधिक, रेशमी अंगरखे घातलेले, उमराव उभे असत. सुलतानाच्या दोन्ही बाजूला काझी आणि शहरातील मौलवी यांच्या रांगा असत. सभागृहाच्या मागील बाजूला सुलतानाचे दूरचे नातेवाईक, दुय्यम उमराव आणि सैन्याधिकारी उभे असत.''

या सगळ्या व्यवस्थेत सुलतान महम्मद तुघलक याला आलेल्या परदेशी व्यक्तींचा परिचय करून देण्याची विशेष जबाबदारी एकावर सोपवलेली होती. त्या दिवशी नुकताच मोरोक्कोहून आलेला इब्न बतूता आणि त्याचे सोबती सुलतानासाठी आणलेला नजराणा घेऊन पुढे आले. इब्न बतूताने पुढे दहा वर्षात ही दरबारी रस्म कितीतरी वेळा पाहिली आणि आपल्या आठवणींमध्ये त्याचे वर्णन केलेले आहे.

*नंतर सुलतान व्यक्तिशः सौजन्याने त्या माणसाशी बोलतो आणि त्याचे स्वागत करतो. जर तो माणूस सन्मानास योग्य असेल तर, सुलतान त्याच्याबरोबर हस्तांदोलन करतो किंवा त्याला आलिंगन देतो आणि त्याच्या नजराण्यापैकी काही सादर करण्यास सांगतो. त्यानुसार त्याच्यापुढे सादर झालेल्या वस्तूंमध्ये एखादे शस्त्र*

*किंवा कापड असेल तर ते खालीवर हाताळून त्याविषयी आपली पसंती व्यक्त करतो. त्यामुळे भेटीस आलेला माणूस निर्धास्त होतो आणि वाट्याला आलेल्या शाही स्वागताने उत्साहित होतो. नंतर सुलतान त्याला मानाचे वस्त्र आणि त्याच्या योग्यतेला साजेसे धन देतो.*[२]

इब्न बतूता आणि त्याचे साथीदार यांच्यासाठी तो दिवस चांगलाच ठरला. सुलतानाने त्यांना उल्लेखनीय व्यक्तींप्रमाणे वागवले आणि आपल्या सरकारात योग्य नोकरी स्वीकारण्याचे सुचवले. सुलतानाची भेट घेणे हा इब्न बतूतासाठी मोठा जुगारच होता. सुलतानाला दिलेला महागडा नजराणा घेण्यासाठी त्याने एका सावकाराकडून कर्ज घेतले होते आणि त्याची परतफेड करण्यासाठी नोकरी मिळवणे एवढा एकाच मार्ग त्याच्या पुढे होता. नोकरी मिळण्यापूर्वी सुलतानाच्या नजराण्यासाठी तजवीज करणे, हे व्यापाऱ्यांना सवयीचे होते. ही जोखीम घेणे म्हणजे भांडवल उभे करण्यासारखे होते.[३] इब्न बतूताच्या आधी हजारो माणसांनी हा मार्ग स्वीकारला होता.

इब्न बतूताने आपल्या जवळपास चाळीस माणसांच्या लवाजम्यासह दिल्लीत प्रवेश केला तेंव्हा त्याने वयाची तिशीही ओलांडली नव्हती. त्याच्या लवाजम्यात पुरुष आणि स्त्री गुलाम, नोकर आणि प्रवासातील सोबत्यांचा समावेश होता. त्याच्याबरोबर एक हजाराहून अधिक घोडे, मुलायम कापडानी भरलेले पेटारे आणि ओझी वाहून न्यायला जे बरेच प्राणी होते त्यात उंटही होते. सन १३२५च्या जून महिन्यात मक्केच्या यात्रेला जायचे, असे नक्की ठरवून त्याने मोरोक्को सोडले आणि पुढच्या सात वर्षात त्याने बराच लांबचा पल्ला गाठला होता. तो म्हणतो–

*''मी एकटाच निघालो होतो. ना माझ्याबरोबर मनाला उल्हसित करणारे सहप्रवासी होते, ना मी सामील व्हावे असा तांडा मला भेटला होता... मला आणि माझ्या आईवडिलांना या ताटातुटीचा खूप त्रास होत होता. माझे वय तेंव्हा केवळ बावीस होते.''*[४]

इब्न बतूता मोरोक्कोहून निघाला तेंव्हा खूप घाबरला होता कारण प्रवास धोक्याचा होता. मध्य मोरोक्को आणि ट्युनिशियातील भटक्या टोळ्या तांड्यांवर तर सतत हल्ले करतच; पण शहरांवर देखील हल्ले करत. अंगात ताप असूनही तो एका छोट्या समूहात सामील झाला आणि जलद गतीने सुरक्षित असलेल्या ट्युनिसला तो पोहोचला. कोणीही त्याचे स्वागत केले नाही. तो म्हणतो–

*''माझ्या एकटेपणाचे मला इतके दुःख झाले की मी माझे अश्रू थोपवू शकलो नाही आणि मी खूप रडलो. पण सोबतच्या यात्रेकरूंपैकी एकाला माझी अवस्था*

*जाणवली. तो माझ्या जवळ आला आणि त्याने माझे मैत्रीपूर्ण स्वागत केले आणि माझ्याशी गप्पा मारून मला उभारी देत राहिला.''*[५]

ट्युनिसमध्ये अबु याकूब अल्–सूसा या माणसाने आयोजित केलेल्या यात्रेच्या मोठ्या तांड्यात इब्न बतूता सामील झाला. दोनशे वर्षांपूर्वी अब्राहम बेन यीजूच्या काळात येथील किनारपट्टीने ख्रिश्चन सैन्याच्या हल्ल्यांमुळे जसा त्रास सहन केला होता तसाच त्रास अजूनही सहन करावा लागत होता. त्याकाळातील एका कवीच्या ओळी इब्न बतूताने उधृत केल्या आहेत.– *'घरदार सोडून फिरावे लागणारे असे कितीतरी आहेत..! समुद्रकिनारी कैदेत शोक करणारे आणि विनाशाची वाट पाहणारे असे कितीतरी आहेत..'*[६] हल्ल्यांमुळे ट्युनिशियाची अर्थव्यवस्था खिळखिळी झाली होती आणि लुटारूंचा सुळसुळाट झाला होता. नशिबाने इब्न बतूताच्या तांड्यात धनुर्धारी लोकांची एक तुकडी होती आणि त्यांच्या सोबत काही अंतरापर्यंत शंभरहून अधिक घोडेस्वारही होते.

सुरुवातीपासूनच इब्न बतूताला स्वतःचा प्रचार करण्याची कला अवगत होती. या तांड्यात असलेल्या मोरोक्कोहून आलेल्या यात्रेकरूंच्या मोठ्या जथ्याकडून त्याने स्वतःला इस्लामी कायद्याचा सल्लागार आणि न्यायाधीश म्हणजे काझी म्हणून मान्यता मिळवली.[७] इब्न बतूताचे घराणेच न्यायाधिशांचे होते. त्यामुळे त्याला घरातच कायद्याचे शिक्षण मिळाले होते आणि मिळालेल्या संधीचा लाभ उठवण्याचा धूर्तपणाही त्याच्याकडे होता. तो श्रीमंत नव्हता; पण अगदी गरीबही नव्हता. त्याने यात्रेवर निघालेल्या आणि ट्युनिसचा रहिवासी असलेल्या एका न्यायाधीशाबरोबर त्याच्या मुलीशी विवाह करण्याचा करार केला. उत्तर आफ्रिकेच्या किनारपट्टीच्या मार्गे जात असलेला तांडा टाराबुलस (ट्रिपोली) येथे असताना, ती मुलगी त्याला भेटली. *'पण टाराबुलस सोडल्यानंतर माझा माझ्या सासऱ्यांबरोबर वाद झाला आणि मला त्याच्या मुलीपासून विभक्त व्हावे लागले'*, असे त्याने लिहिले आहे. त्याने फेज मधून आलेल्या एका विद्वानाच्या मुलीशी लगेचच विवाह करण्याचा करार केला. जेंव्हा त्याची पत्नी तांड्यात दाखल झाली तेंव्हा तांडा ईजिप्तच्या किनाऱ्यावर पोहोचला होता. इब्न बतूता लिहितो– *'या खुशीच्या प्रसंगी मी पूर्ण दिवस तांडा थांबवला, सर्वांना मेजवानीचा लाभ दिला.'*[८] इब्न बतूताच्या चार खंडी आत्मचरित्रात पुढे कोठेही या पत्नीचा किंवा तिच्या अपत्यांचा उल्लेख सापडत नाही. कदाचित हाही आपला तारुण्यातील मूर्खपणा होता, असे जाणवल्याने तिलाही तिच्या वडिलांसह फेजला परत पाठवले गेले असेल.

अब्राहम बेन यीजू आपल्या वृद्धापकाळात कैरोत स्थिरावला तेंव्हा कैरो जसे

महानगर होते तसेच ते अडीचशे वर्षे उलटून गेल्यावरही राहिले होते. इब्न बतूता लिहितो–

*'असे म्हणतात की, कैरोत उंटांवरून पाणी वाहून नेणारे बारा हजार पाणके आहेत, गाढवे आणि खेचरे भाड्याने देणारे तीस हजार लोक आहेत आणि नाईल नदीतून प्रवाहाच्या विरुद्ध दिशेला वरच्या ईजिप्तकडे आणि प्रवाहाच्या दिशेने ॲलेक्झांड्रिया आणि दम्यत या बंदर शहरांकडे सर्व प्रकारचा माल भरून ये-जा करणाऱ्या, सुलतान आणि इतरांच्या मालकीच्या छत्तीस हजार नौका तैनात आहेत. कैरोसमोर नाईलच्या काठावर अल्-राव्दा हे सुंदर बागांनी नटलेले आल्हाददायक ठिकाण आहे. कैरोतील नागरिकांना मौजमजेची आवड आहे. मी तेथे असताना सुलतानाचा मोडलेला हात बरा झाल्याच्या निमित्ताने साजरा झालेला आनंदोत्सव बघितला. सगळ्या व्यापाऱ्यांनी बाजार सजवले होते आणि दुकानांमधून उंची वस्तू, दागिने आणि रेशमी कापड यांची विक्री कितीतरी दिवस चालू होती.'*[९]

घोड्यावर स्वार होऊन इब्न बतूताने नाईलच्या दुआबातील नगरांमधून फेरफटका मारला आणि नंतर तांबडा समुद्र ओलांडून मक्केला जाता येईल आणि हाज यात्रा पूर्ण करता येईल, असे वाटल्याने त्याने नौकेतून नाईलच्या वरच्या भागाकडे प्रवास सुरू केला. हा काहीसा रमतगमत केलेला प्रवास आयदाब या बंदरापर्यंत येऊन संपला. हे तेच बंदर जेथे अब्राहम बेन यीजूचा ठेकेदाराबरोबर वाद झाला होता आणि त्याला ३०० दिनार द्यावे लागले होते. दुर्दैवाने आयदाब भागाच्या राजाचे कैरोच्या सुलतानाबरोबर युद्ध चालू होते आणि तांबड्या समुद्रातील कैरोची जहाजे सतत बुडवली जात होती. त्यामुळे इब्न बतूता पुढे जाऊ शकला नाही आणि नौकेतून कैरोला परतला.

इब्न बतूताला एव्हाना जाणवले होते की, त्याला धार्मिक शिक्षणाइतकेच प्रवास करणेही आवडत होते. कैरोच्या सहलीत या दोन्ही गोष्टी करता येतील असा मार्ग त्याने शोधला. कोणत्याही शहरात किंवा गावात पोहोचल्यावर तो तेथील नामवंत धर्मगुरूंना भेटत असे आणि त्यांच्याबरोबर काही तास व्यतीत करत असे. त्यावेळच्या अभ्यासकांप्रमाणे तो बरेच महिने मुक्काम करत नसे; पण त्या मर्यादित मुक्कामात तो प्रवचने ऐकून चर्चा करत असे. त्याने लिहिलेल्या नाईलवरील एल-बाहनसा येथील एका प्रसंगावरून याची कल्पना येऊ शकते. *'मी तेथे ज्या लोकांना भेटलो त्यात शराफ अल-दिन हा एक उमद्या स्वभावाचा विद्वान काझी होता. त्याशिवाय शेख अबू बक्र अल-अजमानी या अतिशय धार्मिक वृत्तीच्या माणसाशी माझी ओळख झाली. त्याने त्याच्या घरात माझी मुक्कामाची सोय केली.'*[१०] अशाच

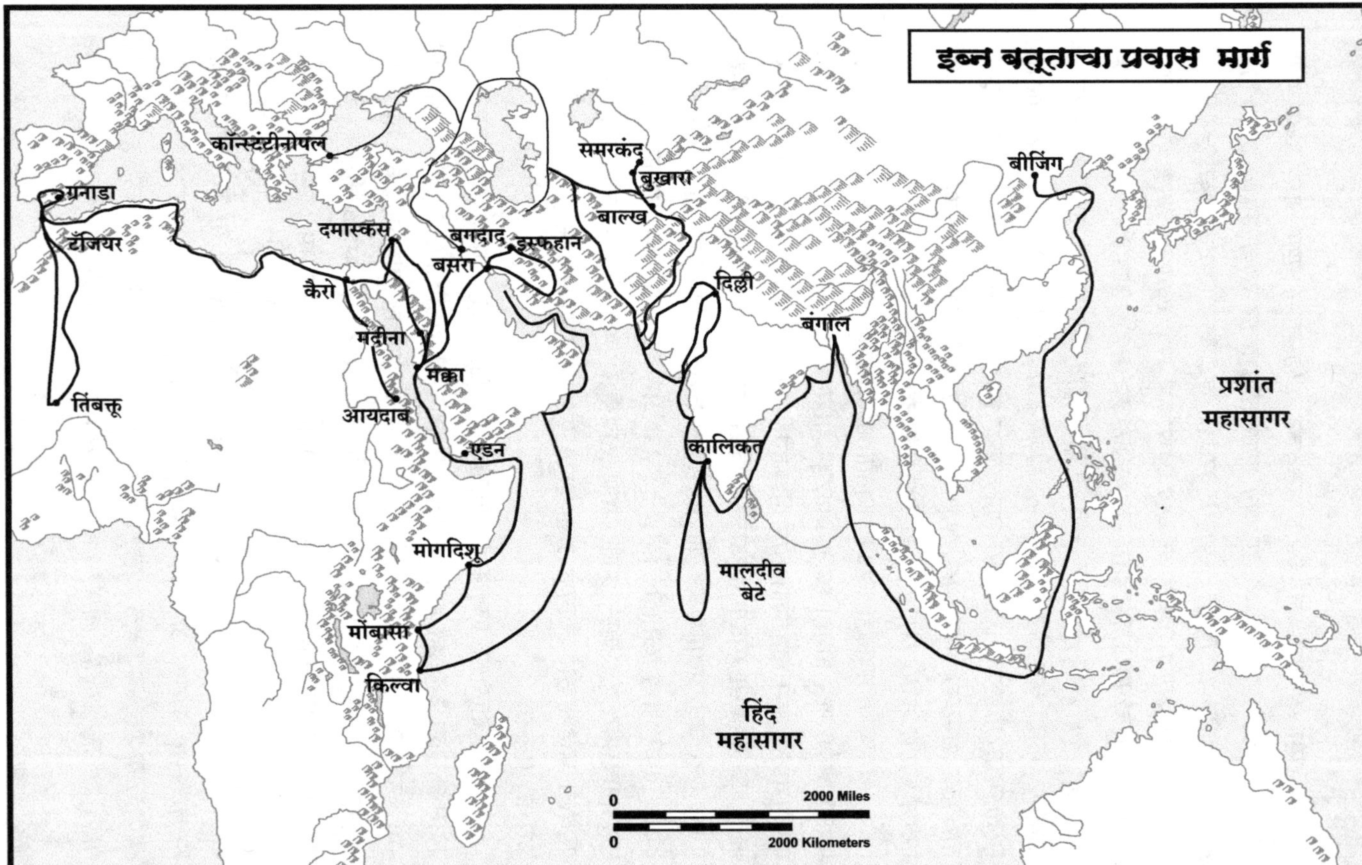
इब्न बतूताचा प्रवास मार्ग
ग्रनाडा
टँजियर
तिंबक्तू
कॉन्स्टंटीनोपल
दमास्कस
कैरो
मदीना
मक्का
आयदाब
बगदाद
बसरा
इस्फहान
समरकंद
बुखारा
बाल्ख
दिल्ली
बंगाल
कालिकत
मालदीव
बेटे
बीजिंग
प्रशांत
महासागर
एडन
मोगदिशू
मोंबासा
किल्वा
हिंद
महासागर
0
2000 Miles
0
2000 Kilometers

एका नाईलवरील नगरातील नामवंत मौलवीने दिलेली परिचयपत्रे इब्न बतूताने जपून ठेवली होती. तो उघड्या डोळ्यांनी प्रवास करत असल्याने धर्मतत्त्वांव्यतिरिक्त असे बरेच ज्ञान मिळवत राहिला. ठिकठिकाणच्या शक्य होईल तितक्या स्थानिक मान्यवरांना तो भेटत असे आणि जे भेटू शकत नसत, त्यांच्याविषयीची माहिती मिळवत असे. या सगळ्यांचा उपयोग त्याने नंतर आपल्या लिखाणात आणि बोधकथांमध्ये केला. त्याने स्थानिक पवित्र स्थाने, वास्तूकला, विविध वस्तू आणि रीतीरिवाजांचे निरीक्षण केले. नाईलच्या काठावरील नगरांविषयी नोंद करताना तो लिहितो की, *'बुश हे ईजिप्तच्या ताग उद्योगाचे प्रमुख केंद्र असून येथून ईजिप्तच्या सर्व भागांमध्ये आणि आफ्रिकेत ताग मालाची निर्यात होते.*[११] एल-बाहनसा हे लोकर उद्योगाचे केंद्र होते. मल्लावी येथे अकरा साखर गिरण्या होत्या. *कोणाही बाहेरच्या व्यक्तीला गिरणीच्या आत जाऊ द्यायचे नाही असा त्यांचा कटाक्ष होता. कारण एखादा गरीब माणूस गरम पावाचा तुकडा साखरेच्या पाकाच्या कुंडात टाकेल आणि तो गोड झालेला पाव बाहेर काढून घेऊन जाईल असे त्यांना वाटे.'*[१२]

ॲलेक्झांड्रियाला तांडा सोडल्यावर इब्न बतूता आपले मुक्काम विविध मुस्लीम नगरांमधील देणग्यांवर चालणाऱ्या वसतिगृहांमध्ये आणि मदरशांमध्ये ठेवू लागला. मुस्लीम अभिजनांसाठी व्यापार, प्रवास आणि यात्रा सुकर करणे हे धर्मकार्यासारखे, प्रतिष्ठा वाढवणारे आणि काहीसे फायदेशीर ठरणारे काम होते. नाईलवरील सफरीत इब्न बतूताने कैरोच्या दक्षिणेकडील साहिब ताज अल-दिन इब्न हन्ना या अभिजनाच्या सर्व सुशिक्षित प्रवाश्यांना फुकट जेवण देणाऱ्या वसतिगृहाचे कौतुक केले. सिरियातील हलाब येथील मशिदीविषयी तो लिहितो- *'अतिशय अप्रतिम एकमेवाद्वितीय इमारत ज्यातील प्रवचन-मंच शिसव आणि हस्तिदंत यांनी सजवला आहे. आणि त्याला संलग्न असलेली शाळा सुंदर योजना आणि रचना यांच्यामुळे मशिदीला पूरक झाली आहे.'*[१३]

ह्या अभिजन सहाय्यावर आधारित प्रवास आणि अभ्यास यासाठी स्थापन झालेल्या संस्थांमध्ये आणि ह्युएनत्संगने (प्रकरण १) भेट दिलेल्या बौद्ध मठांमध्ये आश्चर्यकारक साम्य दिसून येते. कदाचित या संस्था बौद्ध मठांच्या रचनेवर आधारित असतील. ज्ञानार्जनासाठी प्रवास करणाऱ्यांना सहाय्य करण्याची इस्लामी पद्धत मध्य आशियात सुरू झाली आणि याच भागात गेली हजार वर्षे हे काम बौद्ध मठ करत आले होते.[१४] बौद्ध धर्माप्रमाणेच इस्लामलाही आत्मोन्नती आणि ज्ञानार्जनासाठी प्रवास करणे अपेक्षित होते.*[१५] गांभिर्याने अभ्यास करणे म्हणजे प्रत्येक मुसलमानाला

---

* याच काळात ज्यू विद्वानांमध्येही ज्ञानार्जनासाठी प्रवास करण्याची प्रथा होती.

आवश्यक असलेली मक्केची यात्रा एकदा करणे नव्हे, तर वेगवेगळ्या नगरांमधील आणि मदरशांमधील विद्वानांकडून आणि मौलवींकडून ज्ञान प्राप्त करणे हे होते.

आयदाबवरून कैरोला परत आल्यावर इब्न बतूता फक्त एकच दिवस कैरोत थांबला आणि लगेचच त्याने उत्तरेकडील आजच्या ईजिप्त, इस्राएल आणि लेबानन या देशांच्या किनारपट्टीवरून जाणाऱ्या खुश्कीच्या मार्गावरून मक्केला जाण्यासाठी प्रस्थान ठेवले. दमास्कसला पोहोचताना वाटेत त्याने अक्का, सूर, सईदा आणि ताराब्लस आणि आतील भागात असलेल्या पवित्र जेरूसलम या नगरांना भेट दिली. धर्मयुद्धांमध्ये ख्रिश्चन फौजांनी जिंकलेले प्रदेश सन १३२५ पर्यन्त तुर्कांनी पुन्हा जिंकून घेतले असले तरी ख्रिश्चन आणि मुस्लीम यांच्यातील या युद्धांमध्ये हानी पोहोचलेले बरेच प्रदेश अजूनही उध्वस्त अवस्थेतच होते. इब्न बतूताने त्याला वाटेत लागलेल्या नगरांमधील उत्पादने आणि त्यांची वैशिष्ट्ये या बद्दल नोंद केली आहे. तो लिहितो–

*'नंतर आम्ही बैरूतला पोहोचलो. हे एक छोटेसे नगर आहे; पण येथील बाजार उत्तम आहेत आणि येथील मशीद नजरेत भरण्याइतकी सुंदर आहे. येथून फळे आणि लोखंड ईजिप्तला निर्यात होते.'*[१६]

आपल्या आत्मचरित्रात इब्न बतूताने दमास्कस येथील मुख्य मशिदीच्या अद्भुत वास्तुरचनेचे वर्णन करताना आठ पाने लिहिली आहेत; पण त्यापेक्षा कितीतरी जास्त पाने त्याच्या वाढत्या संपर्कक्षेत्रात आलेल्या उल्लेखनीय व्यक्ती, शिक्षक आणि मशिदींचे इमाम यांच्याविषयी लिहिली आहेत.

*या मशिदींमध्ये ज्ञानाच्या विविध शाखांमध्ये शिक्षणाच्या विविध पद्धती आहेत. परंपरावादी विद्यार्थी उंच आसनांवर बसून परंपरेविषयीची पुस्तके वाचतात आणि कुराण पठन करणारे सकाळ संध्याकाळ अतिशय प्रसन्न आवाजात हे पठन करत असतात. तेथे ईश्वरी ग्रंथ शिकवणारे बरेच शिक्षक असतात जे मशिदीच्या खांबाला टेकून बसतात आणि मुलांना या ग्रंथातील वचने वाचून दाखवतात आणि पाठ करायला लावतात.*[१७]

दमास्कसमध्ये इब्न बतूताने साहीह या हादीथच्या (सन ८५०च्या सुमारास महम्मद पैगंबराच्या वचनांचे संकलन असलेला ग्रंथ), एका भागावरील व्याख्याने ऐकली आणि आपल्याला आता हा ग्रंथ शिकवायचा परवाना मिळाला असल्याचे तो अभिमानाने नमूद करू लागला.

आत्मचरित्रात नोंदवलेल्या तारखा जर बरोबर असतील तर त्यावरून इब्न बतूता अतिशय व्यस्त माणूस होता असे म्हणावे लागेल. तो दमास्कसमध्ये केवळ बावीस दिवस होता. व्याख्याने ऐकत असताना याच मुक्कामात त्याने परत एकदा

बामियान येथील थोड्या सुस्थितीत असलेली भव्य बुद्धशिल्पे दाखवणारे एकोणीसाव्या शतकातील कोरीवचित्र. इ. स. २००१ मध्ये तालिबान्यांनी ही शिल्पे उध्वस्त केली.( Alexander Burnes, Travels into Bokhara London: J.Murray, 1834 )

ह्युएनत्संगने जेथे पाच वर्षे राहून अभ्यास केला आणि ग्रंथांचे अनुवाद केले त्या नालंदा मठाचे भग्नावशेष. छोट्या चौकोनी खोल्यांमध्ये भिक्षू रहात असत. ( American Institute of Indian Studies, AR 020800 )

ह्युएनत्संगच्या मोहिमेचा चीनकडील परतीचा प्रवास दाखवणारे भित्तीचित्र. पांढऱ्या हत्तीवर अमूल्य बौद्ध ग्रंथ लादलेले दिसत आहेत. ह्युएनत्संगच्या मार्गावरील दुनव्हांग बौद्ध मठातील एका गुंफेत बघायला मिळणारे हे भित्तीचित्र त्याच्या प्रवासानंतर शंभर वर्षांनी रंगवले असावे. ( The Lo Collection )

ह्युएनत्संगने भारतातून आणलेल्या ग्रंथांना जतन करून ठेवण्यासाठी छांग् आन येथे इ. स. ६५२ मध्ये बांधलेला The Wild Goose पॅगोडा. (Asian Studies Program, University of Florida )

अभिरुचीसंपन्न बगदादमध्ये इब्न फद्लानसारखे दरबारी मानकरी असा काचेचा सुंदर चंबू वापरत असत. (Glass Flask , Eastern Mediterranean, 11th Century, Los angeles County Museum M.45.3.44 )

इस्मायली समानी याचा बुखारा येथील मकबरा. ९२१ साली इब्न फद्लानचा तांडा बुखारातून गेला तेंव्हा हा मकबरा अस्तित्वात होताच पण अकराव्या शतकात इब्न सीना तेथे शिकत असताना, चौदाव्या शतकात इब्न बतूताने बुखाराला भेट दिली तेंव्हा आणि पंधराव्या शतकात बाबराने केलेल्या हल्लयाच्या वेळीही अस्तित्वात होता. (Photograph by Galen F. Frysinger. USED BY PERMISSION )

स्पेनपासून भारतापर्यंत पसरलेल्या मुस्लिम जगतात पाहायला मिळणारा हमामखाना. आंघोळ करून आपल्या मुक्कामावर परतताना थंडीमुळे स्वतःची दाढी गोठली तरी इब्न फद्लानने कॉकेशसमधील अशाच हमामखान्याचे कौतूक केले आहे. ( *Firdawsi Receiving Wages in a Bathhouse,* Page from a Manuscript of the Shahnama Book of Kings, c. 1550-1575, Los angeles County Museum M.73.5.591 )

इस्फहानमधील अहमद आणि महम्मद यांचा ९८४ सालातील उन्नती-दिगंशमापक किंवा वेधयंत्र (astrolabe). आज अस्तित्वात असलेले हे सगळ्यात जुने तारका वेधयंत्र असून ते वेगवेगळ्या पाच अक्षांशांवरून सदतीस ताऱ्यांचे)चे स्थान निश्चित करू शकते. यासारखी दहाव्या शतकातील यंत्रे स्पेन आणि मध्यपूर्वेतही असल्याचे दिसून आले आहे. नवव्या शतकापासून तेराव्या शतकापर्यंत आशियाई जगतात बहरत गेलेल्या शास्त्रीय ज्ञानाचे हे द्योतक आहे. (The Museum of Science, Oxford)

इब्न सीनाच्या काळातील हे सुंदर कुराण जुन्या प्रचलित साधनांऐवजी कागदावर लिहिले आहे. चीन मधून कागदाचा प्रसार व्हायला लागून दोन शतके उलटून गेली होती पण तागापासून अधिक गुळगुळीत, मुलायम पण टणक लेखनसाहित्य बनू शकते हे स्थानिक संशोधकांच्या लवकरच लक्षात आले. ( Koran transcribed by Ibn al-Banwab, Baghdad, 1000-1001 Chester Beatty Library, Dublin Is. 1431, fol.286r)

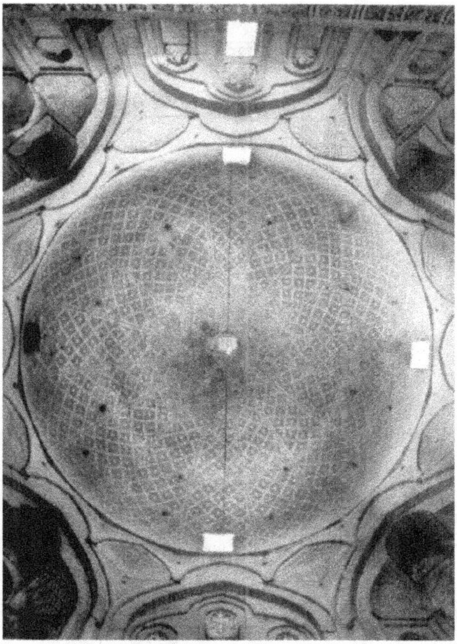

इब्न सीना हमादान मध्ये असताना तेथून ४०० मैल पश्चिमेकडे बांधण्यात आलेल्या आर्देस्तान मशिदीचा घुमट. कदाचित या भागात नुकत्याच विकसित झालेल्या गणिती सूत्रांचा वापर करून रचण्यात आलेल्या गुंतागुंतीच्या वीटकामाचे हे उत्तम उदाहरण आहे. (Photograph by Sussan Babaie, University of Michigan )

'अल् कानून फी अल् तीब्ब' या इब्न सीनाच्या वैद्यकी वरील ग्रंथाचे लॅटिन भाषांतर मध्ययुगीन युरोपातील सर्वात प्रचलित ग्रंथांपैकी एक होते. या ग्रंथातील हे पान १४७६ साली छापण्यात आलेल्या आवृत्तीतील असून गुटेनबर्ग बायबलच्या छपाईनंतर तीस वर्षांच्या आतच ही आवृत्ती छापली गेली होती. समासात एका मध्ययुगीन वैद्याने हाताने लिहिलेले त्याचे भाष्य आणि नोंदी दिसत आहेत. (University of Michigan. Special Collections. Incum.129 )

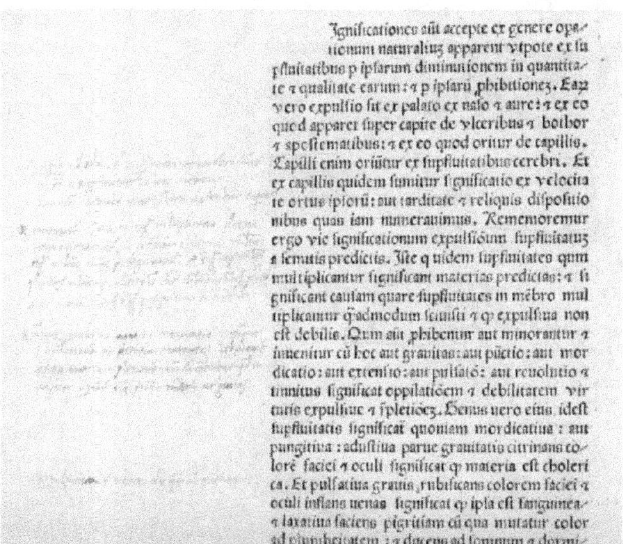

Significationes aūt accepte ex genere operationum naturaliū apparent vtpote ex superfluitatibus p ipsarum diminutionem in quantitate ⁊ qualitate earum: ⁊ p ipsarū phibitionē. Earū vero expulsio fit ex palato ex naso ⁊ aure: ⁊ ex eo quod apparet super capite de vlceribus ⁊ botbor ⁊ spessematibus: ⁊ ex eo quod oritur de capillis. Capilli enim oriūtur ex superfluitatibus cerebri. Et ex capillis quidem sumitur significatio ex velocitate ortus ipsorū: aut tarditate ⁊ reliquis dispositionibus quas iam numerauimus. Rememoremur ergo vie significationum expulsiōum superfluitatū ⁊ lematis predictis. Iste quidem superfluitates quum multiplicantur significant materias predictas: ⁊ significant causam quare superfluitates in mēbro multiplicantur q̄admodum sciuisti ⁊ q̄ expulsiua non est debilis. Quum aūt phibentur aut minorantur ⁊ inueniūtur cū hoc aut grauitas: aut pūctio: aut mordicatio: aut extensio: aut pulsatō: aut reuolutio ⁊ tinnitus significat oppilatiōem ⁊ debilitatem virtutis expulsiue ⁊ repletiōē. Genus uero eius idest superfluitatis significat quoniam mordicatiua: aut pungitiua: adustiua parue grauitatis citrinans colorē faciei ⁊ oculi significat q̄ materia est cholerica. Et pulsatiua grauis, rubificans colorem faciei ⁊ oculi inflans uenas significat q̄ ipsa est sanguinea ⁊ laxatiua faciens pigritiam cū qua mutatur color ad plumbeitatem: ⁊ ducens ad somnum ⁊ dormi-

जावा समुद्राच्या तळाशी हजार वर्षे पडून राहिलेल्या इंटन जहाजबुडीतील चिनी आरशाचा सजवलेला पार्श्वभाग. (Photograph by Michael Flecker )

वज्र – बौद्ध धर्मातील तांत्रिक विधींमध्ये वापरले जाणारे एक साधन. हे आणि अशीच काही बौद्धधर्माशी निगडीत साधने बंगालमधून जावाकडे निघाली होती आणि इंटन जहाजबुडीतील मालाचा एक भाग होती. (Photograph by Michael Flecker )

इंटन जहाजबुडीतील चीनमधून आलेल्या चांदीच्या धातुशिला. विशेष नोंद घेण्यासारखी बाब म्हणजे मध्यभागातील एका धातुशिलेवर चिनी भाषेत चांदीच्या शुद्धतेविषयीची सरकारी हमी कोरली आहे. (Photograph by Michael Flecker )

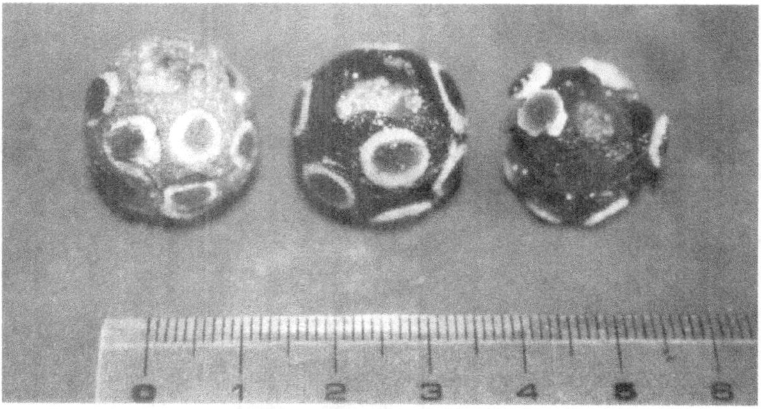

इंटन जहाजबुडीत सापडलेले पण मध्यपूर्वेत घडवले गेलेले 'नेत्र'मणी. दोन हजार वर्षाहून अधिक काळ अशा मण्यांना आग्नेय आशियात मोठी मागणी होती आणि चांगली किंमत मिळत असे. ऊद, मसाले आणि औषधे यांच्या बदल्यात असे मणी मागवले जात. (Photograph by Michael Flecker )

कैरो गेनिझात सापडलेला पण भारतातील गुजराथमध्ये उत्पादित झालेल्या छापील सुती कापडाचा तुकडा. असेच नमुने इडोनेशियातही मिळाले आहेत. त्यावरून कापडाच्या उत्पादनातील आणि व्यापारातील आधुनिकता आणि आशियात सर्वत्र झालेल्या त्याच्या प्रसाराचा अंदाज येतो. याचा सर्वात पुरातन नमुना बाराव्या शतकातील असून हाच अब्राहम बेन यीजूचा काळ आहे. (Kelsey Museum, University of Michigan. Gujarat Floral, Chevron and Vine, Acc#000.09.4139. Ann Arbor)

अब्राहम बेन यीजूच्या काळाप्रमाणे आजही वेलीवरून काढलेले ताजे मिरे आवेष्टनात भरण्या आधी तीन दिवस कडक उन्हात वाळवतात. (Photo by the author)

१८९० सालानंतर कैरो गेनिझा उघडल्यानंतर त्यातील कागदपत्रांवर काम करत असलेला सोलोमन शेक्टर. तेथे मिळालेल्या १,४०,००० पेक्षा अधिक कागदांपैकी जवळपास ४०,००० कागद रोजच्या जगण्याशी आणि व्यापाराशी निगडीत होते. (Cambridge University Library T-S 10J 10.15 Recto)

आशियाई जगतात सर्वत्र बुद्धिबळ खेळले जात होते. चंगीझखानासारखे मोठे शासक बुद्धिबळ खेळत आणि अब्राहम बेन यीजू सारखी सामान्य माणसेही खेळत. (*The Vizier Buzurghmihr Showing the Game of Chess to King Khusraw Anushirwan,* Page from a Manuscript of the Shahnama (Book of Kings) Turkey, 1525-1575. Los angeles County Museum M.73.5.586)

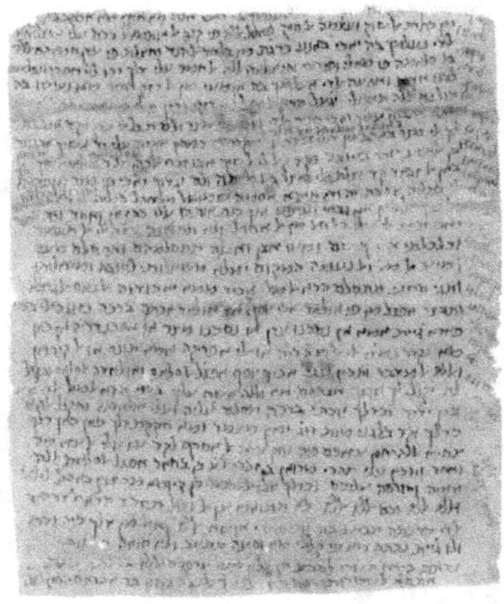

या पत्रात अब्राहम बेन यीजूने अतिशय अस्वस्थ मनस्थितीत, ट्युनिशियातून ख्रिश्चन सिसिलीत अपहरण करून नेलेल्या आपल्या भावाबहिणींच्या परिस्थितीची चौकशी केली आहे. सर्व अडथळे पार करत हे पत्र त्यांच्यापर्यंत पोहोचले आणि भविष्यात त्याने त्यांची सुटकाही केली. (Taylor-Schechter Collection, Cambridge University Library)

भारतात कोचीन येथे असलेल्या सिनेगॉगमध्ये लावलेल्या निळ्या-पांढऱ्या चिनी बनावटीच्या फरशा. (Photo by the author)

यासारख्या शिक्षणसंस्था स्पेन पासून चीनपर्यंतच्या सगळ्या शहरांमध्ये कार्यरत होत्या. इब्न सीना बुखारातील अशाच एका शाळेत शिकला होता आणि इब्न बतूताने मध्यपूर्वेतील त्याच्या सुरुवातीच्या प्रवासांमध्ये अशाच शाळांमध्ये मुक्काम केले होते. (A School Scene, Painting from the Manuscript of Yusuf and Zalayukh Jami. Iran, Bukhara, 1564-1565/A.H.972. Los angeles County Museum M.73.5.440)

धर्माचरणात आवश्यक मानली गेलेली मक्केची यात्रा करणाऱ्याध लाखो लोकांमध्ये चौदाव्या शतकात इब्न बतूताचा समावेश होता तर सतराव्या शतकात मा हुआनचा समावेश होता. (The Mount of Mercy.*Aramco* Photo Archive,3511005.JPG)

वायव्य इराण मधील ताब्रिझ गावात असलेल्या निळ्या मशिदीतील फरशांची गुंतागुंतीची रचना. इब्न बतूता या शहराला भेट देऊन पुढे गेल्यानंतर सुमारे दीडशे वर्षांनी ही मशीद बांधली गेली. तेंव्हा शहरातील श्रीमंतीने तो प्रभावित झाला होता. ही श्रीमंती व्यापारामुळे आली होती आणि नंतर ह्याच श्रीमंतीतून निळी मशीद बांधली गेली असावी. नंतर झालेल्या भूकंपामुळे या मशिदीची मोठ्या प्रमाणात पडझड झाली. (Photograph by Sussan Babaie, University of Michigan )

दिल्लीच्या बादशहाचा आम दरबार. इब्न बतूताने असाच दरबार बघितला असेल. हे चित्र तीनशे वर्षांनंतरचे आहे. (Los ngeles County Museum C1992.4.1)

हे १०० फुट लांब आणि ३० फुट रुंद असलेल्या चिनी सागरी जहाजाचे रेखाचित्र एका प्रतिकृतीवरुन रेखाटले आहे. ही प्रतिकृती फुजियन परगाण्यातील हौजू जवळ सापडलेल्या बाराव्या शतकातील जहाजाच्या अवशेषांवरून तयार केलेली आहे. चौदाव्या शतकात इब्न बतूताला मलबार किनारपट्टीवर दिसलेली जहाजे अशीच पण यापेक्षा आकाराने मोठी होती. (Sketch by the author of a model in the Overseas Communication Museum, Quanzhou, PRC)

मा हुआन आणि टोमे पिरेस यांनी पाहिलेल्या चित्रकथाविष्कारात वापरण्यात येणारे 'गुंडाळी-चित्र'. हे चित्र नंतरच्या काळातील असून राजस्थान मधील आहे. रात्रीच्या वेळी कथेकरी मशालीच्या उजेडात असे चित्र उलगडून दाखवत असे आणि संबंधित कथा सांगत असे. (Collection of the author)

या लढाईच्या चित्रात दौडत्या घोड्यावरून बाण फेकण्यास उपयुक्त असे संकर–धनुष्य दाखवले आहे. घोडेस्वार आपल्या गुडघ्यांनी घोड्याला ताब्यात ठेवत आहे. *(Battle Scene and Text(recto), Text (verso)*, Folio from a Shahnama (Book of Kings), Delhi, early seventeenth century. Los Angeles County Museum AC1993.187.1 )

मद्याच्या मेजवानीनंतर रात्री परत येत असलेल्या बाबराचे चित्र. कधी अशा मेजवान्यांमध्ये इतका मोठा दंगा होत असे की त्या मधेच थांबवून लोकांना त्यांच्या तंबूंमध्ये पाठवावे लागे. (Illustrated Version of the Baburnama commissioned by *Akbar*, 1589, Sackler Gallery S 1986.231)

सन १५०७ मध्ये बाबराने भारतावर केलेली चढाई. कुरणांच्या प्रदेशातील विशिष्ट लष्कराप्रमाणे घोड्यांवर चिलखते चढवली आहेत आणि सैनिकाकडे धनुष्य-बाण आहेत ही गोष्ट नोंद घेण्यासारखी आहे. (Folio from a Baburnama. Delhi, circa 1589-1590. Los Angeles County Museum M.91.348.1)

सोळाव्या शतकात भारतात बाबर ज्यांच्याविरुद्ध लढला त्यांच्या सैन्यातील हत्ती. ज्या पोर्तुगीज चित्रकाराने हे चित्र काढले आहे त्याने असा हत्ती प्रत्यक्ष पहिला नसावा आणि ऐकीव माहितीवर हे चित्र त्याने बेतले असावे. (Christobal acosta, Tractado de las drogas y medidinas de las Indias orientalis [Venetia : F.Ziletti, 1585] In the Rare Book Collection of the Museum Collection, University of Michigan )

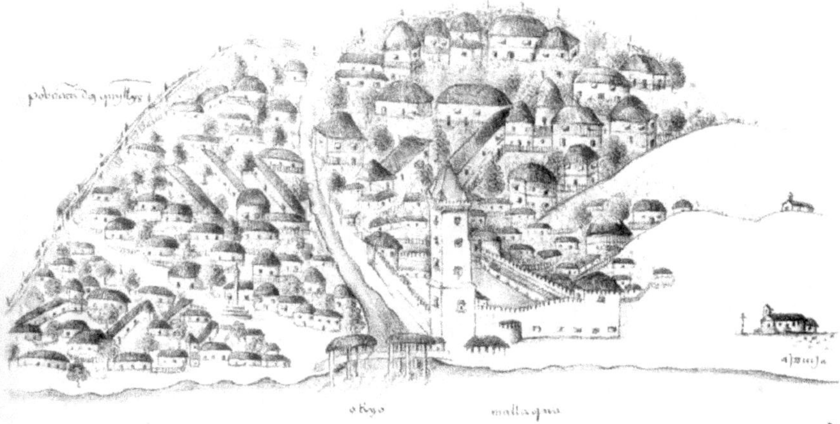

टोमे पिरेसच्या वास्तव्यानंतर तीस वर्षांनी रेखाटलेले मलॅकाचे चित्र. नवा किल्ला, टेहळणी मनोरा आणि नदीच्या तोंडाशी असलली हलू शकणारी भिंत या गोष्टी विशेष नोंद घेण्यासारख्या आहेत. (Gaspar Correa, Lendes da India [ Lisboa : Da academia real das sciencias, 1858-66 ] )

पोर्तुगीजांच्या आगमनांनंतर लगेचच बांधण्यात आलेला मलबारचा किल्ला. तोफांसाठी ठेवलेल्या झरोक्यावरून युरोपाबाहेरील राजवटी संरक्षणासाठी आधीपासूनच तोफा वापरत होते असे लक्षात येते. (Photo by the author)

आले. सन १५३० मध्ये प्रकाशित झालेल्या उष्णकटिबंधीय औषधांविषयीच्या पहिल्या पोर्तुगीज ग्रंथातील आल्याचे चित्र. (Gaspar Correa, Lendes da India [Lisboa : Da academia real das sciencias, 1858-66] University of Michigan)

पोर्तुगीज चित्रकाराने सन १५५० च्या सुमारास चितारलेले एडन शहराचे चित्र. अब्राहम बेन यीजूने तेथे तेराव्या शतकात उमेदवारी केली होती आणि मा हुआनने पंधराव्या शतकात या बंदराला भेट दिली होती. सरळ डोलकाठया असलेली गलबते पोर्तुगीज बनावटीची असून अशाच एका गलबतातून टोमे पिरेसने ग्वांगचाऊ बंदरात प्रवेश केला होता. (Christobal costa, Tractado de las drogas y medidinas de las Indias orientalis [Venetia : F.Ziletti, 1585] In the Rare Book Collection of the Museum Collection, University of Michigan )

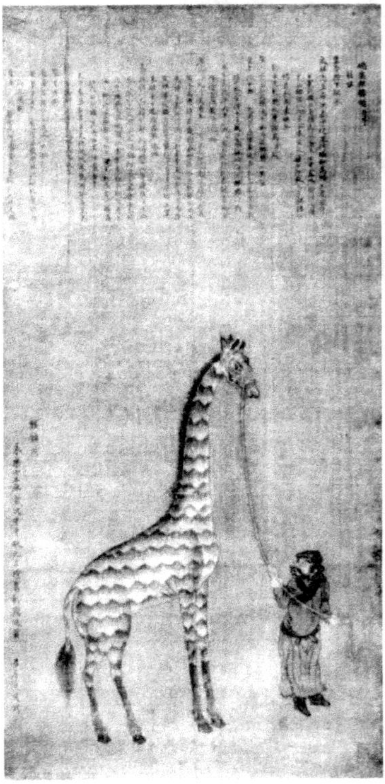

पंधराव्या शतकाच्या सुरूवातीला 'जंग ह' या नावाजलेल्या चिनी दर्यासारंगाने आपल्या एका मोहिमेत आफ्रिकेतून बीजिंगला नेलेला जिराफ. (Yongle Period Scroll. C. 1414. Philadelphia Museum of art. 1977-42-1)

विवाह केला. या संबंधातून त्याला एक मुलगा झाला ज्याचा उल्लेख त्याच्या आत्मचरित्रात पुढे कधीतरी अगदी नकळत येऊन जातो. इब्न बतूताने आपल्या या गर्भवती पत्नीला दमास्कसमध्येच ठेवले आणि मक्का आणि मदीना या पवित्र शहरांकडे निघालेल्या मोठ्या तांड्यात तो सामील झाला.

महम्मद पैगंबराच्या काळापासून मक्केची यात्रा, म्हणजे 'हज' एकदा तरी करणे हे प्रत्येक मुसलमानाचे कर्तव्य मानले जात होते. चौदाव्या शतकापर्यंत हजला सुनियोजित यात्रेचे स्वरूप आले होते. दमास्कसहून सुरू होणाऱ्या यात्रेच्या मार्गावर सर्व सोयींनी युक्त अशी विश्रामस्थळे आणि महम्मदच्या जीवनाशी निगडीत स्थळांचा समावेश होताच. पण यात्रकरूंना कित्येक दिवस वाळवंटातून प्रवास करावा लागे आणि गरम हवा आणि वाळूच्या वादळांचा धोकाही पत्करावा लागे. महम्मदाने वास्तव्य केलेल्या आणि प्रवचने दिलेल्या मदीना शहरात इब्न बतूताच्या तांड्याने चार दिवस मुक्काम केला. पवित्र स्थळांना भेटी देण्यात त्याचे दिवस व्यतीत होत होते.

*'आम्ही आदरांजली वाहण्यासाठी शांती-द्वाराशी थांबलो आणि प्रेषिताची कबर आणि उदात्त प्रवचन-मंच यांच्यामधील पवित्र बागेत प्रार्थना केली. प्रेषितासाठी हुंदके दिलेल्या आणि आता एका खांबाच्या आधाराने उभ्या असलेल्या ताल वृक्षाच्या फांदीचे आम्ही चुंबन घेतले.'*[१८]

शहरातील मशिदींमधून मेणबत्तीच्या प्रकाशात होणारे कुराणाचे पठण ऐकण्यात रात्री व्यतीत झाल्या. प्रसंगोपात एक गोष्ट जाणवते. इब्न बतूताच्या आत्मचरित्रात आलेल्या मदीनाच्या मुख्य मशिदीच्या वर्णनात, त्याचे छत आणि मुलामा चढवलेल्या सजावटीसाठी सागवान लाकूड वापरले असल्याचा उल्लेख येतो आणि हे लाकूड नक्कीच भारताच्या मलबार किनारपट्टीवरून तिकडे गेले असणार असे आपण म्हणू शकतो.[१९]

दिवसा प्रवास आणि रात्री भरपूर पाण्याची सोय असलेल्या खेड्यात मुक्काम, असे सात दिवस गेल्यावर तांडा अखेर मक्केला पोहोचला. हज यात्रेच्या प्रत्येक दिवशी मक्केत आणि जवळच्या भागात ठराविक पवित्र उपक्रम आयोजित केलेले असत. इब्न बतूता आणि त्याचे सहप्रवासी मक्केतील सर्वात पवित्र मानल्या जाणाऱ्या काबाला भेट द्यायला गेले.

*'आम्ही काबा भोवती सात प्रदक्षिणा घातल्या आणि शिळेचे चुंबन घेतले. मकाम अब्राहमसमोर दोन वेळा नमाज अदा केली आणि काबाच्या पडद्याला स्पर्श केला...आम्ही झमझमचे पाणी प्यायलो.'*[२०]

घरातून निघाल्यानंतर इब्न बतूताने केलेल्या वाटेतील इतर सफरी जमेस धरून,

त्याला मक्केला पोहोचायला सोळा महिने लागले.

हजच्या दरम्यान इस्लामी जगताच्या सर्व भागातील माणस इब्न बतूताला भेटली. मनसर्द बिन शेख हा मदीनाचा रहिवासी एकदा सिरियात आणि नंतर बुखारात, असा दोनदा भेटला. दुसऱ्या एका सहयात्रेकरूचे नाव होते अली बिन हुज्र अल्-उमावी. तो स्पेनमधील ग्रनाडातून आला होता आणि नंतर दिल्लीत इब्न बतूताने त्याला आश्रयही दिला.[२१]

मक्केतील धार्मिक कार्यक्रमांत एक आठवडा व्यतीत केल्यानंतर बहुतेक यात्रेकरू त्यांच्या रोजच्या आयुष्यकडे परतले. इब्न बतूता, मात्र, तेथेच राहिला आणि अभ्यास करताकरता त्याने ओळखीही करून घेतल्या. आपल्या मक्केतील एक वर्षाच्या मुक्कामात इब्न बतूताची एका माणसाशी ओळख झाली. हा माणूस दिल्लीच्या सुलतानाचा वरिष्ठ राजदूत होता दिल्लीच्या दरबारातर्फे देणग्या देण्यासाठी सतत दिल्लीहून मक्केला येत जात असे. इब्न बतूताच्या वडिलांचा मित्र असलेल्या आणि त्याच्याच तौजा या मोरोक्कोतील गावाहून आलेल्या एका काझीशीही त्याची ओळख झाली. दूरवर प्रवास करणाऱ्या आणि शिक्षक, काझी, मौलवी, सरकारी अधिकारी किंवा सैनिक अशा नोकऱ्या मिळवणाऱ्या इतर हजारो लोकांसारखेच हे दोघे होते.

बाराव्या शतकापर्यंत प्रथमच एक असे जग निर्माण झाले होते की, ज्यात विद्वान माणसांसाठी देशांच्या सीमांची बंधने राहिली नव्हती. या माणसांना स्पेनपासून चीनच्या बंदर-शहरांपर्यंतचा विस्तृत प्रदेश कधीही परमुलूख वाटला नाही. त्यांचे कायद्याचे ज्ञान आणि धर्मग्रंथ शिकवण्याची हातोटी यांना संपूर्ण इस्लामी जगतात सारखाच मान होता आणि सर्वत्र त्याची संबद्धता होती. कैक शहरांनी त्यांना आपल्याकडे आकर्षित केले आणि या विद्वानांनीही तेथे आपला ठसा उमटवला. इब्न बतूताला असे दिसले की, मदीनातील न्याय-प्रशासन नियंत्रक मूळचा ट्युनिसचा रहिवासी होता आणि इब्न बतूताच्या कुटुंबाचे संबंधितही ट्युनिसचे रहिवासी होते. मदीनातील विद्वानांमध्ये फेज, कैरो आणि ग्रॅनडा येथून आलेले विद्वान होते. दमास्कसमधील विद्वांनापैकी एक मूळचा स्पेनमधील सेव्हीलचा रहिवासी होता तर दुसरा मोरोक्कोमधील माराकेशमधून आला होता. दक्षिण इराकमधील मशेद नगराच्या धार्मिक आणि राजकीय प्रमुखाचा भाऊ राहायला आणि कामाला स्पेन आणि जिब्राल्टरमध्ये होता. पर्शियातील शिराज नजीक असलेल्या शेख अबू इयास्क याच्या ज्या वसतीगृहाला इब्न बतूताने भेट दिली होती त्याला पैशांची देणगी देणारे आश्रयदाते मध्य पूर्वेपासून भारताची किनारपट्टी आणि चीनपर्यंत पसरले होते.[२२]

एकूणच, कामाच्या शोधात प्रवास करणाऱ्यांची संख्या मोठी, म्हणजे हजारोंच्या

घरात होती. त्या सुमारास काम मिळू शकेल अशी डझनाहून अधिक इस्लामी राजधान्यांची शहरे होती, तर त्याहून थोडी लहान शहरे तर शेकडो होती.

मक्केत एक वर्ष राहिल्यावर इब्न बतूता पुन्हा एका तांड्यात सहभागी झाला. आता त्याला जग फिरायचे वेध लागले होते.[२३] लवकरच त्याने आश्रयावर चालणाऱ्या वसतीगृहांमधून मुक्काम करणे कमी केले आणि तो राजे आणि इतर उमरावांसोबत अधिक वेळ व्यतीत करू लागला. त्याने दरबारी रीतिरिवाज आत्मसात केले. मक्का सोडताना तो इराकचा सुलतान अबू सईद याच्या लवाजम्यात सामील होऊन बगदादकडे रवाना झाला. यामागील उद्देश सांगताना तो लिहितो– *'इराकचा सुलतान आपल्या प्रवासात आणि मुक्कामात कोणते विधी आणि समारंभ करतो हे बघायचे होते.'*[२४] हा सुलतान, स्वतःचे मोठे साम्राज्य उभे करणाऱ्या चंगीझखानाच्या (सन ११६२ ते १२२२) पाचव्या पिढीतील वारस होता आणि त्यावेळी मध्यपूर्वेतील बहुतांश भागावर त्याची राजवट होती. इब्न बतूताने या मोठ्या मंगोल सम्राटाचे रोजचे समारंभ पाहिले. यात मिरवणुका, संगीतकार, सैनिक, ध्वज आणि मानकऱ्यांचा दरबार भरवण्याची पद्धत यांचा समावेश होता. मानकऱ्यांचे लक्षवेधी अंगरखेही त्याच्या नजरेत भरले होते.

इब्न बतूताने सुलतानाबरोबर जवळपास दोन आठवडे प्रवास केला आणि नंतर त्याच्या एका उमरावाबरोबर दहा दिवस प्रवास करून पुन्हा सुलतानाच्या छावणीत परतला. *यावेळी त्या उमरावाने सुलतानाला माझ्याबद्दल सांगितले आणि मला सुलतानापुढे पेश केले.* जेंव्हा सुलतानाने इब्न बतूताला त्याच्या देशाविषयी विचारले, तेंव्हा त्याच्याकडे माहितीचे भांडार तयारच होते. मुलाखत संपली तेंव्हा इब्न बतूता मानाचे वस्त्र आणि घोडा आणि पुढील संपूर्ण प्रवासासाठी साधनसामुग्री आणि खोगिरे घेऊनच बाहेर पडला.[२५] यापेक्षाही महत्त्वाचे म्हणजे सुलतानाने बगदाद आणि वाटेवरच्या आणखी दोन शहरांच्या राज्यपालांसाठी परिचयपत्रेही लिहून दिली.

सुलतान अबू सईद याच्या छावणी आणि काफिल्याच्या प्रस्थानाच्या व्यवस्थेनेही इब्न बतूता भारावला गेला होता.

निघताना प्रत्येक अमीर आपली फौज, नगारे आणि आपली मानचिन्हे घेऊन येत असे आणि काफिल्याच्या उजव्या किंवा डाव्या बाजूला त्याला नेमून दिलेल्या जागी थांबत असे. सगळे अमीर त्यांच्या दर्जानुसार दिलेल्या नियोजित जागेवर आले आणि स्थिरावले की सुलतान आरूढ होत असे आणि नगारे, कर्णे आणि रणवाद्ये वाजवून कूच करण्याचा इशारा दिला जात असे.[२६]

इब्न बतूताने पुढील सहा वर्षात पर्शिया, कॉन्स्टँटिनोपल, क्रिमिया, कॉकशस

आणि आजच्या उझबेकिस्तान आणि अफगाणिस्तान येथील दरबारांना भेटी देत, दरबारी सभ्यता स्वतःत अधिक खोलवर बाणवली. घोड्यावर बसून किंवा उभ्याने दरबारी सलाम करायला तो शिकला. त्याला त्या काळातील उंची कापडांची नावे आणि त्यांची निर्मितीस्थळे माहिती झाली. त्याच्या *ईजिप्तच्या तागापासून बनवलेला अंगरखा, जनावरांची लव वापरून बनवलेला जेरूसलेम पद्धतीचा झगा* आणि *कामखा म्हणजे बगदाद, ताब्रिज, निशापूर आणि चीन या ठिकाणी तयार होणारे रेशमी कापड* अशा उल्लेखांवरून हे लक्षात येते.[२७*] विविध राजांनी त्याला भेट दिलेल्या उंची अंगरख्यांमुळे त्याची वेषभूषा दरबारात शोभून दिसेल, अशी झाली होती. त्याच्या असे लक्षात आले की त्याने मुस्लीम, ख्रिश्चन किंवा अन्य कोणत्याही दरबारात हजेरी लावली तरी, मानमरातबात त्याला मिळणाऱ्या भेटवस्तूंचे स्वरूप आशियात बहुतेक सगळीकडे सारखेच असते. या भेटवस्तूंमध्ये रेशमी अंगरखे, रत्नाजडीत हत्यारे, सोने, घोडे आणि गुलामांचा समावेश असे. एक दोन वर्षात इब्न बतूता घोड्यांच्या आणि गुलाम मुलींच्या बाबतीत अगदी मर्मज्ञ झाला. त्याला कितीतरी गुलाम मुली भेट मिळाल्या आणि त्याने कितीतरी भेट दिल्या. दमास्कसहून इतर देश बघत बघत दिल्लीला पोहोचेपर्यंत त्याने कित्येक गुलाम मुली विकतही घेतल्या. वैयक्तिक कामसौख्यासाठी बटीक बनवण्यासाठी मुली खरेदी करणे हा आशियाई जगात चालणाऱ्या गुलाम व्यवसायाचा आणखी एक पैलू होता. इब्न बतूताच्या आत्मचरित्रात यापैकी कोणाही मुलीचे नाव येत नाही आणि त्यांना त्याच्या लवाजम्यात अगदी नगण्य महत्त्व असावे. त्याने त्याच्या इतर सहप्रवाशांविषयी अधिक सविस्तर आणि आपुलकीने लिहिले आहे.

दमास्कसमध्ये तसेच पर्शिया, तुर्कस्तान आणि भारतात इब्न बतूता विविध सूफी पंथियांच्या अतिथिगृहांमध्ये मुक्कामास राहिला. कोण होते हे सूफी पंथीय? दुसऱ्या प्रमुख मुस्लीम पंथांपेक्षा वेगळा विचार करणाऱ्या सूफी पंथियांचा विश्वास होता (आणि आजही आहे) की, भक्ताला ईश्वराचा अत्यानंददायक अनुभव अगदी थेट येऊ शकतो. नृत्य, ईश्वराचा उद्‌घोष, काव्य, संख्याशास्त्र आणि गूढवाद यांच्या आचरणाने त्या भक्ताला गाढ तंद्री लागते आणि त्या अवस्थेत त्याला ईश्वरी अनुभव येऊ शकतो, असे ते आजही मानतात. नित्यनेमाने नमाज पढणे आणि शरिया कायदा यांच्यापेक्षा ईश्वराची अशी थेट अनुभूती येणे अधिक महत्त्वाचे आहे, असे सूफी पंथीय

---

* एका राजाने त्याच्या योग्यतेची ऊंची रेशमी वस्त्रे न घातलेली पाहून इब्न बतूता अस्वस्थ झाला होता.

मानतात. पण मुस्लीम समाजात राहायचे असल्यामुळे त्यांच्यापैकी बहुतेक जण रूढींचे पालनही करत.

सुरुवातीला व्यापारीमार्गावरील थांब्यांवर किंवा कार्यरत असलेल्या अतिथीगृहांमध्ये सूफी केंद्रे असत आणि तेथे एक एक सूफी मार्गदर्शक किंवा मुर्शद राहायला असे. हा मुर्शद येणाऱ्या जाणाऱ्या ज्ञानशोधकाला मार्गदर्शन करत असे. यापैकी काही मार्गदर्शकांनी आपल्या स्वतःच्या काही पद्धती विकसित केल्या आणि त्यांच्या मृत्यूनंतर त्यांच्या विद्यार्थ्यांनी त्या पुढे चालू ठेवल्या किंवा त्यात भर घातली. त्यामुळे सूफी संप्रदायातही कादरिया, चिश्तीया किंवा हबिबीया यांसारखे बरेच पंथ उदयाला आले. लवकरच हे विद्यार्थी ज्या शहरांमध्ये वास्तव्यास गेले तेथे मार्गदर्शन केंद्रे दिसू लागली. त्याच बरोबर येणाऱ्या विद्यार्थ्यांसाठी विश्रामगृहेही उभी राहिली. अपेक्षेप्रमाणे लवकरच या संस्थांना पूरक अशी नोकरशाही आणि त्याबरोबरच देणग्या, अधिकारीवर्ग, प्रवेश-पद्धती, नियम आणि नियमन यांची व्यवस्थाही निर्माण झाली. यातून निर्माण झालेली पदे वंशपरंपरागत होत गेली आणि देणग्या सरकारतर्फे देण्यात येऊ लागल्या.[२८] इब्न बतूताच्या कालखंडाच्या बऱ्याच पूर्वी इस्लामच्या कैक शाखांनी सूफी तत्त्वे आपल्या रूढ धर्मानुचरणाला घातक नसून पूरक आहेत, असे समजून त्यांचा स्वीकार केला होता. चौदाव्या शतकापर्यंत काही सूफी पंथ पाचशे वर्षांहून अधिक पुरातन होते. पण एखाद्या प्रभावी मार्गदर्शकाभोवती नवा पंथही उदयास येत होता.

काही सूफी पंथ उत्तर आफ्रिकेत किंवा इराणमध्ये प्रादेशिक स्वरूपातच राहिले; पण कित्येक पंथ मध्यपूर्व, मध्य आशिया आणि भारतात पसरले. इ. स. १२५८ मध्ये मंगोल आक्रमणापुढे बगदादचा पाडाव झाल्यानंतर सूफी पंथ अधिक फोफावले. कारण इस्लामची केंद्रस्थान असलेली खिलाफत राहिली नव्हती. पंचाहत्तर वर्षे उलटल्यावर ज्यावेळी इब्न बतूताने प्रवास केला त्यावेळी सूफी विश्रामगृहे आणि मार्गदर्शक केंद्रे यांच्या रूपातच इस्लामच्या मोठ्या संस्था कार्यरत राहिल्या होत्या.

राजातर्फे देण्यात येणाऱ्या मानमरातबाचे स्वरूप जसे आशियात सर्वत्र सारखे होते तसेच दरबारी समारंभांचे स्वरूपही आशियात आणि आशियाबाहेरही सारखेच होते, असे इब्न बतूताला त्याच्या प्रवासादरम्यान जाणवले. बऱ्याच दरबारांमध्ये पान-सुपारी देण्याची आणि त्याचे सेवन करण्याची रीत असल्याचे त्याच्या लक्षात आले. विड्याची पाने आणि सुपारी भारतीय असली, तरी ही रीत मध्यपूर्व आणि पूर्व आफ्रिकेतील सगळ्या दरबारांमध्ये पसरली होती. राजाच्या हातून पान-सुपारी मिळणे हा सर्वोच्च सन्मान मानला जात होता.[२९] इब्न बतूताला नंतर आग्नेय आशियात सर्वत्र

आणि दक्षिणचीनमध्येही राजाने विडा देण्याची रीत अनुभवायला मिळाली. केवळ राजासाठी असलेली छत्र-चामरे आणि नगारे अशी राजचिन्हेही सगळीकडे समान होती. या राजचिन्हांनी भाषा, प्रांत आणि धर्म यांची कुंपणे ओलांडली होती.

लवकरच इब्न बतूता एका राजाची माहिती दुसऱ्या राजाला देऊ लागला. राजेही अशा माहितीच्या शोधात असत. प्रत्येक राजा प्रतिस्पर्धी, गट-तट, दरबाऱ्यांमधील हेवेदावे आणि आवश्यक; पण डोईजड नोकरशाही, यांनी वेढला गेलेला असे. राजांना इतर दरबारांमधील यशस्वी झालेल्या योजना, दरबारी प्रतीके आणि समारंभ यांच्याविषयी जाणून घेण्यात अधिक रस असे. इब्न बतूताच्या राजांबरोबरच्या भेटी आजच्या व्यवस्थापन चर्चासत्रासारख्या असत आणि तो स्वतः यशस्वी व्यवस्थापन सल्लागार असल्यासारखा होता. येमेनच्या राजाने इब्न बतूताला मोरोक्कोच्या सुलतानाबद्दल विचारले, आणि ईजिप्तच्या, इराकच्या आणि लूर्सच्या राजांविषयी विचारले आणि तो लिहितो- *'मी त्याने विचारलेल्या सगळ्या प्रश्नांची उत्तरे दिली. त्याचा वजीर तेथे उपस्थित होता आणि त्याने मला सन्मानाने वागवून माझ्या मुक्कामाची व्यवस्था करावी अशी आज्ञा राजाने त्याला दिली.'*[३०]

इब्न बतूताने आफ्रिकेच्या पूर्व किनारपट्टीवरूनही प्रवास केला आणि त्याला तो भाग धर्म, व्यापार आणि चालीरीती यांच्या बाबतीत आशियाशी जोडलेला वाटला. तेथील मोगादिशू, किलवा, मोंबासा आणि झांझिबार ही प्रमुख शहरे होती आणि ती मुस्लीम होती. भारताला निर्यात होणारे गुलाम, सोने आणि घोडे आणि भारतातून आयात होणारे कापसाचे सूत यावर त्यांचे अर्थकारण अवलंबून होते. सगळ्या आशियाई जगतातून आफ्रिकी हस्तिदंत आयात केला जाई. इब्न बतूताला तेथील माणसे अनोखी वाटली; पण त्यांच्या चालीरीती ओळखीच्या होत्या. मोगादिशूच्या सुलतानाने त्याला विड्याचे पान आणि मानाचे वस्त्र दिले. याविषयी तो लिहितो-

*'त्यांच्या अंगरख्याला बंदांच्या ऐवजी रेशमी पट्टा असतो (कारण त्यांना बंद माहीत नाहीत), हा अंगरखा ईजिप्तच्या तागाचा असतो आणि त्याची कड नक्षीदार असते, त्यावर जेरूसलमहून आलेल्या प्राण्यांच्या केसांपासून बनवालेले आवरण असते आणि कडेने नक्षीकाम केलेला त्यांचा फेटा ईजिप्तहून येतो.'*[३१]

इब्न बतूताने मध्य आशियातील एका सुलतानाला इतर राजांच्या गोष्टी ऐकवल्यावर करण्यात आलेल्या मानमरातबात, त्याला अशाच भेटवस्तू मिळाल्या होत्या. तो लिहितो-

*'मी त्याला सलाम केल्यावर तो खाली बसला आणि त्याने मला माझ्याविषयी*

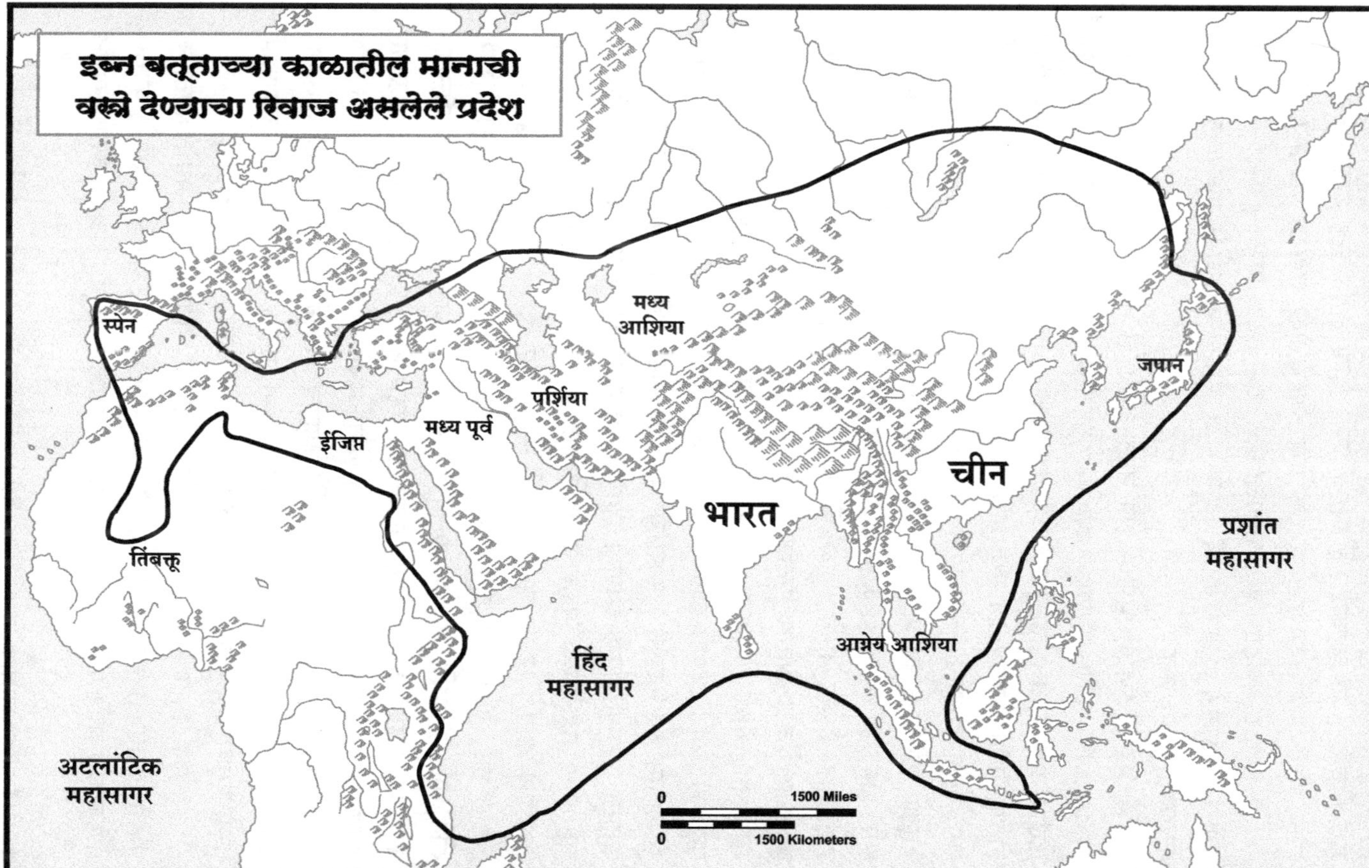
इब्न बतूताच्या काळातील मानाची
वस्त्रे देण्याचा रिवाज असलेले प्रदेश
स्पेन
ईजिप्त
मध्य पूर्व
पर्शिया
मध्य
आशिया
तिंबक्तू
भारत
चीन
जपान
आग्नेय आशिया
हिंद
महासागर
प्रशांत
महासागर
अटलांटिक
महासागर
0
1500 Miles
0
1500 Kilometers

*आणि माझ्या प्रवासाविषयी विचारले आणि मी इतर सुलतानांपैकी कोणाला भेटलो हेही विचारले. मी त्याच्या सर्व प्रश्नांची उत्तरे दिली आणि नंतर थोड्या वेळाने तो निघून गेला आणि खोगीरासकट एक घोडा आणि एक अंगरखा पाठवला.'*[३२]

अशा राजांकडूनच इब्न बतूताला घोडे, सोने आणि प्राण्यांचे केस मिळत गेले. त्याला मिळालेले गुलाम आणि त्याने स्वीकारलेले सहप्रवासी यांच्यामुळे त्याचा लवाजमा वाढत गेला.

अशा एकूण पार्श्वभूमीवर इब्न बतूता बरोबरची चाळीस माणसे, १००० पेक्षा अधिक घोडे आणि मुलायम कापडांनी भरलेले पेटारे असा मोठा लवाजमा घेऊन दिल्लीत आला. तो आता लक्षवेधी झाला होता. त्याच्याकडे सांगण्यासारख्या कथा होत्या, वर्णन करावे अशा समारंभांची माहिती होती आणि राजाश्रय मिळावा अशी रास्त अपेक्षाही होती. त्यावेळी सुलतानाला देण्यासाठी ज्या महागड्या भेटवस्तू इब्न बतूताने खरेदी केल्या होत्या त्यापायी त्याला ५५००० चांदीचे दिरहम इतके कर्ज झाले होते. पण त्याचा हा जुगार लवकरच फायदेशीर ठरेल, अशी चिन्हे दिसू लागली होती. इतर अनेक सैनिक, मुल्ला-मौलवी आणि काझी यांच्याप्रमाणेच भारतात इब्न बतूताला केवळ आश्रय मिळाला नाही तर त्याला नोकरीच मिळाली. दिल्लीच्या सुलतानाने त्याची शहराच्या मुख्य काझींमध्ये नेमणूक केली आणि त्यानेही दुष्काळ, गटबाजी आणि दरबारी कट-कारस्थाने यांना तोंड देत या उत्तम पगाराच्या पदावर पुढील नऊ वर्षे काढली.[३३] स्थानिक भाषा येत नसतानाही इब्न बतूता या पदावर राहू शकला, कारण संपूर्ण इस्लामी जगतात सर्वत्र शरिया कायदा सारखाच होता.[३४] शहरातील महत्त्वाच्या मकबऱ्याला देण्यात येणाऱ्या सरकारी देणगीची व्यवस्था बघण्याचे कामही त्याला सुलतानासाठी करावे लागे.[३५]

सन १३४१ मध्ये दिल्लीच्या सुलतानातर्फे चीनच्या सम्राटासाठी मानाची वस्त्रे, सोने, गुलाम आणि भेटवस्तू प्रदान करण्यासाठी योजलेल्या राजनैतिक दौऱ्यावर जाण्यासाठी इब्न बतूताने दिल्ली सोडले ते शेवटचे ठरले. हा सगळा लवाजमा प्रवास करत नैऋत्य दिशेला असलेल्या कॅम्बे किंवा खंबायत या गुजरातमधील महत्त्वाच्या बंदरापर्यंत गेला. इब्न बतूता सांगतो की, जहाजबुडीत सर्व नजराणा बुडाला. अर्वाचीन अभ्यासक या दौऱ्याविषयीच शंका व्यक्त करतात, कारण याला पुष्टी देणारा कोणताही दुसरा पुरावा तत्कालीन भारतीय किंवा चीनी दफ्तरांमध्ये दिसून येत नाही.

इब्न बतूता कोणत्यातरी कारणाने दिल्लीला परतला नाही आणि भारताच्या पश्चिम किनारपट्टीवरून मलबारकडे गेला. कॅम्बे, होन्नावर, कालिकत आणि कोचीन येथे त्याला सूफी पंथाच्या शाखा दिसल्या. स्थानिक अनुयायी आणि त्यांचे समर्थक

या शहरांचा वापर मध्य पूर्वेशी व्यापार करण्यासाठी करत. मंगलोर येथील मसल्याच्या पदार्थांचा व्यापार दोनशे वर्षांपूर्वी अब्राहम बेन यीजूच्या काळात (प्रकरण ५) जसा होता तसाच तो इब्न बतूताला दिसला. *'हे असे शहर आहे की, जेथे पर्शिया आणि येमेन मधून आलेले व्यापारी उतरतात आणि येथील बाजारात मिरे आणि आले उदंड प्रमाणात उपलब्ध आहेत.'*[३६] अब्राहमच्या पत्रांपेक्षाही इब्न बतूताच्या आत्मचरित्रात आलेले मिऱ्यांच्या लागवडीचे हे वर्णन अधिक वाचनीय आहे.

*'मिरीचे वेल द्राक्षवेलांसारखेच असतात व काकाओच्या (कोको) झाडाच्या आधाराने त्यांची लागवड करतात. फक्त त्यांना द्राक्षवेलांसारखे तंतू फुटत नाहीत. त्याला छोट्या पुंजक्यांसारखी फळे लागतात आणि पिकत असताना खजूरफळांप्रमाणे हिरवट दिसतात. शरदऋतूत ते ही फळे गोळा करतात आणि बेदाणे बनवण्यासाठी द्राक्षे जशी वाळवतात तशी ही फळे चटयांवर पसरवून वाळवतात. सगळीकडून व्यवस्थित वाळावी म्हणून त्यांना वरचेवर काळी होईपर्यंत हलवत राहतात आणि नंतर व्यापाऱ्यांना विकतात. आपल्याकडे भरड धान्य जसे मापाच्या भांड्यातून ओततात तसे हे मिरे ओतताना मी कालिकतला पाहिले आहे.'*[३७]

इब्न बतूताने मालदीव बेटे आणि श्रीलंकेतून आपला प्रवास चालू ठेवला. त्याने असा दावा केला आहे की तो श्रीलंकेतून पूर्वेकडे आग्नेय आशियात गेला आणि तेथून चीनच्या राजदरबारात गेला. अलीकडचे विद्वान या सफरीच्या बाबतीत साशंक आहेत. त्याने केलेल्या भौगोलिक वर्णनात गफलत जाणवते आणि इतरत्र भरगच्चपणे वर्णन केलेले वैयक्तिक अनुभव या सफरीत शंका वाटावी इतके त्रोटक आहेत. बहुदा स्वतःची प्रतिष्ठा वाढवण्यासाठी ऐकीव गोष्टींवर इब्न बतूताने ह्या सफरीचे वर्णन बेतले असावे.

मालदीव बेटांनी नुकताच इस्लाम धर्म स्वीकारला होता आणि इब्न बतूताने त्यांना निःसंशय भेट दिली असणार. तेथे त्याने मुख्य काझी होऊन न्यायनिवाडे केले आणि संध्याकाळच्या नमाजाला अनुपस्थित राहणाऱ्यांना शिक्षाही ठोठावली. अल्पकालीन विवाह करण्याची त्याची पद्धत त्याने येथेही अवलंबिली आणि थोड्याच कालावधीत त्याने चार उच्चकुलीन स्त्रियांशी विवाह केले. त्याने दिल्लीत, दरबारी कट-कारस्थाने शिकलीच होती आगि येथेही मालदीव बेटे जिंकण्याच्या उद्देशाने रचलेल्या अयशस्वी कटात त्याचा सहभाग होता.[३८]

श्रीलंका आणि भारताच्या पश्चिम किनाऱ्यावरील ही लांबलेली सफर संपल्यानंतर मलबार किनाऱ्यावर बारा लहान जहाजांमधून आलेल्या चाच्यांच्या हल्ल्यात इब्न

बतूताने आपली संपत्ती गमावली. दोनशे वर्षांपूर्वी अब्राहम बेन यीजूच्या काळात होत असलेल्या चाचेगिरीत फारसा फरक पडला नव्हता.

*'मी निकडीच्या प्रसंगासाठी साठवलेले सगळे त्यांनी लुटून नेले. श्रीलंकेच्या राजाने दिलेले मोती आणि माणके नेली, त्यांनी माझे कपडे नेले आणि धार्मिक वृत्तीच्या लोकांनी आणि संत मंडळींनी दिलेली शिधासामग्रीही नेली. त्यांनी माझ्या विजारींव्यतिरिक्त कोणताही कपडा ठेवला नाही. त्यांनी सगळ्यांचे सगळे लुटले आणि आम्हाला किनाऱ्यावर उतरवले.'*[३१]

एवढे घडूनही इब्न बतूता यातून बाहेर आला. स्थानिक व्यापारी आणि स्थानिक मशिदीचा प्रमुख यांनी त्याला कपडे दिले आणि तो तेथून मार्गस्थही झाला. थोड्याच दिवसात तो पुन्हा राजांच्या सान्निध्यात वावरू लागला, हकिगती सांगू लागला आणि माहिती पुरवू लागला.

सन १३४८ साली इब्न बतूता मध्य पूर्वेत परतला तेंव्हा तो ऐन पन्नाशीत होता. आपण निवडलेले भटकंतीचे जीवन आपल्याला किती महागात पडले याचा अंदाज घेण्यासाठी तो दमास्कसला काही काळ थांबला. वीस वर्षांपूर्वी दमास्कस सोडल्यानंतर त्याने मोरोक्कोतील त्याच्या कुटुंबाबरोबर कोणताही संपर्क ठेवला नव्हता. त्याला त्याच्या आईवडील आणि भावंडांविषयी काहीही माहिती नव्हती. दमास्कसला परतल्यावर त्याला समजले की त्याच्या वडिलांचे निधन होऊन पंधरा वर्षे उलटून गेली होती. दमास्कसलाच मागे राहिलेली त्याची बायको आणि मुलगाही वारले होते. अल्पकालीन विवाह आणि त्या ठिकाणाहून घाईत निघून जाणे ह्या त्याच्या पद्धतीला अनुसरत त्याने किमान सात बायका मागे ठेवल्या होत्या. शरीरसुखासाठी तो गुलाम स्त्रिया विकत घेत असे आणि नंतर वाटेत त्यांना विकून टाकत असे. दिल्लीत असताना त्याच्या बटीक स्त्रीने जन्म दिलेली मुलगी वारल्यावर त्याला मनापासून दुःख झाले होते. बायको किंवा मुलांशिवाय तो त्याच्या वार्धक्याला सामोरा गेला.

सन १३४८ सालीच इब्न बतूताच्या भोवती मृत्यूचे थैमान चालू होते. त्याच वर्षी युरोपात विनाशकारी ठरलेल्या काळ्या प्लेगविषयी नोंद करणाऱ्या पहिल्या माणसांपैकी तो एक होता.

*गाझामध्ये प्लेग उद्भवला होता आणि दररोज मरणाऱ्यांची संख्या हजाराहून अधिक होती. 'मी तेथून दमास्कसला रवाना झालो आणि गुरुवारी पोहोचलो तेंव्हा तेथील लोकांनी तीन दिवस उपवास केल्याचे समजले. त्यांच्यातील मरणाऱ्यांची संख्या दररोज २४४० इतकी वाढली होती..तेथून मी कैरोला गेलो असता मला सांगितले गेले की, तेथील मरणाऱ्यांची संख्या दररोज २१००० इतकी वाढली आहे.*

*मला असेही लक्षात आले की मी ओळखत असलेले सगळे शेख मरण पावले आहेत. ईश्वराने त्यांना दया दाखवावी.'*[४०]

कैरोहून इब्न बतूता मोरोक्कोला त्याच्या घरी गेला. तो लिहितो– *'माझ्या जन्मभूमीच्या आठवणींनी मी हेलावला गेलो. माझ्या माणसांबद्दल मला जितके ममत्व आहे आणि माझ्या देशावर माझे जितके प्रेम आहे तितके दुसऱ्या कशावरही नाही.*[४१] सन १३४९च्या नोव्हेंबर महिन्यात तो फेजला पोहोचला तेंव्हा त्याला त्याची आई केवळ सहा महिने आधी प्लेगने मरण पावल्याचे समजले. मागे कितीतरी वेळा केल्याप्रमाणे याहीवेळी तो दरबार आणि राजा यांच्याकडे वळला. त्याने मोरोक्कोच्या राजाशी संपर्क साधला आणि आपल्या जवळील शहरे, विविध दरबार आणि राजांच्या कथा त्याला ऐकवल्या. या वेळी राजाने आश्रय देण्याचे मान्य केले; पण इब्न बतूताने त्याच्या आठवणी लिहून काढाव्यात अशी अट घातली. इब्न बतूताने १००० पानी पुस्तक लिहिले. यात कथांबरोबर नैतिक उपदेशही मिसळला होता. व्यापाराविषयीच्या शक्यता होत्या आणि दरबारी समारंभांची वर्णनेही होती. चीनपासून स्पेनपर्यंतच्या शहरांमध्ये आणि दरबारांमध्ये ऐकलेल्या गोष्टी आणि त्याचे प्रत्यक्ष अनुभव, याची त्याने सांगड घातली होती. ह्या त्याच्या आत्मचरित्र लेखनात त्याची शेवटची वर्षे व्यतीत झाली.

इब्न बतूताचे आत्मचरित्र त्याच्यासारख्याच माणसांच्या कथांनी व्यापले आहे. त्यांचे इस्लामी कायदे किंवा धार्मिक शिकवण किंवा व्यवस्थापन यांच्यावर प्रभुत्व होते. ही माणसे कायदा, कर व्यवस्था, धार्मिक रीतिरिवाज आणि इस्लामी जगतात पसरलेल्या एकूणच विद्वत्तेचा कणा असल्यासारखी होती. स्पेन, ट्युनिशिया आणि मध्य आशियातून ती येत आणि बगदाद किंवा दिल्ली किंवा मलबारच्या किनाऱ्यावरील राज्ये यांपैकी कोठेतरी नोकरी मिळवत. ती केवळ नोकर नसत तर इब्न बतूताप्रमाणे ती बातम्या आणि इतरांच्या उडत उडत कानावर आलेल्या गोष्टी पसरवत आणि एका दरबाराची माहिती दुसऱ्या दरबारात देत असत. त्यांच्यामुळेच संपूर्ण आशियाई जगतात प्रतिके, समारंभ आणि राजेशाही संस्कृतीत सारखेपणा आला. ही माणसे म्हणजे एखाद्या मुस्लीम किंवा गैरमुस्लिम राजाला ही समान संस्कृती किती फायदेशीर ठरेल हे समजून सांगणारे त्या संस्कृतीचे प्रतिनिधीच होती.

**प्रकरण – ७**

# खजिना आणि करार

## मा हुआन, इ.स. १४१३ ते १४३१

इ. स. १४१३ मध्ये राजधानी नानजिंगच्या अखत्यारीतील गोदीतून चीनमधील 'मिंग' साम्राज्याच्या सत्तावन्न जहाजांचा ताफा मोठ्या दिमाखात बाहेर पडला. त्यातील काही जहाजे दोनशे फूटापेक्षा अधिक लांबीची होती. सर्वात मोठ्या जहाजांना खजिन्याची जहाजे असे संबोधले जात असे कारण, जाताना ही जहाजे चीनी मालाने भरलेली असत आणि येताना व्यापारातून मिळालेला खजिना आणि दूरच्या परदेशातून मिळालेले नजराणे घेऊन येत असत. या ताफ्यात २०००० पेक्षा अधिक शस्त्रसज्ज सैनिकांनी भरलेली जहाजे होती, काही जहाजे घोड्यांनी भरलेली होती तर काही जहाजे केवळ पाण्याने भरली होती.[१] एका वर्षापेक्षा अधिक काळ चाललेल्या तयारीनंतर निघालेला हा ताफा यांगत्सी नदीतून प्रवाहाच्या दिशेने २०० मैलांचे अंतर कापत, पीत समुद्राला जाऊन मिळाला.[२] या ताफ्याचे नेतृत्व जंग ह, या नावाचा नावाजलेला दर्यासारंग करत होता. हा एक उच्च पदस्थ, बलशाली, सम्राटाच्या मर्जीतला दरबारी; पण खोजा किंवा शरीराने षंढ असलेला माणूस होता.

नानजिंग सोडताना या ताफ्यात मा हुआन नावाचा माणूसही होता. त्याची नेमणूक *परकीय भाषेतील कागदपत्रांचा अनुवाद करणारा एक दुय्यम दर्जाचा सेवक* अशी करण्यात आली होती.[३] तो तेंव्हा बत्तीस वर्षांचा होता, मुस्लीम होता आणि त्याला अरबी भाषा बोलता आणि वाचता येत होती.[४*] नानजिंगच्या गोदीपासून दक्षिणेला १५० मैलांवर हांगचो हे त्याकाळचे महत्त्वाचे बंदर होते. हांगचो पासून दक्षिणेला काही मैलांवर असलेल्या एका खेड्यातून मा हुआन आला होता. तो

---

* मा हुआन ज्या खेड्यातून आला होता ते मुख्यत्वे किंवा पूर्णतः मुस्लीम खेडे असावे. असे असणे ही फारशी विशेष बाब नव्हती. मुस्लीम खेडी व्यापारी मार्गावर एखाद्या स्थानिक मशिदीभोवती वसलेली असत.

उमराव किंवा दरबारी मानकरी नसून एक सामान्य माणूस होता. कदाचित तो अतिशय कनिष्ठ दर्जाचा अधिकारीही असेल. स्वतःची हेटाळणी करताना तो स्वतःला *पहाडी लाकूडतोडया* असे संबोधत असे.[५] जहाजांवर आलेल्या इतरांप्रमाणे तोही दोन वर्षांहून अधिक काळ आपल्या घरापासून आणि आपल्या कुटुंबापासून दूर राहणार होता. आज या शाही ताफ्यांचे आणि त्यांच्या मोहिमांचे वर्णन स्वतःच्या डोळ्यांनी पाहून केलेली दोनच लिखिते आज उपलब्ध आहेत आणि त्यापैकी एक मा हुआनने लिहिलेले आहे. मा हुआनने लिहून ठेवलेल्या आठवणी एवढ्यासाठी महत्त्वाच्या आहेत.

मा हुआनच्या काळापर्यंत चीनी मालाची वाहतूक आग्नेय आशिया आणि हिंद महासागरातून व्हायला लागून काही शतके उलटली होती. प्रकरण ४ मध्ये वर्णन केलेल्या दहाव्या शतकातील इंटन जहाजबुडीतील जहाजावरील मालात मुख्यत्वे चिनी मालच होता हे वाचकांना स्मरत असेलच. परंतु चिनी जहाजे मलय द्वीपकल्पाच्या पुढे पश्चिमेला जात नसत. बाराव्या शतकातही अब्राहम बेन यीजू या ज्यू मसाल्याच्या व्यापाऱ्याला त्याच्या वीस वर्षांच्या वास्तव्यात भारताच्या मलबार किनारपट्टीवर चिनी जहाजे दिसल्याची नोंद त्याने केलेली नाही.

तेराव्या शतकात काहीतरी अभूतपूर्व घडले. सन १२७९ मध्ये चंगीझखानाच्या नातवाच्या नेतृत्वाखाली मंगोल सैन्याने संपूर्ण चीन काबीज केला. मंगोलांनी चिनी संस्कृती ग्रहण केली का आपल्या संस्कृतीचा प्रभाव चीनवर अधिक पाडला याविषयी विद्वानांमध्ये अजूनही वाद सुरू आहे.* मंगोल आक्रमणामुळे उत्तर आणि दक्षिण चीनमधील जी काही फारकत होती ती उरली नाही.** आग्नेय आशियाचा मुख्य भूप्रदेश काबीज करण्यासाठी मंगोलांनी मोहिमा पाठवल्या. त्यांनी जावा बेटा विरुद्धही मोहीम राबवली; पण त्यात त्यांना पूर्ण अपयश आले. त्यावेळी कित्येक चिनी जावा

* मंगोलांनी आक्रमण केले तेंव्हा चीनमध्ये लुटण्यासारखे आणि जिंकण्यासारखे बरेच होते. अकराव्या, बाराव्या आणि तेराव्या शतकात चीनमध्ये मोठी शहरे होती, प्रगत औद्योगिक तंत्रज्ञान आणि शेती होती आणि स्पर्धा-परीक्षा घेऊन निवडलेली सुशिक्षित आणि उच्चभ्रू नोकरशाही होती.

** जुन्या साचेबंद पद्धतीने लिहीलेल्या चिनी साहित्यात कन्फ्युशिअसच्या प्रभावाखालील व्यापारविरोधी उत्तरचीन आणि व्यापाराभिमुख दक्षिणचीन असे ढोबळ चित्र रंगवलेले दिसते. नवीन संशोधनानुसार ह्यात फारसे तथ्य दिसत नाही. किंबहुना ह्युएनत्संगच्या (सातव शतक) काळी देखील दोन्ही भागांवर व्यापाराचा मोठा परिणाम झालेला होता. दोन्ही भागातील संस्कृतींची आणि भाषांची हळूहळू सरमिसळ होऊन त्याला चीन असे एकात्म स्वरूप प्राप्त होण्यात व्यापाराचा मोठा हात होता.

बेटावरच अडकून पडले आणि परिणामस्वरूप तेथील युद्धतंत्र आणि जहाजबांधणीच्या तंत्रज्ञानाचा विकास झाला. मंगोलांच्या व्यापाराप्रती असलेल्या अनास्थेचा फायदा उठवत चीनमधील खाजगी व्यापारी, सरकारी नियंत्रण आणि कर यांना जुमानेसे झाले.[६]

चौदाव्या शतकाच्या सुरुवातीच्या दशकांमध्ये चिनी व्यापारी जहाजांच्या ताफ्यांनी आग्नेय आशियाची मर्यादा ओलांडून पश्चिमेला भारताकडे प्रयाण केले. सन १३३०च्या सुमारास इब्न बतूताने (प्रकरण ६) स्वतः असा ताफा पाहिला होता. पूर्णपणे खाजगी भांडवलावर आलेल्या या ताफ्यात तेरा जहाजे होती. ती मलबार किनाऱ्यावरील कालिकत बंदरात थांबली होती. हा ताफा काही महीने तेथे थांबला होता आणि नंतर एकत्रितपणे चीनकडे माघारी परतला होता. या जहाजांवरील व्यापाऱ्यांना कोणते मसाल्याचे पदार्थ खरेदी करायचे ते व्यवस्थित माहीत होते आणि त्याच्या बदल्यात कोणत्या वस्तू द्यायच्या, ह्याचा बरोबर अंदाज बांधून त्या वस्तू त्यांनी आणल्या होत्या. इब्न बतूता यामुळे खूपच प्रभावित झाला होता. तो लिहितो–

*'या मोठ्या जहाजांना बारापासून तीनपर्यंत विविध संख्यांची शिडे लावली आहेत. ही शिडे बांबूच्या पट्ट्या एकमेकात गुंफून एखाद्या चटईसारखी विणलेली आहेत. ती शिडे कधीही खाली उतरवली जात नाहीत; पण वाऱ्याची दिशा पाहून त्यांना वळवण्यात येते. नांगर टाकल्यावर ती तशीच वाऱ्यावर फडकत ठेवलेली असतात. जहाजावर एक हजार माणसे असतात. त्यापैकी सहाशे खलाशी असतात तर चारशे सशस्त्र सैनिक असतात. त्यात साधे धनुर्धारी, ढालकरी आणि दस्त्याच्या धनुष्यातून पेटते गोळे फेकणारे धनुर्धारी यांचा समावेश असतो. एका मोठ्या जहाजासोबत तीन छोटी जहाजे असतात...'*[७]

अशाच एका मोठ्या जहाजातून इब्न बतूताने आपला चीनचा प्रवास नक्की केला होता तेंव्हा त्याच्या लक्षात आले की, ही जहाजे केवळ शिडांवर चालणारी नसून त्यांना वल्हवण्याचीही व्यवस्था होती आणि प्रत्येक जहाजावर पंधरा वल्हवणारे होते. या जहाजाला चार मजले होते आणि महत्त्वाच्या व्यापाऱ्यांसाठी खाजगी खोल्या होत्या. या व्यापाऱ्यांबरोबर त्यांच्या लग्नाच्या बायका आणि रखेल्याही असत. त्याशिवाय जहाजावर जहाजमालकाचा प्रतिनिधी आपल्या आफ्रिकी गुलामांसकट, पूर्ण लवाजम्यासह प्रवास करत असे.[८]

इब्न बतूताच्या पन्नास वर्षे नंतर सन १३७०च्या सुमारास नवीन मिंग राजघराण्याने; चंगीझखानाच्या वारसदारांच्या ताब्यातून, चीन पुन्हा जिंकून घेतला आणि अलगाववादातील वीस वर्षे उलटल्यानंतर चीनमध्ये दक्षिणेतील सागरी व्यापाराबद्दल

आकर्षण उत्पन्न झाले. सन १४०० नंतर काही वर्षातच 'मिंग' राजघराणे सत्ता आणि श्रीमंतीच्या शिखरावर पोहोचले होते. या कालखंडाला 'युंग्ल' (निरंतर सुखकाल) असे संबोधतात. या कालखंडातील कर्तृत्ववान सम्राट 'जू डी' याने बीजिंगमध्ये 'निषिद्ध नगरी' (Forbidden City) निर्माण केली ज्यात त्याने १८० एकर जमिनीवर संरक्षक भिंतीच्या आत महाल बांधले.[९] राजकीय मुत्सद्दीगिरी आणि लढायांच्या जोरावर सम्राटाने आपले साम्राज्य पश्चिमेकडे तांड्यांच्या मार्गे वाढवले. त्याने पश्चिमेकडे झिंजियेंग प्रांतात आणि दक्षिणेला आत्ताच्या व्हिएतनाममध्ये स्वाऱ्या केल्या. नवा प्रदेश, टेहळणी बुरूज उभारून आणि सशस्त्र चौक्या बसवून सुरक्षित केला. चीनच्या सुप्रसिद्ध भिंतीचा बराच भाग दुरुस्त करण्यात आला किंवा परत बांधण्यात आला. त्याने मध्य-आशिया आणि मध्य-पूर्वेकडील बऱ्याच दरबारांमध्ये आपले राजदूत पाठवले आणि त्यांच्या राजदूतांचे आपल्या दरबारात स्वागत केले.[१०]

अशा महत्त्वाकांक्षी वातावरणात चिनी जहाजांच्या ताफ्यांमध्ये संख्यात्मक वाढ झाली आणि त्यांचे कार्यक्षेत्रही विस्तारले. सम्राट 'जू डी' याने जहाजांच्या ताफ्यांच्या आयोजनात वैयक्तिक लक्ष घातले आणि त्यावर आपल्या विश्वासातील 'जंग ह' याची नेमणूक केली. या सशक्त नौदलाचा उद्देश संपूर्ण आग्नेय आशिया, श्रीलंका, भारताची किनारपट्टी, मध्य पूर्वेचा दक्षिण किनारा आणि आफ्रिकेचा पूर्व किनारा या विस्तृत प्रदेशातील व्यापार आणि राजकारण यावर चिनी साम्राज्याचे वर्चस्व स्थापित करणे हा होता.

मोहिमेवरून चीनला परत आल्यावर काही वर्षांनी या मोहिमांमागची प्रेरणा एका कवितेत वर्णन करताना 'मा हुआन' लिहितो-

*'सम्राटाच्या तेजःपुंज राजदूताला मिळाला परमेश्वरी आदेश-*
*आपल्या सुसंस्कृत मधुर स्वरांनी भारून टाका रानटी प्रदेश.'*[११]

चीनच्या दक्षिणेकडून पश्चिमेकडे जात नंतर हिंद महासागरतून जाणाऱ्या छोट्या शाही मोहिमेबरोबर (सन १४१३-१४१५) मा हुआन निघाला होता. मोसमी वाऱ्यांचा फायदा उठविण्याच्या दृष्टीने आधीच्या मोहिमांप्रमाणे ही मोहीमही शरद ऋतूत निघाली होती. हा ताफा प्रथम किनाऱ्याजवळून नैऋत्य दिशेने दहा दिवस मार्गक्रमण करत राहिला आणि सध्याच्या मध्य व्हिएतनाममध्ये त्याकाळी असलेल्या 'चंपा' राज्यात पोहोचला. मोहीम निघाल्यापासून मा हुआन माणसांचे पेहेराव, चालीरीती आणि एकंदर त्याला दिसलेल्या जगाविषयी काळजीपूर्वक नोंदी करत राहिला. *'चंपाचा राजा बौद्ध धर्मावर दृढ विश्वास ठेवणारा असून तीन स्तरांचा आणि सोनेरी नक्षी*

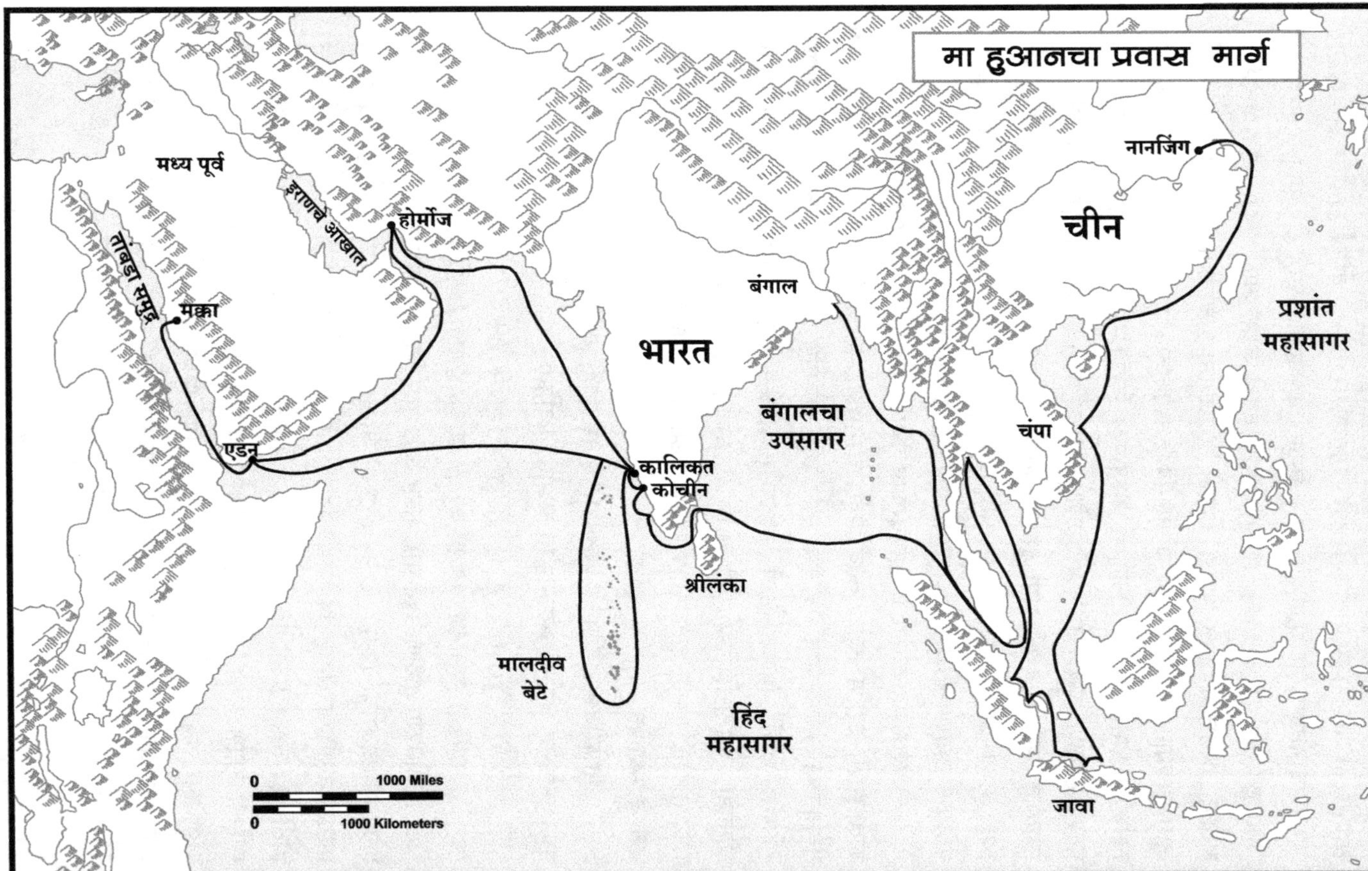
मा हुआनचा प्रवास मार्ग
मध्य पूर्व
इराणचे आखात
होर्मोज
तांबडा समुद्र
मक्का
एडन
भारत
बंगाल
कालिकत
कोचीन
श्रीलंका
बंगालचा उपसागर
मालदीव बेटे
हिंद महासागर
चीन
नानजिंग
चंपा
प्रशांत महासागर
जावा
0
1000 Miles
0
1000 Kilometers

*असलेला मुकुट तो परिधान करतो...'* असे तो नमूद करतो.* राजा आणि त्याचे मानकरी रेशमी अधरीयांवर स्वदेशी बनावटीचे लांब अंगरखे घालत. इतरांनी पांढरे कपडे घालण्यास आणि ठराविक उंचीपेक्षा उंच दरवाजे बसवण्यास राजाने मनाई केली होती. मानकऱ्यांचे जिरेटोप त्यांच्या दर्जानुसार विविध रंगांत रंगवलेले आणि मुलामा दिलेले असत, असे मा हुआनला जाणवले. तेथील मानकरी उत्तम आयुष्य जगत असल्याचे त्याला चंपात आल्यानंतर लवकरच समजले. *'राजा राहतो तो महाल उंच आणि मोठा आहे. भोवतीच्या चारही भिंती शोभिवंत असून चुना आणि विटांनी व्यवस्थित बांधलेल्या आहेत.'*[१२]

मा हुआनने नंतर हवामानाचे वर्णन केले आहे. – *'गोठवणारी थंडी किंवा बर्फ नसलेली हवा आपल्याकडील छोट्या किंवा पाचव्या महिन्यासारखी आल्हाददायक आणि उबदार असते. झाडे आणि वृक्ष सदाहरित असतात.'* त्यानंतर तो वनस्पतींचे वर्णन करतो.–

*'येथील डोंगरांमधून शिसवी लाकूड, जिये–लान हा उत्तम प्रतीचा धूप, क्वान येईन बांबू आणि सुगंधी लाका लाकूड, अशा गोष्टी मिळतात. येथील शिसव चमकदार काळ्या रंगाचे असते आणि इतरत्र मिळणाऱ्या शिसावापेक्षा अधिक उत्तम प्रतीचे असते. जगात इतरत्र कोठेही न मिळणारा जिये–लान हा धूप या देशातही केवळ एकाच मोठ्या डोंगरावर सापडतो. तो अतिशय महाग असतो आणि तो विकत घ्यायला त्याच्या वजनाइतकी चांदी मोजावी लागते.'*[१३]

त्याने चंपातील लोकांना पसंत असलेल्या आणि चीनमधून येणाऱ्या व्यापारयोग्य वस्तूंची यादीही दिली आहे. *'तबके, वाडगे आणि इतर प्रकारच्या निळ्या चिनी मातीच्या वस्तू, रेशीमधागे, तलम रेशमी कापड, मणी आणि अशा इतर वस्तू.'*[१४]

*'परदेशी जागा आपल्या वाचकांना आकलनास सोप्या वाटाव्यात म्हणून मा हुआन, तेथील अन्न पदार्थ आणि पाळीव प्राण्यांची तुलना चीनमधील अन्न पदार्थ आणि पाळीव प्राण्यांशी करत असे.'*

*'गाढवाप्रमाणे त्यांचे घोडे लहान आणि बुटके असतात. म्हशी, पिवळट बैल,*

---

* मा हुआन त्याच्या संपूर्ण आठवणींमध्ये बौद्ध राज्य आणि हिंदू राज्य असा भेद करताना दिसत नाही. आग्नेय आशियातील बऱ्याच राज्यांचा अभ्यास करताना त्यांच्यावर कोणत्या ठराविक धर्माचा प्रभाव पडला होता का, याचा शोध घेण्याचा प्रयत्न विद्वानांनी केला; पण त्यात त्यांना यश आले नाही. हिंदुत्व आणि बौद्धत्व यांची सरमिसळ झाल्याचे जाणवलेला मा हुआन, सत्य परिस्थितीच्या जवळ पोहोचला होता. बाहेरच्या व्यक्तीला आग्नेय आशियातील धर्माचरणाच्या पद्धती भारतातील हिंदू पद्धतींसारख्याच वाटत.

*डुकरे आणि बकऱ्या .. हे सगळे प्राणी तेथे असतात. हंस आणि बदके अगदी तुरळक आहेत...कोंबड्यांना लाल तुरे आणि सफेद कान असतात, त्यांची कंबर निमूळती असते आणि शेपूट उंच असते. लोकांनी त्यांना उचलून घेतले की ते कर्कश्श ओरडतात..पण ते आवडावे असे असतात.'*[१५]

नंतर भेट दिलेल्या बंदरांप्रमाणे चंपा येथेही त्याने सामान्य रहिवाशांशी संपर्क साधला आणि त्यांच्या चालीरीतींविषयी लिहिले. *'लग्नानंतर नवऱ्या मुलाचे वडील आणि आई आपल्या नातेवाईक आणि मित्रमंडळींसह ढोल-ताशे आणि संगीताच्या साथीत नवरा-नवरीला घरी घेऊन जातात.. संगीताबरोबर मद्यपान करतात.'*[१६] चंपातील कायदे त्याला अधिक कडक वाटले. *'किरकोळ गुन्ह्यासाठीही पाठीवर काठीने रट्टे मारतात आणि गंभीर गुन्ह्यासाठी नाक कापतात.'*[१७] चंपात कागदाचा वापर होत नसल्याचे मा हुआनच्या लक्षात आले. हिशोब ठेवण्यासाठी आणि इतर लिखाणासाठी लोक झाडांच्या साली किंवा बकऱ्याच्या कातड्याचा वापर करत. चंपावरून ताफा दक्षिणेकडे सागरी व्यापारात अधिक गुंतलेल्या जावा बेटाकडे रवाना झाला.

जावात असताना मा हुआनने तेथील घरांचे प्रकार, राजा आणि त्याच्या मानकऱ्यांचे पेहेराव आणि व्यापारी शक्यता यांविषयी लिहिले आहे. मा हुआनने पूर्वीची चिनी प्रवासवर्णने वाचली होती. त्यामुळे त्याच्याकडून काय अपेक्षित होते ह्याची त्याला कल्पना होती. त्याने त्याच्या आठवणींच्या प्रस्तावनेत अशा विषयांची यादीच दिली आहे.- *''हवामान, प्रदेश वर्णन, लोक कसे दिसतात, स्थानिक चालीरीती, नैसर्गिक उत्पादने आणि सीमारेषा.''*[१८]

मा हुआनची तपशीलाबाबतची सजगता आणि संवेदनशीलता यामुळे त्याचे वर्णन इतर साचेबद्ध प्रवासवर्णनांपेक्षा वेगळे वाटते. पाचशे वर्षांच्या कालावधीनंतरही त्याची निरीक्षणे ताजी आणि चित्तवेधक वाटतात.

*घरे बहुमजली बांधलेली असून उंची, साधारण चाळीस फूट असते. घरातील जमिनीवर लाकडी फळ्या टाकलेल्या असतात. त्यावर रत्तन या तालवृक्षापासून बनवलेल्या किंवा गवताच्या नक्षीदार चटया अंथरलेल्या असतात. यावर माणसे मांडी घालून बसतात. घराचे छप्पर टणक लाकडी तुकड्यांनी आच्छादलेले असते.*[१९]

चंपातील राजाप्रमाणे अंगरखा न घालता जावातील राजा आणि इतर मानकरी कंबरेभोवती रेशमी अधरीय नेसत होते, हे मा हुआनच्या लक्षात आले. राजा आणि त्याचे मानकरी यांच्या कंबरपट्ट्यात चाकू खोचलेला असे.[२०]

जावाच्या किनारपट्टीवर प्रथमच मा हुआनला चिनी समुदायाची परदेशातील वस्ती आढळली. *तू-पान..असे नाव असलेल्या या इलाख्यात हजाराहून अधिक*

*चिनी कुटुंबे रहात असून त्यांच्यावर दोन मुखियांचे नियंत्रण असते. यातील कित्येक लोक ग्वांगदोंग परगाण्यातील आहेत.*[२१]

मा हुआनच्या काळाच्या कित्येक शतके पूर्वीपासून फुजान परगणा आणि जावा यांच्यात व्यापारी संबंध होते. 'प्रकरण ४' मध्ये वर्णन केलेल्या दहाव्या शतकातील इंटन जहाजबुडीत मिळालेल्या चिनी वस्तूंपैकी बहुतेक वस्तू या फुजान परगण्यात तयार होत. या जुन्या आणि दृढ व्यापारी संबंधातूनच हे चिनी देशांतर घडले असावे.

मा हुआन आणि जहाजांचा ताफा लवकरच जावाच्या किनाऱ्यावरील या परदेशात स्थायिक झालेल्या चिनी लोकांनी वसवलेल्या आणि त्यांच्याच देखभालीखाली असलेल्या एका बंदरात आला. पूर्वेकडील मोलूका बेटांवरून येणारे मसाल्याचे पदार्थ आणि पश्चिमेकडील तिमोर बेटावरून येणारे चंदन, यांच्यामुळे या वसाहतीची भरभराट झाली होती.

*मूलतः येथे केवळ वाळूचे किनारेच होते. चीनमधून लोक येथे आले आणि त्यांनी वस्ती केली. ते त्याला 'नवग्राम' या नावाने संबोधायला लागले. अगदी आजपर्यंत तेथील प्रशासक ग्वांगदोंग परगाण्यातूनच आलेले. येथे हजाराहून अधिक कुटुंबे आहेत. सगळीकडचे परदेशी मोठ्या संख्येने व्यापारासाठी येथे येतात. सोने, सर्व प्रकारची मौल्यवान रत्ने आणि विविध प्रकारच्या परदेशी वस्तू येथे मोठ्या प्रमाणात विकले जातात. येथील लोक श्रीमंत आहेत.*[२२]

पंधराव्या शतकाच्या सुरूवातीला जावात माजापाहित हे मोठे राज्य होते आणि काही छोटी बंदरे होती.* त्यामुळे चिनी ताफ्याला स्थानिक सत्तांशी जुळवून घेण्यासाठी जावाच्या किनारपट्टीवर बरेचदा थांबावे लागले. मा हुआनला येथे तीन प्रकारचे लोक दिसले : मुस्लीम (अरब आणि ह्या धर्माचा स्वीकार केलेले स्थानिक लोक), चिनी आणि स्थानिक हिंदू किंवा बौद्ध लोक. नेहमीप्रमाणे त्याने या बंदरगावांमाधील जीवनपद्धतीचे निरीक्षण केले.-

*'या देशात लोकांकडे बसायला आसन किंवा झोपायला पलंग नाहीत तसेच जेवायला चमचे किंवा काड्या नाहीत. पुरुष आणि स्त्रिया सुपारी आणि विड्याचे पान शिंपल्यापासून बनवलेल्या चुन्यात मिसळतात आणि खातात. हे मिश्रण त्यांच्या तोंडात नाही असे कधीही होत नाही.'*[२३]

---

* तेराव्या शतकाच्या शेवटच्या दशकांमध्ये या भागात 'केदिरी' आणि 'सिंगोसरी' ही महत्त्वाची राज्ये होती. पण लवकरच उदयास येणाऱ्या 'माजापाहित' राज्यात ती विलीन झाली. पंधराव्या शतकात म्हणजे मा हुआनच्या काळात माजापाहितही उतरणीला लागले होते आणि नवी राज्ये उदयास येऊ पहात होती.

जावामध्ये मा हुआनला तेथील लोकांचे कलाविष्कार बघायला मिळाले. *ते कागदावर माणसे, पक्षी,प्राणी, गरूड किंवा किडे यांची चित्रे काढत.* त्याला ही चित्रे गुंडाळी-चित्रांसारखी वाटली. *कला सादर करताना कलाकार प्रेक्षकांना ही चित्रांची गुंडाळी उघडून दाखवत आणि कथा सादर करे. प्रेक्षक त्याच्या भोवती गोल करून बसत आणि त्याचे कथन ऐकत. कधी ते हसत तर कधी रडत. आपल्याकडे एखादा कथेकरी जेंव्हा लोकप्रिय प्रेमकथा सांगत असतात, तेंव्हा प्रेक्षक जशा प्रतिक्रिया देतात तसेच येथेही घडते.*[२४] मा हुआनच हे निरीक्षण बघता त्याकाळात संपूर्ण आशियाई जगतात पसरलेल्या चित्रकथाविष्कारांमध्ये साम्य होते, असे त्यालाही जाणवले असावे असे वाटते. ही कला; बंगाल, राजस्थान, पर्शिया, आग्नेय आशिया आणि चीनमध्ये प्रचलित होती. विविध प्रदेशांमध्ये लोकप्रिय असलेल्या या मनोरंजक कलेतील साम्यस्थळे काही दशकांपूर्वीच संशोधकांच्या लक्षात आली.[२५]

एका जहाजांच्या ताफ्याच्या संदर्भात घडलेली एक घटना परदेशातील चिनी वसाहती आणि चाचे यांच्या बरोबरच्या चिनी राजवटीच्या असलेल्या गुंतागुंतीच्या संबंधांवर प्रकाश टाकते. चौदावे शतक संपायला आले असताना चिनी माणसांची एक टोळी पळाली आणि त्यांच्या घरादारासह सुमात्राच्या उत्तर किनाऱ्यावर येऊन राहू लागली. *क्वांग-तोंग येथून आलेला, चेन त्सुई हा माणूस या टोळीचा म्होरक्या झाला. तो श्रीमंत आणि हुकूमशाही वृत्तीचा होता. ज्यावेळी एखादे अनोळखी माणसांचे जहाज जवळून जात असे तेंव्हा तो ते लगेचच लुटत असे.* सन १४०७ मधील शाही मोहिमेत या चिनी चाच्याला पकडून राजधानीला नेण्यात आले आणि तेथे त्याचा वध करण्यात आला.[२६]

मलॅका येथे असलेल्या चिनी वसाहतीप्रमाणे इतर काही वसाहती चिनी दरबाराशी जवळचे संबंध ठेऊन होत्या आणि नजराणे पाठवत होत्या. काही बेटांवर चिनी व्यापारी स्थायिक झाले, त्यांनी स्थानिक मुलींबरोबर विवाह केले आणि तेथील समाजात मिसळून गेले. तेथील दरबाराचा असा सर्वसाधारण समज होता की, आग्नेय आशियातील काही चिनी आपल्या देशाशी अजूनही संबंध राखून आहेत.[२७]

सुमात्रा येथे काही ठिकाणी थांबत मा हुआनचा ताफा मलय द्वीपकल्पाच्या पूर्व किनाऱ्याच्या बाजूने उत्तरेकडे सरकत आजच्या थायलंडच्या किनाऱ्यापर्यंत पोहोचला. सुमात्रातही मा हुआनला चिनी वस्त्या दिसल्या. तेंव्हाची राजधानी आयुथिया, आजच्या बँकॉकच्या जवळ होती. नेहमीप्रमाणे हवामान, वनस्पति, प्राणी, चालीरीती आणि व्यापारी मालाचे वर्णन करत असताना तेथील बौद्ध भिक्षू आणि भिक्षिणी या काहीशा चीनमधील बौद्ध अनुयायांसारख्याच दिसल्याचे तो नमूद करतो.

*'या देशात भिक्षू किंवा भिक्षिणी होणाऱ्यांची संख्या मोठी आहे. त्यांच्या सवयी चीनमधील भिक्षू-भिक्षिणींप्रमाणेच आहेत. तेही मठांमधून राहतात आणि उपवास आणि देहदंड सोसत राहतात.'*[२८]

कदाचित मा हुआन हा मुसलमान असल्यामुळे त्याला बौद्धधर्मातील हीनयान आणि महायान या पंथांविषयी आणि त्यांच्या आचारणातील फरकांविषयी माहिती नसावी. वाचकांच्या लक्षात असेलच की, ह्युएनत्संगने (प्रकरण १) सुमारे ८०० वर्षांपूर्वी बौद्धधर्माच्या आकलनातील या दोन पंथांमधील फरकाविषयी चर्चा केली होती.*[२९]

आयुथियावरून मा हुआनचा ताफा निघाला आणि पुन्हा मलय द्वीपकल्पाच्या खालच्या दिशेने प्रवास करत आजच्या सिंगापूरच्या जवळच्या मलॅका बंदराला लागला. मलॅका बंदर सन १३७५ ते १४०० या काळात वसवले गेले होते (मा हुआनच्या पहिल्या मोहिमेच्या एक पिढी आधी). आग्नेय आशियाच्या पश्चिम भागातील एक महत्त्वपूर्ण बंदर आणि हिंद महासागर आणि आग्नेय आशियातील जलमार्गांना जोडणारे प्रस्थानक म्हणून ते भरभराटीस येत होते. मलॅकावर प्रथम थायलंडचे नियंत्रण होते. पण लवकरच स्थानिक राजाने ते स्वतंत्र केले, असे नोंदवताना मा हुआन पुढे असेही नोंदवतो की, आधीच्या शाही ताफ्याने त्याच्या स्वातंत्र्याला मान्यता देताना *दोन चांदीचे शिक्के, शिरोभूषण, कंबरपट्टा आणि अंगरखा असा नजराणा प्रदान केला.*[३०] मोहिमेच्या प्रमुखाने मलॅकात एक शिलालेख उभा स्थापित केला आणि नंतर तेथील राजाने मिंग सम्राटाला भेट दिली.

'परंतु मा हुआनचा सहभाग असलेल्या या चौथ्या शाही मोहिमेपर्यंत सततच्या चिनी वर्चस्वामुळे मलॅकाचा राजा अस्वस्थ झाला होता. त्याने नुकताच इस्लाम धर्म स्वीकारला होता आणि अरबी पोशाख परिधान केलेला होता. *डोक्यावरील फेट्यासाठी तो परदेशी तलम सफेद कापड वापरतो. अंगरख्यासारखा दिसणारा एक निळसर रंगाचा नक्षीदार झगा तो अंगावर घालतो आणि पायांवर चामड्याचे जोडे घालतो.'*[३१] राजाचा इस्लाम धर्माचा स्वीकार आणि त्याबरोबर त्याच्या पहरावातील बदल लक्षात घेण्यासारखा आहे. अशा प्रकारचे झग्यासारखे अंगरखे मागील प्रकरणांमधील मुत्सद्दी इब्न फदलान, ज्यू व्यापारी अब्राहम बेन यीजू, तत्वज्ञ इब्न सीना किंवा काझी इब्न बतूता या सगळ्यांना परिचयाचे असणार. या चौथ्या मोहिमेच्या वेळी मलॅकाचा राजा

---

* या तात्त्विक फरकांमुळे लढायाही झाल्या. श्रीलंकेच्या राजवटीने पाचव्या शतकात कधीतरी सैन्यबळाचा वापर करत महायान पंथाचे मठ उध्वस्तच करून टाकले. आजही श्रीलंका हीनयान पंथीय आहे.

आणि मिंग सम्राट यांच्यातील संबंध फारसे दुरावले नव्हते. मोहिमेने मलॅकात जास्त वेळ घेतलेला मुकाम मा हुआनच्या लक्षात आला. ताफ्यातील सेवकांनी आणलेला नजराणा आणि व्यापाराचा माल एका सुरक्षित बंदिस्त जागी उतरवला. हिंद महासागरातून मोहीम परत येईपर्यंत तो माल तेथेच राहणार होता. नेहमीप्रमाणे मलॅका येथे ताफ्याचे विभाजन करण्यात आले. काही जहाजे बंगालकडे जाणार होती तर काही भारताच्या पश्चिम किनाऱ्याकडे आणि आफ्रिकेकडे जाणार होती. सन १४१३मध्ये मा हुआनचे जहाज असलेला ताफ्याचा भाग, मध्ये दोन ठिकाणी थांबत मलय द्वीपकल्प आणि सुमात्रा यांच्यामधून वायव्य दिशेला रवाना झाला. छोट्या राज्यांना फारसे महत्त्व नव्हते आणि मा हुआनला त्यांचा उल्लेख करावा असे वाटले नाही. तो लिहितो– *तेथे काहीच उत्पादन होत नाही. अगदी लहान जागा आहे.*[३२]

मलय द्वीपकल्पातिल कथिलाच्या खाणींनी मात्र मा हुआनचे लक्ष वेधून घेतले. इंटन जहाजबुडीच्या वेळी दहाव्या शतकात व्यापाराच्या दृष्टीने जसे कथिल महत्त्वाचे होते तसेच ते पंधराव्या शतकातही होते. मा हुआन लिहितो.–

*'येथील डोंगराळ भागात कथिल मिळण्याच्या दोन जागा आहेत आणि त्यांच्यावर नियंत्रण ठेवण्यासाठी राजा एक अधिकारी नेमतो. धातुशिला चाळण्यांमधून धुण्यासाठी आणि नंतर वितळवण्यासाठी माणसे पाठवली जातात. वितळलेले कथिल ठराविक आकाराच्या साच्यात ओतून त्याच्या विटा बनवण्यात येतात, ज्या नंतर अधिकाऱ्यांना देण्यात येतात.'*[३३]

या विटा ठराविक वजनाच्या असत आणि चाळीस विटांचा एकेक गठ्ठा बांधण्यात येई. दहाव्या शतकातील इंटन जहाजबुडीत मिळालेले कथिल अगदी असेच होते.

सुमात्रा बेट सोडल्यानंतर ताफा पश्चिम दिशेने मार्गस्थ झाला आणि अंदमान बेटे ओलांडून श्रीलंकेला पोहोचला. संपूर्ण ताफ्याबरोबर वीस हजार सैनिक असले आणि नंतर मा हुआनच्या जहाजांबरोबर जवळपास सहा हजार सैनिक राहिले असले तरी त्याने कोठेही लढाई झाल्याचे लिहिलेले नाही. या ताफ्याने कधीही कोणावरही हल्ला केला नाही किंवा कोणते बंदर लुटले नाही. असे असले तरी, कधीतरी चीनला आपली ताकद वापरावी लागत असे. मा हुआनच्या मोहिमेच्या दहा वर्षे आधी खंडणी न दिल्याने चिनी सैन्याने सुमात्रा आणि श्रीलंकेच्या राजावर हल्ला केला होता. या हल्ल्यानंतर श्रीलंकेच्या राजाने चीनचे मांडलिकत्व पत्करले असल्याचे मा हुआन अतिशय समाधानाने नमूद करतो. *'(श्रीलंकेचा राजा) सतत मौल्यवान रत्ने आणि अशाच काही गोष्टी घेऊन माणसे पाठवतो. पश्चिमच्या समुद्रावरील मोहीम संपवून*

*परतणाऱ्या खजिन्याने भरलेल्या जहाजांसोबत चीनला ते खंडणी घेऊन जात असतात.'*[३४]

खंडणी ठरवताना चीनी नाणी, वजने आणि मापे प्रमाणभूत मानून त्यांच्या मूल्याप्रमाणे स्थानिक नाण्यांची संख्या किंवा वजन-मापे नक्की केली जात. मा हुआनच्या आठवणींमध्ये हा विषय सातत्याने आलेला दिसतो. *'श्रीलंकेचा राजा नव्वद टक्के शुद्धतेचे सोने वापरून आजच्या वापराची नाणी पाडून घेतो. त्यांचे वजन आपल्या अधिकृत 'एक फेन' आणि 'एक ली' इतके असते.'*[३५]

ही मोहीम श्रीलंकेच्या पश्चिमेकडून भारताच्या दक्षिण टोकाला वळसा घालून मलबारच्या दिशेने मार्गस्थ झाली. हा नारळाच्या झाडांनी व्यापलेला हिरवागार प्रदेश, मसाल्यांचा प्रदेश आहे हे मा हुआनला माहीत होते. तो लिहितो-

*'या प्रदेशात केवळ मिरे तयार होतात. लोक चरितार्थासाठी मिऱ्याच्या बागा लावतात. मिरे पिकले की दरवर्षी त्या भागातील मिऱ्याचे व्यापारी मिरे खरेदी करून गोदामांमध्ये त्यांचा साठा करतात आणि ते खरेदी करण्यासाठी येणाऱ्या परदेशी व्यापाऱ्यांची वाट बघतात.'*[३६]

या छोट्या आणि मा हुआनच्या पहिल्या मोहिमेपर्यंत चिनिलोक आणि स्थानिक राजे यांच्यात एक नाते उत्पन्न झाले होते. मोहिमेतील प्रमुख मुत्सद्दी राजदूत या राजाला मानाची वस्त्रे आणि सनदा देऊन सन्मानित करत. नंतर दोन्ही पक्षांचे प्रतिनिधी व्यवहार करण्यास बसत. राजाचा प्रतिनिधी आणि मोहिमेतील प्रमुख व्यापारी चिनी रेशीम आणि इतर माल याची पहाणी करत आणि किंमत नक्की करण्याचा दिवस ठरवत. त्या दिवशी *''सगळे हस्तांदोलन करत आणि बाजारात कितीही उतार चढाव झाला तरी आत्ता ठरवलेली किंमत बंधनकारक असेल''*, असे ठरवत. नंतर स्थानिक शहरातील व्यापारी मोती किंवा प्रवाळ यांसारख्या मौल्यवान वस्तू आणत. त्यांचे मूल्य ठरवणे *'एका दिवसात होत नसे. अगदी तातडीने करायचे ठरवले तरी त्याला पंधरा दिवस किंवा महिना-दीडमहिनाही लागत असे.'* नंतर मोहिमेच्या अंतर्गत केला जाणारा व्यापार या ठरवलेल्या किंमतीनुसार केला जात असे.[३७] चिनी ताफा बलवान असूनही कित्येक दिवस चालणाऱ्या घासाघिसीवरून ते किंमत किंवा व्यापारी शर्ती यांच्याबाबत चिनी लोक आपली हुकूमत लादत नसत.

ही अशी मोठ्या प्रमाणावर केली जाणारी किंमतीबद्दलची घासाघीस मलबारच्या बंदरांवर मात्र होत नसे. व्यापारी, त्यांना पाहिजे ते विकत घेत आणि मागणीप्रमाणे बाजारभाव ठरवत असत. मा हुआन आपल्या आठवणींमध्ये नंतर कालिकत येथील व्यापाराविषयी लिहितो.-

*'वेगवेगळ्या ठिकाणांवरून परदेशी जहाजे तेथे (कालिकत) येतात आणि*

*राजाही आपला प्रमुख अधिकारी आणि लेखनिक आणि इतर माणसे बाजारावर लक्ष ठेवण्यासाठी पाठवतो. ते जकात वसूल करतात आणि खजिन्यात जमा करतात.'*[३८]

दीर्घकालीन वर्चस्व राखण्यासाठी चिनी दरबाराचे काही मोठे मनसुबे होते. कित्येक बंदरांवर जंग ह याने शिलालेख उभे केले होते आणि त्यावर चीनचे मनसुबे कोरले होते.

*'या प्रदेशापासून चीनपर्यंतचा प्रवास हजार ली पेक्षा अधिक असला तरी येथील जनता आनंदी, प्रगतशील आणि समान चालीरीती असलेली आहे. दोघांमधील संबंध हजारो वर्षे अबाधित राहतील असे आम्ही या शिलालेखाद्वारे जाहीर करत आहोत.'*[३९]

कालिकतचा राजा झामोरीन याला चीनबरोबर संबंध राखून काय फायदा होणार होता? कित्येक हजारांचे चिनी सैन्य त्याच्या बंदरात उभे असताना त्याच्याकडे फारसे पर्याय नव्हते. तरीदेखील काही राजकीय लाभ होण्यासारखा होता. त्याच्या कुटुंबातील स्पर्धकांविरुद्ध आणि बाह्य शत्रूविरुद्ध त्याला मदत करायला चीन वचनबद्ध होता. व्यावहारिक दृष्ट्या याचा फारसा उपयोग नव्हता. कारण काही वर्षांनी येणारे हे चिनी सैन्य कधी येईल याची शाश्वती नव्हती. सत्ता बळकावणाऱ्याला पकडून पूर्वीच्या राजाला गादीवर बसण्यासाठी चिनी सैन्याने मदत केल्याची केवळ एकच घटना मा हुआनने नमूद केली आहे.

कालिकतला भावाच्या घासाघीसीमुळे लांबलेल्या मुक्कामात कदाचित मा हुआनला एकट्याने स्थानिक जहाजातून मक्केला जाण्याची संधी मिळाली असावी. पवित्र शहराच्या दर्शनाने तो भारावला गेला. त्याने अपेक्षित असलेल्या वास्तूकला, स्थानिक फळे आणि भाज्या आणि विक्रीच्या वस्तू अशा बऱ्याच विषयांवर लिहिले आहे. *'लोकांच्या चालीरीती शांततापूर्ण आणि प्रशंसनीय आहेत. ते धर्माचे सर्व नीतीनियम पाळतात आणि गुन्हा करणारे थोडेच आहेत. तो देश खरोखरीच आनंदी देश आहे.'*[४०]

कालिकत येथील अतिशय प्रलंबित मुक्कामानंतर ताफा पश्चिमेला मालदीव बेटांकडे गेला. मलबार हा ज्या प्रमाणे मसाल्यांचा प्रदेश म्हणून गणला जात होता त्याच प्रमाणे मालदीव बेटे, दुय्यम दर्जाचे चलन समजल्या जाणाऱ्या समुद्रात मिळणाऱ्या कवड्यांसाठी आणि नारळांसाठी प्रसिद्ध होती. तो लिहितो–

*'नारळाच्या शेंड्या जाड किंवा पातळ दोर बनवण्यासाठी वापरल्या जातात. परदेशी जहाजांवरून लोक हे खरेदी करायलाही येतात. त्यांच्या जहाजांच्या बांधणीत*

*ते खिळ्यांचा वापर कधीही करत नाहीत. फळ्यांना भोके पडून त्यातून हे दोर ओवतात आणि त्या फळ्या एकमेकांना बांधतात.*[४१]

अशा दोरखंडाने बांधलेली जहाजे तेंव्हा हिंद महासागर, बंगालचा उपसागर आणि आग्नेय आशियात सर्वत्र मा हुआनच्या हजार वर्षे पूर्वीपासून प्रचलित होती. 'प्रकरण ४' मध्ये वर्णन केलेल्या इंटन जहाजबुडीत वर्णन केलेल्या जहाजाची बांधणी अशीच होती.[४२]

मा हुआनच्या शंभर वर्षे आधी इब्न बतूताने मालदीव बेटांना भेट दिली होती तेंव्हा तेथे नुकतेच इस्लामीकरण झाले होते. कंबरेपासून वर नग्न असलेल्या स्त्रियांना पाहून तो संकोचला होता आणि त्यावरून त्याची खिल्ली उडवण्यात आली होती. मा हुआनच्या काळापर्यंत इस्लामी मर्यादा तेथे रुजल्या होत्या. तो लिहितो- *'स्त्रिया वरती छोटे वस्त्र परिधान करतात आणि खालीही रुंद कापड गुंडाळतात. त्या एक मोठा सूती रुमाल बरोबर ठेवतात आणि त्याने डोके झाकतात. त्यातून त्यांचा चेहरा तेवढा दिसतो.*[४३]

मालदीव सोडून शाही ताफा वायव्य दिशेला एडन आणि होर्मोजकडे रवाना झाला. बाराव्या शतकात अब्राहम बेन यीजूचा वरिष्ठ भागीदार एडनला रहात असे. तीनशे वर्षे उलटून गेल्यावर मा हुआनच्या काळातही एडन तसेच श्रीमंत आणि पुढारलेले बंदर होते. *'त्यांच्याकडे सात-आठ हजाराचे शिस्तबद्ध घोडदळ आणि पायदळ आहे. त्यामुळे हा देश बलवान असून शेजारचे देश त्याला घाबरतात.* कालिकतप्रमाणे येथेही महाग नजराणे आदानप्रदान करताना व्यापारापेक्षाही राजनैतिक मुत्सद्दीगिरीला अधिक महत्त्व दिले जाई. मा हुआनने उपलब्ध मौल्यवान वस्तू, त्यांच्या किंमती आणि स्थानिक वजनमापे या विषयी बरेच परिच्छेद लिहिले आहेत.[४४]

होर्मोज ह या सन १४१३ - १४१४ या कालावधीत पार पडलेल्या चौथ्या शाही मोहिमेच पश्चिमेकडील शेवटचे ठिकाण होते. येथे त्याने रस्त्यावर एक खेळ बघितला ज्याने तो खूप प्रभावित झाला.

*'रस्त्यावर एक मदारी बाजूला उभ्या असलेल्या एका माणसाला एक मोठा रुमाल देतो व त्याच्या घड्या घालून तो रुमाल आपल्या माकडाच्या डोळ्यांवर घट्ट बांधायला सांगतो. नंतर तो मदारी गर्दीतील दुसऱ्या माणसाला आवाज न करता माकडाच्या डोक्यावर एक फटका मारून गर्दीत जाऊन लपायला सांगतो. हे झाल्यावर मदारी त्या माकडाच्या डोळ्यांवरील रुमाल काढतो आणि माकडाला त्याच्या डोक्यावर फटका मारणाऱ्या माणसाला शोधून काढायला सांगतो. कितीही गर्दी असली तरी ते माकड त्या माणसाला बरोबर शोधून काढते. हे फारच आश्चर्यकारक आहे.*[४५]

हॉर्मझवरून परत निघालेला ताफा त्वरेने भारताला वळसा घालून मलॅकाला पोहोचला. तेथे सुरक्षित जागी ठेवलेला आपला माल घेऊन हा ताफा सगळ्यात जवळच्या मार्गाने चीनच्या दक्षिण किनाऱ्यावर पोहोचला.

ही चौथी मोहीम परत आली तेंव्हा १४१५ साल लागले होते आणि तोपर्यंत सम्राटाच्या महत्त्वाकांक्षी योजनांचा आर्थिक बोजा जाणवू लागला होता. कर वाढले होते आणि ग्रामीण भागात अस्वस्थता पसरली होती.[४६] रेशीम मार्ग आणि आत्ताचे व्हिएतनाम असलेल्या सीमा भागात बंडाळी माजायला लागली होती. यातच भर म्हणून मंगोलांचा धोका पुन्हा उत्पन्न झाला होता. सन १४२१मध्ये मा हुआन आपल्या दुसऱ्या सफरीवर गेला आणि परत येईपर्यंत सम्राटापुढील प्रश्न आणखी बिकट झाले होते. दरबारातील प्रबळ विद्वानांच्या एका गटाने मोहिमांविषयी अनुकूल असलेल्या दरबारातील खोजांच्या गटाला तीव्र विरोध केला.

सन १४२२ च्या वसंत ऋतूत नव्या निषिद्ध नगरीतील कित्येक इमारतींना भीषण आग लागली आणि सम्राटाच्या आवडत्या रखेलीसह शेकडो माणसे मृत्यूमुखी पडली. या आगीच्या तांडवाचा साक्षीदार असलेल्या पर्शियाच्या राजदूताने सम्राटाच्या मनस्थितीचे वर्णन केले आहे.-

*'मी कधीही गैरकृत्य केलेले नाही, आई-वडिलांचा उपमर्द केलेला नाही, कधीही हुकूमशहा सारखा वागलेलो नाही तरीही स्वर्गस्थ ईश्वराला माझा राग आला आहे आणि त्यामुळेच त्याने माझा महाल जाळला आहे.'*[४७*]

या आगीनंतर दरबारातील विद्वानांचा गट मोहिमा आणि खोजांविरुद्ध अधिकच आक्रमक झाला.

सन १४२४मध्ये वृद्ध सम्राटाचे निधन झाल्यावर सम्राटपदावर आलेल्या त्याच्या तरुण मुलाला या विद्वानांच्या गटाने आपल्या नियंत्रणाखाली आणले. सागरी मोहिमा म्हणजे पैशांचा अपव्यय असून, त्यांच्यामुळे चीनला कोणताही फायदा नसल्याचे कारण दाखवणारा फतवा काढून मोहिमांना अनुकूल असलेले सरकारी धोरण रद्द केले. असा फतवा निघूनही मोहिमा पूर्णपणे बंद झाल्या नाहीत. सन १४३१मध्ये आणखी एक मोहीम निघाली आणि पुन्हा एकदा 'अरबी भाषांतरकार' या भूमिकेत मा हुआन या मोहिमेत सहभागी झाला.

सन १४४० पर्यंत विस्तारवादी धोरणाचा पूर्णपणे त्याग करण्यात आला. एका फतव्याद्वारे आधीच्या मोहिमांच्या दफ्तरी नोंदी जाळून टाकण्याचा हुकूम जाहीर

---

* या अनुषंगाने असे नमूद करावेसे वाटते की, हा राजदूत बुद्धिबळाचा अतिशय भोक्ता होता आणि भाषा भिन्न असूनही बीजिंगमध्ये त्याला तोडीसतोड खेळणारे प्रतिस्पर्धी मिळाले होते.

करण्यात आला. काही मूठभर आठवणी, एक-दोन तक्ते आणि एक नकाशा एवढेच मागे उरले आहे. दुसऱ्या एका फतव्याद्वारे परदेशी व्यापार बंद करण्याचा आणि एवढेच नाही तर, समुद्र किनाऱ्यावरील वस्त्या उठवून आतील भागात त्या हलवण्याचाही हुकूम जाहीर करण्यात आला. हे अंतर्गामी धोरण सत्तर वर्षापूर्वी मिंग राजवटीच्या पहिल्या काही दशकांमधील धोरणासारखेच होते आणि पुढील पाचशे वर्षांच्या चीनच्या इतिहासातही हे धोरण वरचेवर अवलंबिलेले दिसून येते. व्यापार थांबला नाही. तो महत्त्वाचा होताच. आजच्या व्हिएतनाममध्ये तेंव्हा जे स्वतंत्र राज्य होते, त्यातून तस्करीद्वारे माल बाहेर पाठवला जात असे.

या मोहिमा आणि पश्चिमी समुद्रांकडील त्यांच्या प्रवासांवरून काय निष्कर्ष निघतात? साधारण शंभर वर्षांपासून खाजगी चिनी जहाजे ज्या रुळलेल्या मार्गाने जात असत, त्याच मार्गाने शाही ताफा जात असे. ते फक्त मोठ्या बंदरांवर आणि राजधान्यांशी थांबत. वाटेतील छोट्या-छोट्या ठिकाणांमध्ये काही नवीन गोष्टी त्यांना कळू शकल्या असत्या, पण त्यांनी या ठिकाणांकडे दुर्लक्ष केल्यामुळे तसे झाले नाही. त्यामुळे या शोधमोहिमा न ठरता केवळ व्यापार आणि सैन्य कूटनीतीचे (Gunboat Diplomacy) दर्शन घडवत केलेल्या राजकीय मोहिमांचे स्वरूप, त्यांना प्राप्त झाले. बीजिंगमध्ये या मोहिमांकडे योग्य आणि फायदेशीर धोरणाची अंमलबजावणी, अशा दृष्टीनेच पाहिले जात होते. तसे नसते तर एवढा खटाटोप कोणी केलाच नसता. यातील एक महत्त्वकाचा फायदा म्हणजे सम्राट मार्गावरील राजांशी बळाचा धाक दाखवून मांडलिकत्वाचे करार करत असे आणि आपल्या प्रभावाच्या कक्षा रुंदावत असे. यातून आपल्याला अनुकूल व्यापाराच्या शर्ती ठरून झालेला फायदा आणि या मांडलिक राजांकडून मिळणारी खंडणी यांच्या जमेतून मोहिमेचा खर्च भागेल, असाही अंदाज असावा. आधुनिक काळात मात्र अशी सैन्य कूटनीती खूपच खर्चिक होते आणि अपेक्षेइतकी परिणामकारक होत नाही. पण अशा मोहिमांवर खर्च करण्यापेक्षा उत्तरचीनला पश्चिमेकडील कुरणांच्या प्रदेशातील बंडाळींमुळे उत्पन्न झालेल्या धोक्याकडे लक्ष देणे अधिक गरजेचे आहे, असे दरबारी विद्वानांना वाटणे स्वाभाविक आहे.[४८]

मा हुआनसाठी मात्र या मोहिमांना वेगळे महत्त्व होते. इब्न फदूलान, इब्न बतूता, ह्युएनत्संग यांच्या सारख्या प्रवाश्यांप्रमाणे मा हुआनही अनोळखी श्रद्धा आणि चालीरीती यांच्या मागील आकृतीबंधांचा शोध घेत राहिला. त्याने जे पाहिले आणि अनुभवले त्याची चिकित्सा करून ते सगळे समजून घेण्याचा त्याने प्रयत्न केला. आशियाई जगतात तेंव्हा अशा प्रकारच्या लेखकांची आणि भाष्यकारांची गरज होती. त्याच्या आठवणी म्हणजे केवळ राजनीती, व्यापारयोग्य वस्तू आणि दूरच्या प्रदेशातील अद्भूत गोष्टींचा लिहिलेला अहवाल नाही.

प्रामाणिकपणे लिहिलेली निखळ निरीक्षणे, मा हुआनला भेटलेल्या माणसांविषयीचा व्यक्त होणारा आदरभाव आणि परमुलखातील जीवनपद्धतीत आणि स्वमुलखातील जीवनपद्धतीत, त्याला जाणवलेल्या साम्याचे यथोचित उल्लेख या वैशिष्ट्यांमुळे मा हुआनचे लिखाण त्याकाळातील इतर प्रवासवर्णनांपेक्षा वेगळे वाटते. त्याने आग्नेय आशियातील खेळांची तुलना चीनमधील खेळांबरोबर केली आहे. कित्येक माणसांचे वर्णन करताना ती स्वच्छ आणि व्यवस्थित राहणारी असून स्थानिक उत्पादनांच्या बाबतीत अधिक मेहनती आणि प्रयोगशील असल्याचे तो नमूद करतो. त्यांचे खाणे त्याला वेगळे, पण आवडणारे असे वाटले. मध्यपूर्वेत आणि विशेषतः मक्केत त्याला एक मुसलमान म्हणून स्वीकारण्यात आल्याने तो खूपच भारावून गेला. इब्न बतूताने वर्णन केलेल्या इस्लाममधील वेगवेगळ्या गटांमधील वाद किंवा उपलब्ध असलेल्या संधी यांच्याविषयी मा हुआनने लिहिलेले नाही. आपल्यासारख्याच धर्मश्रद्धा असलेल्या माणसांमध्ये वावरायला मिळणे आणि मक्का ते चीन इतक्या विस्तीर्ण परदेशात पसरलेल्या समाजाचा आपण एक घटक आहोत असे वाटणे, यांचीच अपूर्वाई अधिक होती.

काही वर्षांनंतर उच्च पदावर काम करणाऱ्या मा हुआनच्या एका मित्राने त्याच्या आठवणींना एका संक्षिप्त उपसंहाराची जोड दिली. मा हुआनला आपल्या आठवणी छापण्यासाठी दरबाराकडून मदत मिळवण्यात येत असलेल्या अडचणी पाहून, आपण यात सहभागी झालो तर त्याचा उपयोग होईल, अशी त्याला आशा वाटत होती.*

या उपसंहारात मा हुआन त्याच्या मूळ गावी परतल्याचा उल्लेख आहे. *''इतरांना जगाविषयी जागृत करण्यासाठी आणि परदेशांमधील वातावरणाबद्दलची माहिती त्यांना मिळावी, या हेतूने तो सतत प्रयत्नशील होता''*, असे मा हुआनचे वर्णन, या उपसंहारात केले आहे.[४९] मा हुआनच्या या आठवणींमधून, चीनच्या बाहेरच्या लोकांचा अनुभव घेण्याची आणि ते कसे राहतात, लग्न कसे करतात आणि त्यांच्या धर्माचे आचरण कसे करतात यांचा अन्वयार्थ शोधण्याची संधी आपल्याला मिळाली, याविषयी कृतज्ञता व्यक्त केलेली दिसते. त्याच्या या अनुभवांमधून मा हुआनमध्ये आमुलाग्र बदल होत गेला आणि तो अधिक संपन्न होत गेला.

---

* त्याकाळी चीन मध्ये पुस्तक छापणे खूप अवघड होते. पुस्तके अतिशय दुर्मीळ आणि महाग असत. दरबाराला परदेशांविषयी वाटत असलेली भीती आणि संशय यामुळेही मदत मिळण्यात अडचण आली असावी. असे असूनही मा हुआनच्या आठवणी पुस्तकरूपात तगून राहिल्या.

## प्रकरण – ८

# रक्त आणि मीठ

### बाबर, इ.स. १४९४ ते १५२६

इ. स. १५०३च्या जून महिन्यात फर्घाना खोऱ्यातील त्याकाळातील सर्वात बुलंद तटबंदी असलेल्या 'आखशी' या मरूद्यान नगरीत, लढाईने उग्र रूप धारण केले होते. जवळच एका खिंडीतून सिरदर्या नदी वहात होती. बाजूच्या घळींमुळे नैसर्गिक खंदक तयार झाले होते आणि कित्येक वर्षांच्या कालावधीत आखशीच्या रक्षणकर्त्यांनी केलेल्या खणतीमुळे ते अजूनच खोल झाले होते. तटबंदीच्या आत हजारो घोडेस्वार थोडीशी मोकळी जागा मिळाली की तीरमारी करत होते, पण मुख्यत्वे अरूंद रस्त्यांवर आणि गल्ल्यांमधून तलवारींनीच लढत होते. दुपार संपत आली आणि आक्रमणाचा मुकाबला करत असलेल्या सुमारे चारशे माणसांना आपली हार दिसू लागली होती. नाउमेद होवून ते पूर्वेच्या दरवाजातून लढतलढत बाहेर पडले आणि रानाच्या आणि टेकड्यांच्या दिशेने पळत सुटले. पाठलाग करत आलेल्या घोडेस्वारांपासून बचाव करण्यासाठी ते फुटून वेगवेगळ्या दिशांनी धावत सुटले. त्यातील काही वाचले, काही पकडले गेले आणि काही मारले गेले.

एकूण आठ साथीदार त्यांच्या म्होरक्यासोबत सुटून पळाले होते. हा त्यांचा म्होरक्या होता, बाबर. त्या साथीदारांपैकी एकाने त्याला त्याचा पळू शकणारा घोडाही दिला. पुढे कित्येक वर्षांनंतर लिहिल्या गेलेल्या बाबराच्या आठवणींमध्ये याविषयी तो म्हणतो, *"माझ्यासाठी हे अत्यंत क्लेशकारक होते, तो माझ्यासाठी मागे राहिला आणि मीही एकटा पडलो."*[१] बाबर दगडांच्या मागे लपला; पण त्याचा पाठलाग करणाऱ्या दोघांना तो सापडला. शत्रूच्या म्होरक्यालाच पकडल्यावर त्यांच्या सेनापतीने त्यांना बक्षिसी दिली असती. परंतु आपल्याला येथून निसटण्यास जर त्यांनी मदत केली, तर आपले बलाढ्य नातेवाईक त्यांना नोकरी देतील आणि त्यांचा उत्कर्ष व्हावा यासाठी संधीही देतील, असे त्या घोडेस्वारांना पटवून देण्यात बाबर यशस्वी

झाला. या एका प्रसंगावरूनच एखादा जन्मजात नेतृत्वगुण अंगात असलेला माणूस किती प्रभावी असू शकतो याचे प्रत्यंतर येते. त्यावेळी बाबर केवळ एकवीस वर्षांचा होत .

पुढील तीन दिवस बाबर आणि त्याचे दोन नवे अनुयायी कधी दगडांमध्ये तर कधी निर्मनुष्य फळबागांमध्ये लपत, पहारे चुकवत राहिले आणि अन्न आणि चारा मिळवत गुजराण करत राहिले. त्याच्या सैन्यातील उरलेल्या लोकांना अखेर त्याला शोधून काढण्यात यश मिळाले. नंतर ते सगळे तेथून निसटून पूर्वेला फर्घाना खोऱ्यातील बाबराच्या आणि त्याच्या बऱ्याच नातेवाईकांच्या प्रदेशात पोहोचले.

आखशी ही फारशी मोठी नगरी नसली तरी केवळ २०० मैल पसरलेले फर्घाना खोरे (अफगाणिस्तानच्या उत्तरेकडे) हा तांड्यांच्या रेशीममार्गावरील सगळ्यात हिरवागार आणि सुपीक प्रदेश होता. महत्त्वाकांक्षी सेनानी या खोऱ्यांवर हुकूमत मिळवण्यासाठी सतत लढत असत. कारण हा प्रदेश व्यापारी मालाची ने-आण आणि सैनिकी भरती, यांच्यासाठी उभ्या राहिलेल्या एका विस्तृत जाळ्याचा एक भाग होता. या जाळ्याचे एक टोक मध्यपूर्व होते, तर दुसरे टोक चीन होते. अतिशय मर्यादित स्वरूपात निर्माण झालेल हे जाळ हळूहळू खूप विस्तीर्ण होत गेले होते.

'बाबर'च्या हजार वर्षे पूर्वी कुरणांच्या प्रदेशातील सैन्य म्हणजे काही जमातींच्या छोट्या टोळ्या होत्या. दरवर्षीचा त्यांचा छापा यशस्वी झाला की, पशूधन, गुलाम आणि चांगली चरावू कुरणे त्यांच्या ताब्यात येत. पराभव झाला तर गुलामगिरी, अधिक बलवान जमातीशी शरणागत होणे किंवा दूर, धोका पत्करून परागंदा होणे त्यांच्या नशिबी येई. शिकारी आणि छापे या दोन्हींत वापरात येत असलेले तंत्रज्ञान म्हगजे छोटे संकर-धनुष्य. हे शिंग आणि लाकूड यांचे आकुंचन आणि प्रसरण हे गुणधर्म वापरून छोटेखानी पण शक्तीशाली आणि नमुनेदार आयुध होते. यातून फेकला गेलेला बाण पन्नास मीटर अंतरावरील चिलखत फोडून आत घुसू शकत होता. दौडणाऱ्या घोड्यावर बसून बाण फेकणे हे इतर धनुष्यांना न जमणारे काम हे धनुष्य सहज करू शकत असे. घोडेस्वाराला लगामावरील दोन्ही हात सोडावे लागत आणि घोड्याला संकेत देण्यासाठी पायांचा वापर करावा लागे. परंतु कुरणांच्या प्रदेशातील जमातींना ही कला लहानपणापासूनच अवगत झालेली असे.[२] प्रत्येक सैनिक अजोड घोडेस्वारी करू शकत असल्याने ऐन लढाईत माघार घेतल्याचे भासवणे आणि अचानक उलट हल्ला करणे किंवा बगल मारणे, असे विविध डावपेच वापरणे त्यांना शक्य होत असे. अशा सेना जलद हालचाली करू शकत, रणभूमी

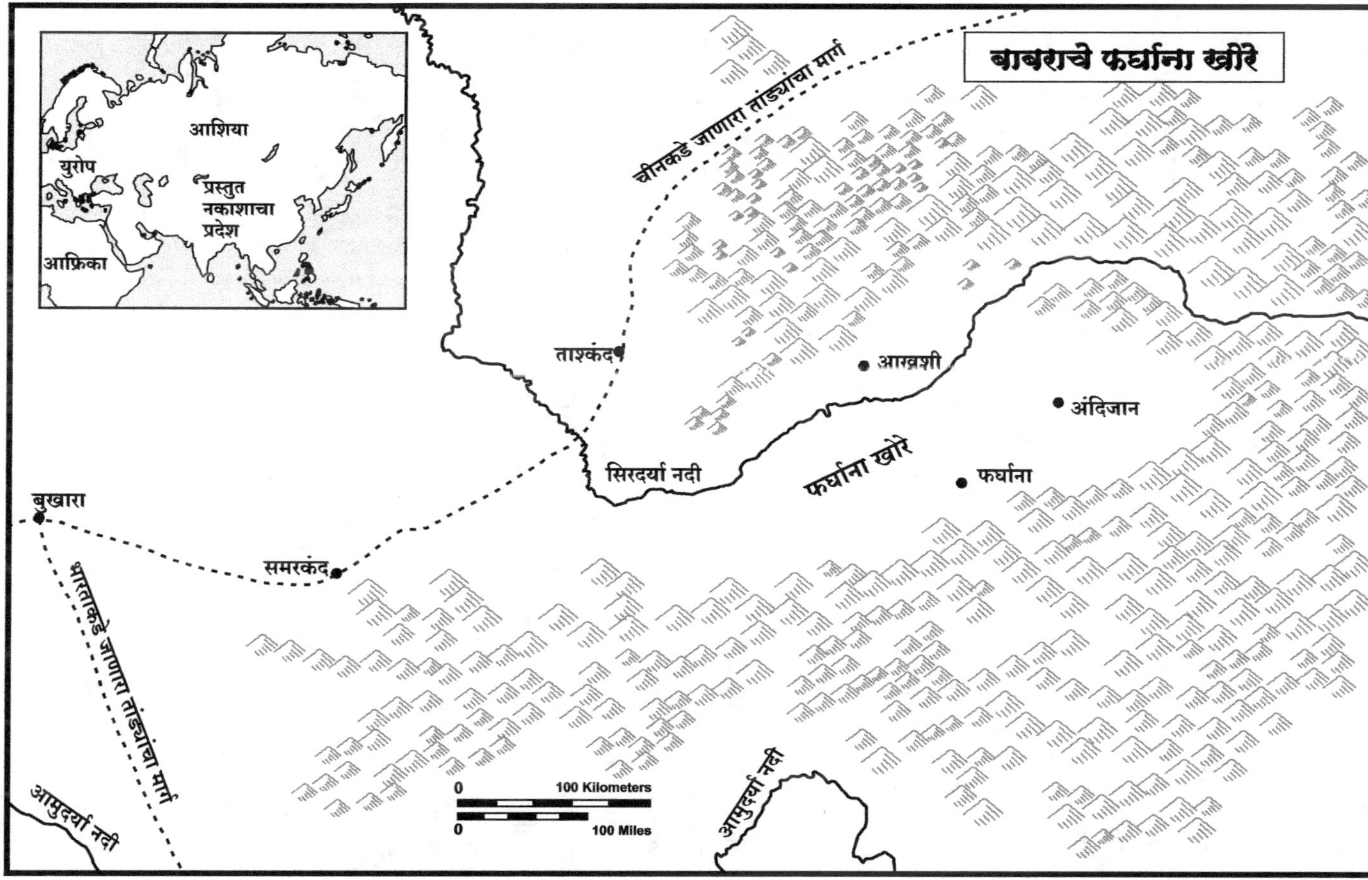
बाबराचे फर्घाना खोरे
आशिया
युरोप
प्रस्तुत नकाशाचा प्रदेश
आफ्रिका
चीनकडे जाणारा तांड्यांचा मार्ग
ताश्कंद
आख्शी
अंदिजान
फर्घाना खोरे
फर्घाना
सिरदर्या नदी
बुखारा
समरकंद
भारताकडे जाणारा तांड्यांचा मार्ग
आमुदर्या नदी
आमुदर्या नदी
0
100 Kilometers
0
100 Miles

निवडू शकत आणि माघारही शिस्तीत घेऊ शकत. विशेष यशस्वी म्होरके, टोळ्या एकत्र करून मोठी सेना उभी करू शकत. उदाहरणार्थ, युरोपवर हल्ला करणारे भीतीदायक 'हूण' किंवा तितकेच भीतीदायक चीनवर हल्ला करणारे 'क्सियंग-न्यू.'[३]

तीनशे वर्षे पूर्वी दुसऱ्या कोणापेक्षाही चंगीझखानाने (सन ११६२-१२२२) जी व्यवस्था बसवली होती, त्यावर बाबर अवलंबून होता आणि त्याचा त्याला त्रासही झाला. मंगोलियातील एका विपन्न प्रदेशातील एका सामान्य कुळात चंगीझखान लहानाचा मोठा झाला. त्याच्या विशीतच तो त्याच्या चुकांमधून शिकत गेला, आपले स्वतःचे युद्ध जिंकण्यासाठीचे डावपेच आखत गेला आणि आपल्या शत्रूबद्दलची, मग ते नातेवाईक असोत किंवा दुसरी कुळे असोत, एक प्रकारची निर्दयी वृत्ती जोपासत गेला. जिंकलेल्या माणसांना गुलाम म्हणून विकण्याच्या त्यावेळच्या प्रचलित पद्धतीऐवजी त्यांना आपल्या सैन्यात भरती करून घेण्याची त्याने पद्धत पाडली. लवकरच त्याची दृष्टी कुळांच्या पलीकडे पाहू लागली आणि त्याने आपल्या सैन्यातील विभागांमध्ये ही कुळे मिसळून टाकली आणि कोणालाही कोणत्याही विभागात काम करायला भाग पाडले.

उत्कृष्ट घोडेस्वारी, बाबराच्या काळातही वापरात असलेले संकर-धनुष्य आणि मोठ्या घोडदळाच्या साहाय्याने आखलेल्या डावपेचांविषयीचे प्रशिक्षण यांच्या जोरावर चंगीझखानाने त्याच्या पुढील संपूर्ण आयुष्यात, त्याच्या प्रत्येक विरोधकाला नानोहरम केले. या त्याच्या सैन्यांचा वेग आणि त्यांनी मिळावेले यश कोणाच्याही कल्पनेपलीकडील आहे. हे सैन्य कुरणांच्या प्रदेशात ३००० मैल पसरले होते आणि वाटेतील प्रत्येक राज्यावर त्यांनी विजय मिळवला. त्यांनी चिनी सेनेचा पराभव केला आणि उत्तरकडील चीनच्या अर्ध्या भागावर कब्जा मिळवला. चंगीझखानाच्या सैन्यांनी दक्षिण रशिया, पोलंड आणि हंगेरी पादाक्रांत केले आणि कित्येक शहरे लुटली. कित्येक शतके 'मंगोल' म्हणजे 'ईश्वरी संकट' आहे, असा समज युरोपात होता. त्याचे केवळ भारतावर आणि जपानवर केलेले हल्ले अपयशी ठरले.[४]

सन १२२२ मध्ये चंगीझखानाचा मृत्यू झाल्यावर त्याचे प्रचंड मोठे साम्राज्य मोठ्या राज्यांमध्ये विभागले गेले. पण पुढील दोन पिढ्या मंगोल सैन्याची विजयी घोडदौड चालूच राहिली. यात उर्वरित चीन, कोरिया, पर्शिया आणि मध्यपूर्वेतील इतर राज्यांचा समावेश होता. चंगीझखान आणि त्याच्या वारसदारांनी आशियाई जगतात महत्त्वाचे दूरगामी बदल घडवले. विशेषकरून कर न देणाऱ्या शहरांबद्दल दाखवलेल्या निर्दयी दृष्टिकोणामुळे तांड्यांच्या मार्गांवरील कित्येक शहरे उध्वस्त झाली. शंभर वर्षांनंतर इब्न बतूताने भेट दिली तेंव्हाही मर्व आणि बाल्ख ही शहरे

उध्वस्त स्थितीतच होती.[५] ती नंतर कधीच सावरू शकली नाहीत. मंगोलांनी बगदादवर कब्जा मिळवला तेंव्हा तेथील शाही ग्रंथालय उध्वस्त झाले. असे म्हणतात की, टिग्रीस नदीत पुस्तके फेकल्यामुळे त्यांची शाई पाण्यात मिसळली आणि त्याने कित्येक दिवस नदीच्या पाण्याचा रंग निळा दिसत होता.

कित्येक प्रदेश पूर्णतः बदलले. आजच्या अफगाणिस्तानातील बामियन दरीतील सर्व पुरुष, स्त्रिया आणि मुले यांची मंगोलांनी सरसकट कत्तल केली. त्यामुळे तेथील बौद्ध संस्कृतीचा अंत झाला. चंगीझखानाच्या सैन्याने पर्शियाच्या उत्तरेकडील पठारी प्रदेशातील शेती करणाऱ्यांना तेथून हाकलून दिले आणि तेथे आपल्या जनावारांसाठी कुरणे वाढवली. पर्शियातील शहरांमधील तरबेज कारागिरांना गुलाम बनवून त्यांना आपल्या गवताळ प्रदेशातील छावण्यांमध्ये पाठवले. मंगोलांनी उत्तर चीनमधील रहिवाशांची मोठ्या प्रमाणात कत्तल केली आणि त्यांच्या जमिनींवरही चराऊ कुरणे वाढवण्याची त्यांची योजना होती; पण ती प्रत्यक्षात उतरू शकली नाही.[६]

विस्तृत परदेशातून जमा होणारे कर आणि कित्येक शहरांमधून मिळालेल्या लुटींमुळे मंगोल छावण्या आणि त्यांच्या राजधान्या श्रीमंत झाल्या आणि काचेच्या वस्तू, सोन्याचे पेले, अंगरख्यांसाठी सोन्याचे कापड आणि गालिचे, अशा महागड्या वस्तूंसाठी तेथून मागण्या येऊ लागल्या. मार्को पोलो सारख्या अभ्यासकाला या ठिकाणांमधील श्रीमंती परिकथेसारखीच वाटली.

बाबर हा चंगीझखानाचा थेट वंशज होता; पण त्याच्यासारखे शेकडो प्रतिस्पर्धी सेनानीही चंगीझखानाचे वंशज होते. ते उत्तर पर्शिया आणि चीनच्या हद्दीपर्यंत पसरलेला नंतरचा ३००० मैलांचा गवताळ प्रदेश, एवढ्या भागात ज्यावर कब्जा करणे शक्य होईल, त्यावर कब्जा करत. असे असले तरी सगळीकडे अंदाधुंदी माजलेली नव्हती. मंगोल साम्राज्याचा वारसा सांगणारे लष्करी सेवेच्या संदर्भातले नियम, अलिखित आणि अचर्चित असूनही टिकून राहिले होते. या नियमांनुसार एखादा माणूस त्याच्या नात्यात नसलेल्या सेनाधिकाऱ्याच्या अखत्यारीतही सन्मानाने सेवा बजावू शकत होता. तो अधिकारी आणि भरती झालेला यांची भाषाही एक असायची आवश्यकता नव्हती. भरती झालेल्या सैनिकाच्या एखाद्या उल्लेखनीय कामगिरीचा सन्मान, चंगीझखानाच्या श्रीमंती दरबारी परंपरेला अनुसरून, मानाचे वस्त्र आणि घोडा देऊन करण्यात येत असे. चंगीझखानाच्या दुसऱ्या वारशानुसार त्याचे सगळेच वंशज समान गणले जात नसत. महत्तम म्हणून गणल्या जात असलेल्या मूठभर खानांच्या ताब्यात चांगली चराऊ कुरणे होती आणि त्यामुळे ते मोठे सैन्य

बाळगू शकत. तिसरी बाब म्हणजे, बाबराला उझबेक वंशियांशी, चंगीझखानाला कधीही आपला सम्राट न मानलेल्या मंगोलांशी आणि त्याच्या इतर काही वंशजांशी सामना करायचा होता.

फर्घाना खोऱ्याचा राजा असलेले बाबरचे वडील सन १४९४च्या जून महिन्यात एका दुर्दैवी अपघातात मरण पावले आणि अवघ्या अकराव्या वर्षी बाबर गादीवर बसला. लवकरच त्याला त्याच्या वंशाचे दडपण जाणवू लागले. वारस असल्याने गादी मिळाली असली, तरी त्याने आपली पात्रता सिद्ध करावी, अशी त्याच्या वडिलांच्या दरबारातील मानकऱ्यांची मागणी होती. तो युद्धात नेतृत्व करू शकतो का, योजनांविषयीच्या चर्चेत भाग घेऊ शकतो का आणि ज्या मान-मरातबासाठी ते चाकरी करत होते, त्याविषयी त्याला माहिती आहे का, या गोष्टींचे प्रात्यक्षिक त्याने दाखवावे, अशी त्यांची अपेक्षा होती. मानकऱ्यांना जर त्याच्यात डळमळीतपणा किंवा कमकुवतपणा आढळला, तर ते त्याच घराण्यातील बाबराचा एखादा चुलत भाऊ किंवा काका यांपैकी कोणालातरी गादीवर बसवू शकत होते. त्याचवेळी शेजारच्या शत्रुंपैकी उझबेकांनी नव्या राजाचे पाणी जोखण्यासाठी हल्ला केला. सरतेशेवटी, त्याचे चुलते आणि चंगीझखानाचे प्रबळ वंशज असलेले, मोठ्या जमिनी आणि प्रमुख व्यापारी शहरे, यांची मालकी असलेले 'महत्तम खान' ही त्यात होतेच. वडिलांच्या मृत्यूनंतर काही महिन्यातच त्याला या चुलत्यांच्या हल्ल्याचा प्रतीकार करावा लागला. पण त्याच्या वडिलांच्या सैन्याने आपली हार होऊ दिली नाही. या महत्तम खानांसाठी मोहिमांच्या दरवर्षीच्या मोसमात महत्त्वाकांक्षी आक्रमणे, तकलादू दोस्ताने, विश्वासघात आणि कौटुंबिक झगडे नित्याचे असत. बाबराला नाकारणे, शक्य नसलेली पाठिंब्यासाठीची मागणीही त्यांच्याकडे केली जात असे. परिणामस्वरूप, या जबाबदाऱ्यांच्या आणि आव्हानांच्या पायी सातत्याने पुढील दहा वर्षे लढायांमध्ये गेली. गोठवणाऱ्या थंडीतही या लढाया थांबल्या नाहीत.[७]

सन १५००च्या उन्हाळ्यात ( प्रकरणाच्या सुरूवातीला वर्णन केलेल्या जीव वाचवण्यासाठी हताश होऊन केलेल्या पलायनाच्या तीन वर्षे आधी) बाबराने फर्घाना खोऱ्याच्या पश्चिमेला २०० मैलांवर असलेल्या रेशीममार्गावरील महत्त्वाच्या समरकंद या शहरावर हल्ला चढवला. सुमारे ६०० उझबेकांनी हे शहर सांभाळले होते. बाबर म्हणतो, *"आमच्याकडे, बरी-वाईट मिळून, केवळ २४० माणसे होती."*[८] हल्ला करण्याआधी त्याने त्याच्या अधिकाऱ्यांबरोबर चर्चा केली. उझबेकांनी शहर काबीज करून फार काळ लोटला नसल्यामुळे शहरवासीयांना त्यांच्याबद्दल फारशी निष्ठा वाटत नसावी, असा निष्कर्ष त्याने काढला. *आपण शिड्या लावून किल्ला काबीज*

*केला तर शहरवासीय आपल्याला का बरे मदत करणार नाहीत?*[९] काही दिवसांनी त्याच्या सैनिकांनी रात्रीच्यावेळी शहरावर हल्ला चढवला. *त्यांनी प्रेमीगुंफेच्या समोर शिड्या लावल्या, कोणाच्याही नकळत आत प्रवेश केला, दरवाज्यापाशी गेले, तेथे असलेल्या फाझिल तार्खान आणि त्याच्या साथीदारांची त्यांनी कत्तल केली, कुऱ्हाडीने कुलूप तोडले आणि दरवाजा उघडला.*[१०] बहुतेक सगळ्या शहरवासीयांनी बाबराचे स्वागत केले. तो लिहितो– 'काय होत आहे *ते कळल्यावर काही उच्चभ्रू, आणि व्यापारी मोठ्या उत्साहाने तयार असलेले अन्न घेऊन माझ्याकडे आले आणि त्यांनी माझ्यासाठी प्रार्थना केली.*[११] शहरवासीयांनीच उरलेल्या उझबेकांचा खातमा केला. *काही काळानंतर जेंव्हा बातमी पसरली तेंव्हा आमच्या माणसांना आणि शहरवासीयांना क्वचितच मिळणाऱ्या समाधानाच्या आणि आनंदाच्या अनुभूतीचा लाभ झाला. पिसाळलेल्या कुत्र्यांना मारावे तसे त्यांनी उझबेकांना गल्ल्यांमध्ये गाठून सोट्यांनी आणि दगडांनी ठेचून लोकांना मारले. या प्रकारे चारशे ते पाचशे लोक त्यांनी मारले.'*[१२] आणि यापुढे बाबर म्हणतो, *''माझ्या बाबतीतही चांगली घटना घडली आहे.''*[१३]

समरकंद काबीज केल्यानंतर काही महिन्यातच त्या भागातील विविध प्रमुखांनी, विशेषत्वे मंगोल प्रमुखांनी, बाबराप्रती निष्ठा आणि आपली सेवा *कुर्निसात करून* कबूल केली. ही रीत दोन्ही पक्षांना परिचित होती. मात्र, सन १५०१च्या जुलै महिन्यात उझबेकांनी पूर्ण ताकदीने हल्ला केला. बाबराने त्याच्या नव्या सहयोग्यांबरोबर शहराबाहेरच्या मैदानात शत्रूचा मुकाबला करायचे ठरवले. तो लिहितो– *'लढाई करण्याच्या उद्देशाने आम्ही आमच्या छावणीतून पहाटेच निघालो. आम्ही आमची चिलखते घातली होती आणि घोड्यांवर त्यांची चिलखते चढवली होती.'*[१४] बाबराने त्याचे सैन्य डाव्या-उजव्या फळीत, मध्यभागी आणि आघाडीवर विभागून उभे केले. त्याचा पूर्वज चंगीझखानाने तीनशे वर्षांपूर्वी अशीच आखणी केली होती. उझबेकांची व्यूहरचनाही अशीच होती. उझबेकांच्या उजव्या फळीने बाबराच्या डाव्या फळीवर चाल केली. डाव्या फळीला मदत करण्यासाठी बाबराने त्याचे आघाडीची फौज डावीकडे हलवली. त्यामुळे उघड्या झालेल्या जागेत काही मिनिटात उझबेकांनी आपली मधील फळीतील फौज घुसवली. शत्रूने पूढून आणि मागून *बाणांचा वर्षाव करत* त्यांच्यावर हल्ला चढवला. बाबरच्या अस्थिर असलेल्या नव्या सहयोग्यांनी आणि विशेष करून समरकंद भागातील मंगोलांनी बाबराच्या सैन्यावरच हल्ला चढवत लुटालूट केली. बाबराने त्या रणांगणातून केवळ पंधरा साथीदारांसह आपली कशीबशी सुटका करवून घेतली. त्यांनी आपल्या घोड्यासह जवळची नदी ओलांडली, या

बाजूच्या तीरावर आपली चिलखते काढून ठेवली आणि जीव वाचवायला समरकंदच्या किल्ल्यात माघार घेतली. पुढे कित्येक महिने शत्रूने घातलेल्या वेढ्याने हवालदिल होऊन बाबराने तात्पुरता तह केला, मध्यरात्री आपल्या बेगमा, आई आणि उरलेल्या फौजेसह बाहेर पडला आणि किल्ल्याचा ताबा सोडून दिला.

पुढे कित्येक वर्षे उलटल्यावर बाबराने शांतपणे त्या मैदानी लढाईत उझबेकांच्या दृष्टीने जमेच्या बाजू कोणत्या होत्या याचा विचार केला. केवळ संख्यात्मक दृष्ट्या ते बाबरापेक्षा सरस ठरले नव्हते तर डावपेचांमध्येही त्यांनी बाबरावर मात केली होती तो लिहितो-

*'शत्रूला मागून आणि पुढून घेरणे हे उझबेकांच्या युद्धतंत्राचे वैशिष्ट्य आहे. त्यांची एकही लढाई त्याच्याशिवाय लढली जात नाही. त्यांचे दुसरे वैशिष्ट्य म्हणजे पुढून मागेपर्यंतचे त्यांचे सगळे सरदार आणि त्यांचे शिलेदार आरडाओरडा करत त्यांच्या घोड्यांचे लगाम मोकळे सोडून चौखूर दौडतात आणि माघार घेतानाही विस्कळीत न होता एकत्र वेगाने दौडत माघार घेतात.'*[१५]

नात्यातील नसलेल्या मंगोलांनी बाबराची चाकरी स्वीकारणे, या मागे अशी कोणती व्यवस्था होती? बाबराने स्वतःच त्याच्या आठवणींमध्ये याच्या मागे मिठाचे नियम-निर्बंध होते असे संगितले आहे. बाबराच्या या आठशे पानी ग्रंथात सामावलेल्या बऱ्याचशा आठवणी, मिठाशी इमान राखणाऱ्या किंवा मिठाशी बेईमानी करणाऱ्या माणसांविषयी आहेत. याचा अर्थ काय? मीठ महाग होते आणि ते सेनापतीकडून दिले जायचे.[१६] मीठ हे सेनापतीकडून देण्यात येणाऱ्या उदरनिर्वाह आणि संधी यांचे प्रतीक होते, तर या बदल्यात सैनिकाकडून ईमान-इतबारे सेवा करण्याविषयी देण्यात आलेल्या आश्वासनाचेही प्रतीक होते. या व्यवस्थेत सेनापती आणि सैनिक एकाच जमातीतील असायला हवेत, असे नव्हते किंवा त्यांची भाषाही एक असण्याची गरज नव्हती. त्यांची प्रथम भेट निःशब्दच असे. सैनिक त्याचे चिलखत परिधान करून, मान किंचित झुकवून किंवा गुडघ्यात वाकून सेनापतीसमोर उभा रहात असे आणि सेनापती मानेनेच त्याचा स्वीकार करत असे. दोघांनाही एकमेकांकडून काही अपेक्षा असत. सैनिक आपल्या सेनापतीसाठी लढायला आणि प्राण गमवायला तयार असे. सेनापती लढताना, खाता-पिताना त्याच्या बरोबर असेल आणि कमावलेल्या लुटीतील हिस्साही त्याला देई. ह्या मिठाच्या व्यवस्थेमुळेच बाबर आपल्या पदरी वेगवेगळ्या वंशांचे सैनिक आणि सेनाधिकारी ठेवून घेऊ शकला. त्याने पराभूत केलेल्या सैन्यातील सैनिकांनाही सन्मानाने आपल्या सैन्यात तो सामील करून घेऊ शकला.[१७] कधीकधी हे सैनिकी नाते खूपच घट्ट झालेले असे. तो लिहितो- *'त्याच्या मृत्यूने मला वेगळेच*

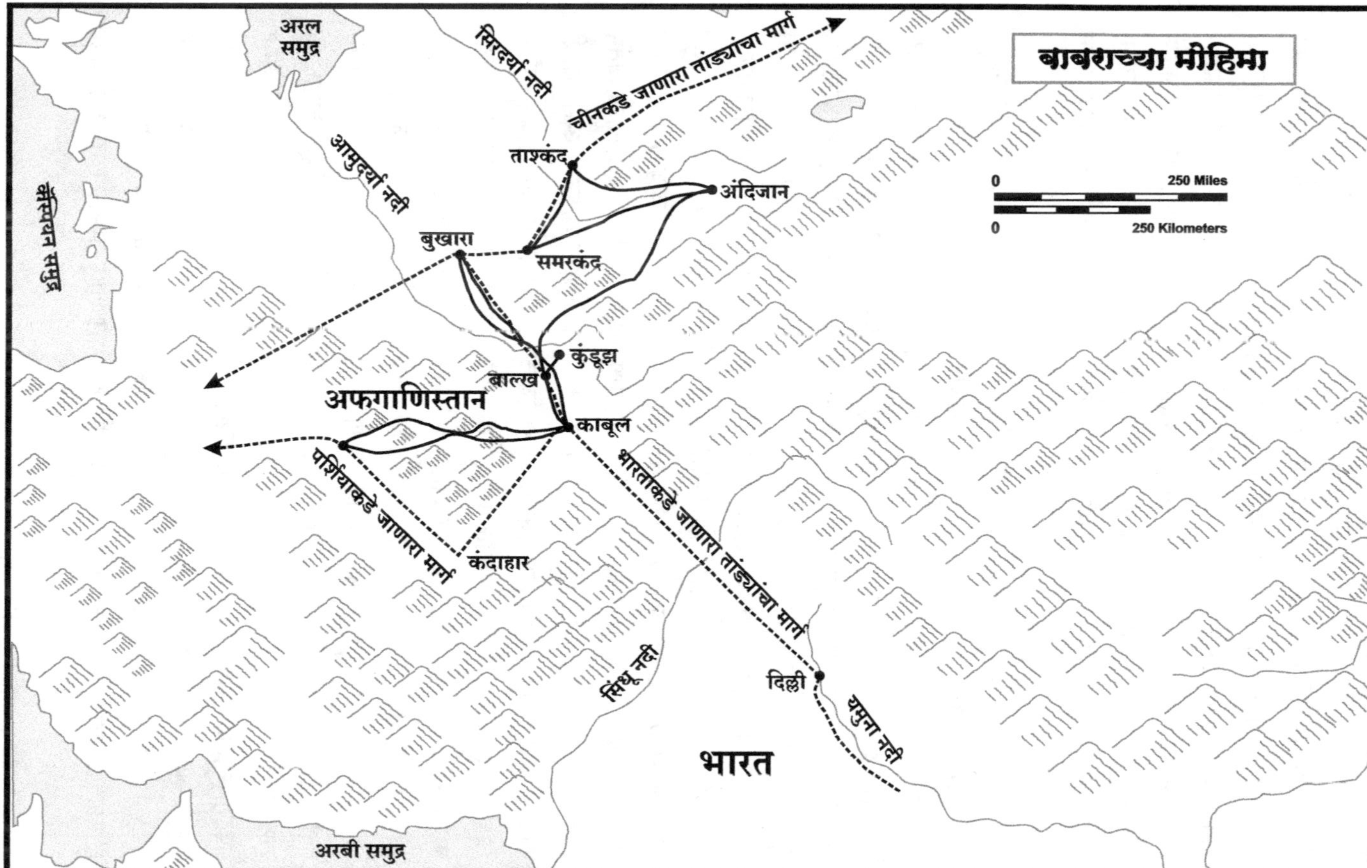

बाबराच्या मोहिमा
0
250 Miles
0
250 Kilometers
अरल समुद्र
सिरदर्या नदी
चीनकडे जाणारा तांड्यांचा मार्ग
कॅस्पियन समुद्र
आमुदर्या नदी
ताश्कंद
अंदिजान
बुखारा
समरकंद
कुंडूझ
बाल्ख
अफगाणिस्तान
काबूल
पर्शियाकडे जाणारा मार्ग
कंदाहार
भारताकडे जाणारा तांड्यांचा मार्ग
सिंधू नदी
दिल्ली
यमुना नदी
भारत
अरबी समुद्र

*दुःख झाले. थोड्याच माणसांसाठी माझ्या भावना इतक्या अनावर झाल्या आहेत. आठवडा-दहा दिवस मी सतत रडत होतो.'*[१८]

ही मिठाची व्यवस्था केवळ सेनापती आणि सैनिक यांच्या एकमेकांबद्दलच्या निष्ठेपुरती मर्यादित नव्हती. यात आयुष्य एकत्रितपणे सन्मानाने उपभोगण्याची सुविधा होती. बरकतीच्या काळात उंची मेजवान्या, सोन्याचांदीची पेयपात्रे, रेशमी गाद्या-गिर्द्या आणि सोनेरी नक्षी असलेले अंगरखे अशा गोष्टी उपलब्ध होत. कैद्यांना मानाने वागवणे, जिंकलेल्या जमिनी आणि लूट यांचे योग्य वाटप करणे, शरणागत अधिकाऱ्यांना मानाने पदरी घेणे आणि निराधारांना आधार देणे, याही गोष्टी या व्यवस्थेचा भाग होत्या.[१९]

बाबराला या व्यवस्थेतील नियम-निर्बंधांची सूक्ष्म जाणकारी होती आणि त्याने अनुभवलेल्या प्रसंगांमधून लोकांच्या सन्मानजनक आणि खेदजनक वर्तनाचे दाखले त्याने सतत दिले आहेत.[२०] उदाहरणार्थ एखाद्या सेनापतीला आपली माणसे बाळगणे शक्य होत नसेल, तर या माणसांपुढे पर्याय असत. ही माणसे त्याच सेनापतीच्या पदरी त्रास सहन करत राहू शकत किंवा कोणतीही भीड न बाळगता दुसऱ्या सेनापतीच्या चाकरीत जाऊ शकत. समरकंदचा वेढा लांबला तेंव्हा अन्नाचा तुटवडा भासू लागला आणि बाबराला क्लेश देणारी घटना घडली. तो लिहितो- *'माझ्या अगदी जवळची आणि विश्वासातील माणसे भिंतीवरून खाली उतरून निघून जाऊ लागली, माहितीच्या बेग लोकांचा आणि घरच्या जुन्या चाकरांचाही त्यात समावेश होता.'*[२१] हे होऊनही त्याने त्यांचा निषेध केला नाही, कारण त्यांचे वर्तन मिठाच्या नियमांना धरून होते. मात्र जो कोणी या नियमांचे उल्लंघन करत असे त्याची बाबराने कठोर शब्दात निर्भत्सना केली आहे. त्याच्या एका मानकऱ्याने प्रथम त्याचा विश्वासघात करून शत्रू असलेल्या उझबेगांना जाऊन मिळाला; पण नंतर त्या मानकऱ्याने त्यांचाही विश्वासघात केला. नंतर जेंव्हा उझबेगांनी त्याला पकडून त्याचे डोळे फोडले तेंव्हा काहीशा समाधानाने बाबर लिहितो, *'मिठाने त्याचे डोळे नेले.'*[२२]

चंगीझखानानंतर तीनशे वर्षांनी म्हणजे बाबराच्या काळापर्यंत नात्यागोत्या पलीकडील माणसांना आपल्या सैन्यात सामावून घेण्याचा 'मीठ' हा मार्ग चांगलाच रुळला होता, पण रक्त म्हणजे वंश अजूनही महत्त्वाचा होता. बाबर राजा होऊ शकला कारण त्याला फर्घाना खोर्यामचे राज्यपद वंशपरंपरेने मिळाले होते. त्याच्या आईच्या बाजूने त्याचा आजोबा चंगीझखानाच्या मुलाचा म्हणजे जाग्ताईखानाचा (सन ११६२ ते १२२७) थेट वारस होता. हा आजोबा महत्तम खानांपैकी एक होता आणि जाग्ताईखानाच्या छावणीचा प्रदेश आणि मोठे व्यापारी शहर असलेल ताश्कंद शहर

त्याच्या ताब्यात होते. बाबराचा हा शाही वंशाशी असलेला संबंध मिश्र वरदान होते. याचा अर्थ असा की, त्याच्यापेक्षा प्रबळ असलेले नातेवाईक त्याच्याकडे त्यांच्या मोहिमांसाठी सैन्य आणि इतर मदत मागू शकत होते आणि तशी त्यांनी मागीतलीही होती. याचा असाही अर्थ होता की, अगदी लहान वयात बाबर प्रत्येक राजनैतिक गुंत्यामध्ये, सत्ताबदलांमध्ये आणि मध्य आशियातील १००० मैलांच्या गवताळ प्रदेशात विजय मिळवण्यासाठी आखल्या जाणाऱ्या योजनांमध्ये ओढला गेला. कोणाच्या मिठाला जागावे, हेच त्याला कळेनासे झाले. त्याला फक्त एवढेच कळले की, चुका आणि चुकलेले अंदाज यांच्यामुळे प्रबळ माणसेही धुळीला मिळतात. एका अशाच प्रबळ माणसाविषयी तो लिहितो-

*'एके काळी वीस-तीस हजार माणसे पदरी बाळगणाऱ्या ज्या माणसाने आम्हाला कूच करायला लावले, थांबायला लावले..तो इतका दीन आणि सत्ताक्षत झाला होता की, आमच्या सारख्या हारलेल्या दोनशे-तीनशे माणसांमध्ये अधिकार गमावलेला तो हुकूम न देता नुसता उभा होता.'*[२३]

एखादा प्रबळ नातेवाईक असणे याचेही काही फायदे होते. सगळीकडेच अपयश आले तरी, अशा नातेवाईकाच्या दरबारात नक्कीच आश्रय मिळत असे. सन १५०२ मध्ये समरकंद आणि फर्घाना हारल्यावर बाबराने त्यावर्षीचा हिवाळा समरकंदच्या ईशान्येला साठ मैलांवर असलेल्या दिख-खतच्या टेकड्यांमध्ये कसाबसा घालवला. त्याच्या आठवणींमध्ये या दिवसांविषयी अतिशय मर्मभेदकपणे त्याने लिहिली आहेत. *माझ्या मनात असा विचार आला की, असे घराशिवाय, निवाऱ्याशिवाय, आपला प्रदेश नसताना डोंगर-दऱ्यात भटकत राहण्यात काहीही अर्थ नाही.*[२४] बाबराचा एक अतिशय प्रबळ चुलता होता. याला बुजुर्ग असे संबोधण्यात येत असे आणि तो बाबराच्या वडिलांचा सावत्र भाऊ होता. बाबर नुकता गादीवर बसला होता तेंव्हा याच चुलत्याने फर्घाना खोऱ्यावर आक्रमण करण्याचा प्रयत्न केला होता. असे असूनही बाबराने त्याला भेटायला जाण्याचे ठरवले. बाबरासारखा हारलेला नातेवाईक महत्तम खानाकडून माणसांवरील अधिकारपदासारखी किरकोळ नोकरी मिळेल अशीच अपेक्षा करू शकत होता. कदाचित इमाने इतबारे चाकरी करत असताना जर लढायांमध्ये कामगिरी बजावण्याची संधी मिळाली, तर नोकरीत बढती मिळू शकेल अशीही अपेक्षा असावी. बाबराला मात्र आपल्या चुलत्याकडील नोकरी अवघड वाटली. तो लिहितो.-

*'माझ्या ताश्कंदमधील मुक्कामात कमालीची गरीबी आणि अपमानास्पद वागणूक माझ्या वाट्याला आली. स्वतःचा देश असण्याची आशाच नव्हती ! माझी सगळी*

*माणसे विखुरली गेली होती आणि जी उरली होती, ती दारिद्र्यामुळे कोठेही जाण्याच्या स्थितीत नव्हती.'*[२५]

त्याचे आयुष्य असे अगदी तळाला गेलेले असताना त्याने आपल्या उरलेल्या माणसांना मुक्त करण्याचे आणि चीनमधील दुसऱ्या एका महत्तम खानाकडे नोकरीसाठी जाण्याचे ठरवले. बाबराची दूरदृष्टी आणि त्याचे नातेसंबंध किती दूरवर पसरलेले होते याची नोंद येथे घेणे आवश्यक आहे. तो लिहितो–

*'माझ्या लहानपणापासून मला चीनला जाण्याची इच्छा होती, पण माझ्यावरील जबाबदाऱ्या आणि बंधने यांच्यामुळे ते जमू शकले नाही. आता माझे राज्यपदच गेले होते. शिवाय माझी आई तिच्या सावत्र आईच्या आणि धाकट्या भावाच्या आश्रयाला गेली असल्यामुळे माझ्या प्रवासातील आडकाठी दूर झाली होती.'*[२६]

परंतु ही योजना अमलात येऊ शकली नाही. कारण चीनला ज्या खानाकडे बाबर जाणार होता तो छोटा खान स्वतःच काही महिन्यांनी ताश्कंदला आला. अगदी योगायोगाने छोटा खानाच्या छावणीपासून कित्येक मैल दूर बाबराची त्याच्याशी भेट झाली. त्यांनी एकमेकांची विचारपूस केली आणि काही दिवसांनी छोटा खानाने मानाची वस्त्रे देऊन बाबराचा सन्मान केला. १००० वर्षांपूर्वी गोबी वाळवंटाच्या दक्षिणेला ह्युएनत्संगचाही असाच मानाची वस्त्रे देऊन सन्मान करण्यात आला होता. आशियाई जगतात पसरलेल्या या समारंभाच्या परंपरेला अनुसरूनच बाबराचा सन्मान करण्यात आला होता. छोटा खानाने बाबराला *आपली शस्त्रे, खोगीर घातलेला स्वतःचा खास घोडा, मुघल पद्धतीचे शिरोभूषण आणि चिनी रेशमाचा नक्षीदार भरतकाम केलेला अंगरखा असा पोशाख आणि चिनी चिलखत दिले.*[२७]

थोड्याच काळात दोन्ही खानांच्या फौजांनी एकत्रित होऊन फर्घाना खोरे पुन्हा जिंकून घेण्याचा प्रयत्न केला. या मोहिमेत बाबराच्या नेतृत्वाखाली काही शेकड्यांचीच फौज दिलेली होती. आखशीपाशी ऐन मोक्याच्या क्षणी बाबराला मदत करण्याऐवजी दोन्ही खानांनी माघार घेतली. प्रकरणाच्या सुरुवातीला ज्या लढाईचे वर्णन आले आहे आणि ज्यात बाबराला कसाबसा आपला जीव वाचवता आला, त्या लढाईची पार्श्वभूमी अशी आहे.

त्यावेळी मध्य आशियाच्या दक्षिण भागात इतके मोठे आणि गंभीर संघर्ष आणि चढाओढ चालू होती की, त्यांच्या पुढे आखशीचा वेढा म्हणजे छोटीशी चकमकच होती. सन १५०३मध्ये लागोपाठच्या निर्णायक लढायांमध्ये बाबर सतत हारत राहिला. ज्या नात्यातील दोघा महत्तम खानांकडे तो निष्ठेने चाकरी करत होता ते दोघेही पकडले गेले आणि त्यांच्या फौजांचे पराभव झाले. सन १५०४च्या

हिवाळ्यात आणि वसंत ऋतूत, बाबर आणि त्याचे साथीदार बेघर आणि फरार होऊन भटकत राहिले. डोंगरांमध्ये राहणाऱ्या जमातींच्या दयेवर गुजराण करत राहिले. उन्हाळा येईपर्यंत त्याच्या वडिलांनी राज्य केलेले, त्याच्याकडे वारशाने आलेले, पुढे त्यानेही दहा वर्षे राज्य केलेले, त्याच्या आवडते फर्घाना खोरे त्याने गमावले होते.[२८] त्यावेळी तो केवळ बावीस वर्षांचा होता.

सन १५०४च्या उन्हाळ्यात बाबराने आपल्या थकलेल्या काही शेकडा साथीदारांसह फर्घाना खोरे सोडले आणि तो दक्षिणेकडे अफगाणिस्तानात शिरला. त्या वर्षीच्या पानगळीच्या मोसमात आणि हिवाळ्यात त्या भागातील प्रमुखांनी *कुर्निसात करून* बाबराला आपला राजा मानले. बाबरासमोर आता दीनवाणा उभा असलेला आधीचा बलवान राजा, सगळ्यांवर जुलूम जबरदस्ती करत असे. त्यामुळे या स्थानिक प्रमुखांनी नव्या राजाचे स्वागतच केले. लवकरच बाबराचे सैन्य वाढले आणि त्याने काबूलच्या किल्ल्याबाहेर त्याचे प्रदर्शनच केले. किल्लेदाराने किल्ला आणि शहर ताब्यात देण्याविषयी वाटाघाटी केल्या आणि आपली फौज, स्त्रिया आणि सामानासाह किल्ला सोडून तो निघून गेला. या शांततेत पार पाडलेल्या हस्तांतरणात शहारवासीयांनी केलेल्या दंग्याचा अडथळा आला. *शेवटी मीच घोड्यावर बसून गेलो, दोघा-तिघांना बाण मारले, दोघा-तिघांची खांडोळी केली आणि तो दंगा चिरडला. त्यानंतर किल्लेदार, त्याची माणसे आणि सामान घेऊन किल्ल्यातून सुरक्षितपणे बाहेर पडला.*[२९]

बाबराचे आयुष्य पुन्हा एकदा मार्गावर आले. दहा वर्षांनंतर प्रथमच त्याला एक सुरक्षित जागा मिळाली, काबूल आणि गझनी या जिल्ह्यांमधून आणि त्यातील शहरांमधून त्याला कर-महसूल मिळू लागला आणि त्यातील काही हिस्सा तो त्याच्या उमरावांना वाटू लागला.[३०] त्याने त्याच्या उमरावांना चराऊ कुरणे न देता उत्पन्न देणारी शेतजमीन दिली आणि त्यावर खेचरे जेवढे वाहून नेतील इतक्या धान्याचा कर लावला. चराऊ जमिनीवर सगळ्या सैन्याचा हक्क होता. तो लिहितो-

'काबूल हे महत्त्वाचे व्यापारी केंद्र होते. तिथे बहुतांश मध्य आशिया, फर्घाना, समरकंद, बुखारा, बाल्ख आणि हिस्सार अशा सर्व ठिकाणांहून तांडे येत असत. *दरवर्षी काबूलमध्ये ७-८ ते १०००० घोडे येतात आणि हिंदुस्थानातून गुलाम, पांढरे कापड, खडीसाखर, शुद्ध आणि साधी साखर आणि सुगंधी मुळ्या घेऊन तांडे येतात.*[३१] आशियाई जगताच्या एक महत्त्वाच्या चौरस्त्यावर काबूल वसलेले होते. *काबूलमध्ये अकरा किंवा बारा भाषा बोलल्या जातात- अरबी, पर्शियन, तुर्की, मुघली, हिंदवी, अफगाणी, पाशाई, पराजी, गिबरी, बिरकी आणि लमघाणी. इतक्या*

*विविध जमाती आणि इतक्या विविध भाषा यांना सामावून घेतलेली दुसरी कोणती जागा असेल, तर ती कोणालाच माहीत नाही.'*[३२]

आपल्या आठवणींमध्ये बाबर काबूललगत असलेल्या कुरणांमध्ये रमताना दिसतो, किल्ल्याच्या कोटावरून दिसणाऱ्या काबूलचे वर्णन करताना दिसतो, जवळच्या डोंगरांवरील बर्फामुळे उन्हाळ्यात आपसूक गार होणारी पेये आणि स्थानिक फळे यांचा आनंद घेतानाही दिसतो. तो लिहितो.-

*'थंड प्रदेशातून शहरात द्राक्षे, डाळिंबे, जरदाळू, सफरचंदे, क्विंस, पेर, पीच, जुजुबे, बदाम आणि अक्रोड अशी फळे येतात तर उष्ण प्रदेशातून संत्री, नारिंगे आणि ऊस अशी फळे येतात...काबुल जिल्ह्यात मिळणारे ऋबार्ब उत्तम असतात, तेथील क्विंस आणि आलबुखार हेही उत्तम असतात...काबूलची मदिरा कडक असते.'*[३३]

बाबर हिवाळ्यात उबेसाठी एका विशिष्ट प्रकारच्या ओक वृक्षाचे लाकूड जाळत असे, *''त्याची उष्णता अधिक असते आणि त्याची मुबलक राख उबदार आणि सुवासिक असते. त्याचे दुसरे वैशिष्ट्य म्हणजे, त्याच्या पाने असलेल्या फांद्या जाळल्या तर जळताना त्या खालपासून वरपर्यंत जळतात आणि त्यातून वेगळाच आवाज येतो. त्यांना जाळताना मजा येई.*[३४]

बाबराला खानदानी आयुष्याचा उपभोग घेण्याची संधी या काळात मिळाली. त्याने काबूलमध्ये आणि जवळपास बऱ्याच बागा तयार केल्या आणि त्यांच्या निर्मितीकडे आणि सिंचनाकडे जातीने लक्ष दिले.[३५] आयुष्यभर तो हा उपक्रम राबवत राहिला. जिंकलेल्या प्रदेशात तो बागा निर्माण करत राहिला आणि त्यापैकी कित्येक बागा आजही हयात आहेत.

बागांविषयी बाबराला असलेले प्रेम हे आशियातील पुरातन आणि सर्वदूर पसरलेल्या खानदानी परंपरेला शोभेसेच होते. कोरडे हवामान असलेल्या मध्यपूर्वेत आणि गवताळ प्रदेशात पाणी आणि मौजमजा एकमेकात गुंतलेल्या गोष्टी होत्या. तलाव, झरे आणि कारंजी निर्माण करणे, म्हणजे नंदनवन निर्माण करण्यासारखेच होते. १००० वर्षापूर्वी लिहिलेल्या कुराणातही 'नंदनवन' म्हणजे 'बगीचा' असच म्हटले होते.

प्रेम आणि शरीरसुखाच्याबाबतीत बाबर अतिशय संकोची होता. त्याचे पहिले लग्न वयाच्या सोळाव्या वर्षी झाले होते. तो लिहितो.-

*'मी तिला स्वीकारायला तयार नव्हतो असे नाही पण माझे हे पहिलेच लग्न असल्यामुळे मी संकोचत आणि लाजत होतो. त्यामुळे मी तिला दहा-पंधरा किंवा वीस दिवसांनी भेटत असे. पुढे माझी पहिली ओढ कमी झाली आणि माझा लाजरेपाणा वाढला.'*[३६]

त्याच्यातील प्रेमाचा पहिला अंकूर याच सुमारास पल्लवित झाला; पण तो बाजारातील एका मुलाविषयी होता. तो लिहितो, *'वासना, आसक्ती आणि तारुण्यातील अविवेकीपणा यांनी सैरभैर झालेल्या त्या अवस्थेत मी अनवाणी, बोडका, गल्लीबोळातून आणि बाग बगीचांमधून भटकत असे.'*[३७] काही महिन्यांनंतर बाबराने त्याच्या या संभ्रमावस्थेवर मात केली. त्याच्या आठवणींमध्ये बऱ्याचदा समलिंगी संबंधांविषयीची त्याची नापसंती दिसत असली तरी, उच्चभ्रू लोकांमध्ये असे संबंध असणे ही सर्वसाधारण गोष्ट होती. बहूपत्निकत्व अपेक्षित असे, पण बाबराने त्याविषयी फारसे लिहिलेले नाही. त्याने त्यांचा उल्लेख एकत्रितपणेच केला आहे आणि असा जनानखाना म्हणजे सतत सुरक्षित जागी ठेवण्याची जबाबदारी टाकणारे ओझे असेच त्याला वाटत असल्याचे दिसते. अंगवस्त्रे असणे हेही उच्चभ्रू समाजात अपेक्षित असे, पण बाबराने केवळ दुसऱ्याच्या अशा स्त्रियांचेच उल्लेख केले आहेत. बाबराने आपली उत्कटता शरीरभोगांपेक्षा लढाया आणि विजयांविषयीच्या लिखाणासाठी राखून ठेवल्याचे दिसते.

अमली पदार्थ आणि मद्य यांचे सेवन उच्चभ्रू लोकांमध्ये नित्याचे होते. कुराणच्या शिकवणीनुसार तरूणपणी बाबर मद्यापासून दूर राहिला; पण काबूलमध्ये असताना वयाच्या तिशीत तो मद्यपान करू लागला. त्याला दारू पेक्षाही गांजाचे सेवन अधिक पसंत होते; पण मेजवान्यांमध्ये कोणतीतरी एक गोष्टच ठेवली जात असे. सन १५१९च्या डिसेंबर महिन्यात तो मित्रांबरोबर नौकानयनाच्या सहलीला गेला. त्यांच्यातील एक गट नौकेच्या एका भागात मद्यपान करत होता, पण नौकेच्या दुसऱ्या भागात बाकीचे गांजाचे सेवन करत होते. बाबराला काहीतरी आफत येणार याचा अंदाज आला होता आणि त्याने दोन्ही गटांना एकमेकापासून दूर ठेवण्याचा अयशस्वी प्रयत्नही केला.

*गांजा सेवन करणाऱ्या गटाचे आणि मद्यपान करणाऱ्या गटाचे कधीच जमत नाही. मद्यपान केलेला गट लवकरच गांजा आणि गांजा सेवन करणाऱ्यांबद्दल बडबडायला लागला...मद्यपान करणाऱ्यांनी तर्दीखानाला पेल्यावर पेले पाजून झिंगवले. बाबराने सगळे सुरळीत ठेवायचा प्रयत्न केला पण सगळेच बिनसत गेले, मेजवानी दुःसह होते गेली आणि लवकरच उधळली गेली.*[३८]

कमी दंगेखोर मेजवान्यांमध्ये काव्यवाचन, संगीत आणि नृत्य अशी नेहमीची करमणूक असे. उच्चभ्रू लोकांकडून स्वतःच्या नव्या कविता त्यांनी सादर कराव्यात अशी अपेक्षा असे. बाबराला मात्र, अशा नव्या कविता, ज्यांच्यापैकी काही रचना त्याच्या स्वतःच्याही असत, फारशा गुणवत्तेच्या वाटत नसत. त्याच्या आकलनानुसार त्याच्या वडिलांच्या पिढीतील महत्तम खान अतिशय सामान्य दर्जाच्या कविता

लिहीत. तो लिहितो- *'त्याच्या संग्रहातील बरेच शेर वाईट नाहीत; पण ते सगळे एकाच छंदातील आहेत.'*[३९] बाबराने खानाच्या उमरावांपैकी एकाचा मात्र विशेष उल्लेख केला आहे. *'तुर्की भाषेतील कवितांचा विचार केला तर, अली-शेर बेग बरोबर कोणाचीच तुलना होऊ शकत नाही. त्याच्याइतके मुबलक आणि दर्जेदार लिखाण कोणीही केलेले नाही.*[४०] दुसरा एक उमराव, *उत्तम नृत्य करत असे आणि त्यातील एक नृत्य तर अगदी अद्वितीयच होते. बहुतेक, ती त्याची स्वतःचीच रचना वाटत होती.'*[४१] या मेजवान्यांमध्ये वाजवल्या जाणाऱ्या वाद्यांविषयी लिहिताना बाबर बासरी, ज्यू हार्प आणि ल्युट या वाद्यांचा उल्लेख करतो. ही वाद्ये उमराव आणि व्यावसायिक कलाकार वाजवत असत.

बाबराने एका उमरावाची *'अट्टल जुगारी',*[४२] अशी हेटाळणी केली आहे. एक अधिकाऱ्याला, *बुद्धिबळाचे इतके वेड होते की, समझा त्याला दोन खेळाडू भेटले तर एका बरोबरचा डाव सुरू असेल तर दुसऱ्याचा झगा पकडून ठेवत असे, जणू 'जाऊ नको' असेच म्हणत असे.*[४३]

अमीर-उमरावांचा आणखी एक शौक म्हणजे उत्तम कापडांचे पेहेराव. एखाद्या मोठ्या शहरातील उमरावांकडील रेशमाची लयलूट पाहून बाबराला आश्चर्य वाटे. सन १५०८ मध्ये बाबराने कंदहार जिंकल्यावर त्याने शहराबाहेरील जमा झालेल्या लुटीचा अंदाज घेतला. त्यात *उत्तम प्रतीचे घोडे, उंट-उंटिणिंच्या रांगाच रांगा, बैलांच्या पाठीवरील रेशमाचे बोजे, लाल कापडाचे आणि मखमली शामियाने, वेगवेगळ्या कनाती.. असंख्य गाढवांवर लादलेले पेटारे.. प्रत्येक खजिन्यातून कापड आणि इतर वस्तूंचे गठ्ठेच गठ्ठे..*[४४]

केवळ एखाद्याकडे महाग कापड असणे आणि त्याने ते परिधान करणे पुरेसे नव्हते. दरबारातील कपड्यांचे ढंग, सतत बदलत असत. उमरावांच्या शौकांमध्ये चांगले जोडे आणि विशिष्ट फेट्यांचा समावेश होता. बाबराला एक महत्तम खान विशेष लक्षात राहिला होता, म्हातारपण आले आणि दाढी पांढरी झाली तरी तो उत्तम प्रतीचे लाल आणि हिरव्या रंगाचे रेशमी कपडे घालत असे.[४५]

काबूलजवळच्या ग्रामीण भागात बाबर शिकारीसाठी, मासे पकडायला आणि ससाणेबाजी करायला जात असे. या फावल्या वेळातील छंदांमुळे त्याच्या माणसांबरोबरचे त्याचे नाते अधिक घट्ट होत गेले. कित्येक उमराव त्याच्यासोबत बराच काळ राहिले. सोळा वर्षांपूर्वी आखशीतून सुटका करून घेताना त्याच्या बरोबर असलेल्या आठ माणसांपैकी एक असलेल्या, दोस्त बेग याचे सन १५१९मध्ये निधन झाल्यावर बाबराला अतिशय दुःख झाले.[४६]

बाबराच्या या आठवणींमध्ये सभ्यता आणि शौक, यांचे जे स्वरूप दिसते

तशाच स्वरूपातील सभ्यता आणि शौक, मध्य पूर्वेपासून चीनपर्यंत सगळीकडे दिसून येतात. सन्मान, शिष्टाचार आणि शौक यांच्यातील समानतेमुळेच बाबरासारखे सेनापती आपल्या सैन्यात मध्य आशिया, मध्य पूर्व, पर्शिया आणि अफगाणिस्तान अशा भिन्न भाषा आणि परंपरा असलेल्या भागांमधून आलेल्या माणसांना भरती करू शकत होते. इब्न बतूताचे कायदा आणि व्यवस्थेचे जग, किंवा अब्राहम बेन यीजूचे व्यापारजगत जितके विस्तीर्ण होते, तितकेच सैन्यातील संधींच्या दृष्टीनेही आशियाई जगत विस्तीर्ण होते.

काबूल काबीज केल्यानंतरच्या दशकांमध्ये बाबर त्याच्या माहितीच्या प्रदेशांवर मोहिमा राबवत राहिला. त्याने काही काळासाठी समरकंद काबीज केले, हिस्सारसाठी युद्ध छेडले आणि बदखशानवर मोहीम राबवली. त्याने कंदाहार काबीज केले आणि तेथील खजिना लुटला, तर त्याच्या माणसांनी शहर लुटले.

बाबराने जाणीवपूर्वक स्वतःला चंगीझखानाच्या विजयी परंपरेचा वारस मानले. *काबूलला आल्यापासून हिंदुस्थानवर चाल करून जावी असे त्याच्या मनात होते.*[४७] भारतावर धाड घालण्याच्या पहिल्या मोहिमेची सुरुवात काबूल काबीज केल्यानंतर वर्षाच्या आतच झाली. तो लिहितो, *'सूर्य कुंभ राशीत असताना आम्ही काबूलमधून हिंदुस्तानला जायला निघालो. एक वेगळेच जग आमच्या नजरेसमोर आले. वेगळे गवत, वेगळी झाडे, वेगळे प्राणी, वेगळे पक्षी आणि जाती-जमातींच्या वेगळ्या सवयी आणि वेगळ्या चालीरीती.'*[४८] सन १५१९ मध्ये त्याने दिल्लीच्या सुलतानाकडे पूर्वी तैमूरलंगच्या ताब्यात असलेले प्रदेश आपल्याला परत करावेत अशी मागणी केली. सुलतानाच्या लाहोर येथील प्रतिनिधीने बाबराच्या वकिलाला भेटण्यासही नकार देऊन त्याचा उघड अपमान केला. तो वकील *काही महिन्यांनंतर कोणत्याही उत्तराशिवाय काबूलला परतला.*[४९] सन १५२५ पूर्वी बाबराने पंजाब मैदानी प्रदेशात चार वेळा धाडी घातल्या आणि प्रत्येक वेळी अधिकाधिक गुरे आणि इतर लूट, लुटून नेली. यामुळे दिल्लीच्या सुलतानापुढे मोठा धोका उभा राहिला.

या नंतरच्या घटनांबद्दल बाबराच्या आठवणी त्रोटक आहेत आणि त्या पूर्ण करण्यापूर्वीच त्याचा मृत्यू झाला. शेवटचे मोठे युद्ध सन १५२६ च्या एप्रिल महिन्यात दिल्लीच्या पूर्वेकडील मैदानी प्रदेशात लढले गेले आणि त्यात बाबराच्या सैन्याने दिल्लीच्या सुलतानाचा पराभव करून दिल्लीची गादी हस्तगत केली. वीस वर्षांपूर्वी समरकंदच्या बाहेर पराभूत झाल्यावर, उझबेकांच्या शत्रूला मागून-पुढून घेरण्याच्या ज्या युद्धतंत्राने बाबर प्रभावित झाला होता, त्याच तंत्राचा वापर त्याने या युद्धात केला. या युद्धानंतर महिन्याभरातच दिल्ली पडली. बाबर तेंव्हा अठ्ठेचाळीस वर्षांचा होता.

बाबराकडे जीवन व्यतीत करायला ऐश्वर्यसंपन्न महाल असूनही त्याने त्याचे उर्वरित आयुष्य मोहिमांमध्येच काढले. त्याने प्रतिस्पर्ध्यांबरोबर लढाया लढल्या आणि भारतातील ज्या अफगाणी अमिरांनी त्याला खंडणी देण्यास नकार दिला, त्यांच्या विरुद्ध त्याने कारवाया केल्या. आपल्या मुलासाठी बाबराने आपल्या आठवणी लिहिल्या. इतक्या लढाया लढल्यानंतर सन १५३० मध्ये बाबराला बिछान्यात मृत्यू आला. त्याचा मुलगा हुमायून याने सुरुवातीला जरी आपली सत्ता गमावली, तरी त्याने ती पुन्हा हस्तगत केली आणि बाबराच्या वंशजांनी पुढे दोनशे वर्षे भारतावर राज्य केले. भारत, तुर्कस्तान, चीन किंवा पर्शिया येथील गवताळ प्रदेशातील जे जेते होते, त्यांचा सैन्याची जुळवाजुळव करण्यापासून स्वतःचे राज्य स्थापन करण्यापर्यंतचा हा प्रवास नाट्यपूर्ण आणि अगदी कमी कालावधीत झाला. कित्येक जणांना वांशिक परंपरेमुळे समाजात फाटाफूट झाल्याचे आणि मिठाच्या निष्ठेचा प्रभाव कमी झाल्याचे जाणवले. आणि त्यांनी त्यांच्या सैन्याचा पाया, भाडोत्री योद्धा म्हणून खरेदी केलेल्या गुलामांना भरती करून मजबूत केला. बाबराच्या मुलाने आणि नातवाने आपल्या हुशारीच्या आणि कर्तृत्वाच्या जोरावर भारतात आपले राजघराणे स्थापन केले. मान-सन्मानाच्या परंपरेला धरून त्यांनी पर्शिया, मध्यपूर्व, मध्य-आशिया आणि अफगाणिस्तान या भागातून आलेले परदेशी सैनिक आणि कारभारी आपल्या पदरी ठेवतानाच स्थानिक जनतेच्या अपेक्षांची पूर्तीही केली.

बाबराने दिल्ली काबीज केल्यावर तेथील खजिना पाहून तो आश्चर्यचकित झाला. त्याने आपल्या मुलाला म्हणजे हुमायूनला खजिनामहाल, त्यातील खजिन्याची मोजदाद न करता किंवा यादी न करता जसा होता तसा,[५०] सुपूर्द केला. मिठाच्या नियम-निर्बंधांना अनुसरून बाबराच्या सैन्यातील सगळ्या वंशांच्या सैनिकांना बक्षिसी देणे बंधनकारक होते.

*संपूर्ण सैन्यातील अफगाण, हझारा, अरब, बलूची इत्यादि प्रत्येक जमातीच्या सैनिकांना योग्यतेनुसार रोख बक्षिसी देण्यात आली. सैन्याबरोबर आलेल्या प्रत्येक व्यापाऱ्याला, विद्यार्थ्याला किंवा खरेतर प्रत्येकालाच भरपूर बक्षिसी आणि खैरात मिळाली.*[५१]

त्याने काबूल, समरकंद, खुरासन, काशगर आणि इराक या ठिकाणी राहणाऱ्या आपल्या नातेवाईकांना सोने-चांदी पाठवली. *समरकंद, खुरासन, मक्का आणि मदीना*[५२] येथील फकीरांना भेटी पाठवल्या. बाबराचे एकूण आयुष्य, त्याचे संमिश्र सैन्य आणि लुटीतून त्याने केलेली खैरात यातून 'रक्त आणि मीठ' यांच्या पायावर उभ्या असलेल्या 'बृहत आशियाई' जगतातील विस्तृत लष्करी जाळ्याची कल्पना येऊ शकते.

प्रकरण - ९

# औषधे आणि गैरसमज

## टोमे पिरेस, इ.स. १५११ ते १५२१

सन १५१६च्या मार्च महिन्यात कोचीनच्या बंदरावर टोमे पिरेस हा पोर्तुगीज औषधविक्रेता आणि सरकारी लेखनिक द्विधा मनस्थितीत उभा होता. चारशे वर्षांपूर्वी भारताच्या याच पश्चिम किनारपट्टीवर सुमारे १०० मैल उत्तरेला अस्वस्थपणे येरझाऱ्या घालणारा अब्राहम बेन यीजू जसा पेचात पडला होता, तसाच काहीसा औषधे आणि मसाले यांच्या बाबतीत पिरेस पेचात पडला होता. अब्राहम बेन यीजूच्या पेचाचे कारण त्याचे बेपत्ता झालेले वेलदोडे आणि आर्थिक नुकसान हे होते, तर पिरेस पुढील पेच वेगळाच होता. थोड्या कालावधीतच त्याने ऊष्णकटिबंधीय वनस्पतींच्या व्यवहारात कोणालाही हेवा वाटावा इतका फायदा कमावला होता. त्याला त्याचा पैसा घेऊन घरी जायचे होते. कदाचित त्याला निवृत्त व्हावे असेही वाटत असावे. परंतु, अलीकडेच पोर्तुगीजांनी ताबा मिळवलेल्या आशियातील प्रदेशाचा प्रशासक, पिरेसचा मित्र होता आणि त्याने त्याला चीनला जाणार असलेल्या पहिल्याच राजनैतिक शिष्टमंडळाचे नेतृत्व करण्यास सांगितले होते. बीजिंग आणि दक्षिण किनाऱ्यापासून या राजधानीपर्यंतचा प्रदेश पहाण्याची संधी तोपर्यंत कोणाही पोर्तुगीज माणसाला मिळाली नव्हती. त्यामुळे कोणालाही मोहात पाडणारा हा प्रस्ताव नाकारण्यासारखा नव्हताच. उन्हाळा येईपर्यंत पिरेसने पश्चिमेकडे जाण्याऐवजी पूर्वेकडे जायला होकार दिला. पुढल्या वर्षीच्या जानेवारी महिन्यात राजनैतिक पत्रे, शाही नजराणे आणि व्यापारी माल यांनी भरलेल्या चार जहाजांसह पिरेस चीनकडे रवाना झाला.[१] पण या मोहिमेमुळे त्याचे आयुष्य दुःखदरीत्या कायमचे बदलणार होते. त्याच्या आशियातील केवळ पहिल्या पाच वर्षांच्या वास्तव्याचा समावेश असलेल्या त्याच्या आठवणी, पोर्तुगीजांच्या आशियातील विजयांच्या पहिल्या लाटेच्या काळातील गृहितके आणि चुका यांनी भरलेल्या आहेत.

टोमे पिरेस हा इतिहासाच्या रंगभूमीवरील एक लहान असामीच होता. तो मोठा सेनापती नव्हता किंवा प्रशासकही नव्हता. सन १४६८च्या आसपास बहुदा लिस्बनमध्ये एक सामान्य माणूस म्हणून तो जन्माला आला. तो उमराव घराण्यातील नसला तरी, त्याचे कुटुंब सुशिक्षित आणि प्रतिष्ठित होते. त्याचे लहानपण आरामदायक वातावरणात गेले, असे त्याने लिहिले आहे. पोर्तुगालचा राजा जॉन दुसरा याला पिरेसचे वडील औषधे पुरवत असत आणि बहुतेक त्याच्या कुटुंबाचे सुप्रसिद्ध औषधबाजाराच्या रस्त्यावर दुकान होते.[२]

सुशिक्षित उच्चभ्रू आणि दरबाराशी संपर्क असलेल्या पिरेस कुटुंबासाठी आणि त्यांच्यासारख्या इतरांसाठी हा काळ अत्यंत रोमांचक होता. सन १४३० ते १४४० या दशकाच्या सुरुवातीला जिब्राल्टरच्या सामुद्रधुनीच्या पलीकडे असलेल्या इस्लामी उत्तर आफ्रिकेवरील चढाई आणि आफ्रिकेच्या पश्चिम किनाऱ्यावरील शोधमोहीम या दोन्ही गोष्टी, राजाने स्वतः पुरस्कृत केल्या होत्या. यावेळी त्याचे लक्ष भारतातील मसाल्याच्या पदार्थांऐवजी मध्य आफ्रिकेतील सोन्यावर होते. सहारातून चालणाऱ्या व्यापारावर मुस्लिमांचे नियंत्रण होते आणि पश्चिम आफ्रिकेच्या किनाऱ्यापासून या व्यापारातील काही हिश्श्यावर ताबा मिळवण्याचा पोर्तुगालचा मनसुबा होता.[३]

पोर्तुगीज जहाजांनी मागील साठ वर्षांत इतके बहुमूल्य प्रदेश अंकित केले होते की, राजाकडून मोहिमा पुरस्कृत होणे अगदीच समर्थनीय होते. अंकित प्रदेशांमध्ये पोर्तुगालला गरज असलेल्या गव्हाचे उत्पादन करणाऱ्या कानरी बेटांचा आणि सोने, हस्तिदंत आणि गुलाम पुरवणाऱ्या पश्चिम आफ्रिकेच्या किनारपट्टीचा समावेश होता.[४] या दशकभर चालणाऱ्या मोहिमांमुळे जहाजांची रचना, नौकानयनाचे तंत्र, शिडांचे तंत्रज्ञान आणि तोफा ओतणे, यात सातत्याने प्रगती होत गेली. यातूनच अखेर सन १४९०च्या दशकात पोर्तुगालला उत्तुंग यश मिळाले. वास्को द गामाच्या ताफ्याने केप ऑफ गुडहोपला वळसा घातला, आफ्रिकेच्या पूर्व किनाऱ्यावरून एक मार्गदर्शक बरोबर घेतला आणि भारताची मलबार किनारपट्टी गाठली. त्याच दशकात कोलंबस पश्चिमेकडे अमेरिकेला पोहोचला.

सन १४९१ मध्ये अकाली निधन होण्यापूर्वी राजपुत्र अल्फान्सोला टोमे पिरेस औषधे पुरवत असे. त्यानंतर तो काय करत होता आणि सन १५११ मध्ये पोर्तुगाल सोडून तो भारतात का आला याविषयीची माहिती नाही, पण त्याच्याकडे दोन महत्त्वाच्या व्यक्तींनी दिलेली ओळखपत्रे होती. त्यापैकी एक होता राजाचा मुख्य शरीर-चिकित्सक आणि दुसरा होता, लिस्बन येथील विदेश विभागाचा प्रमुख. सहा जहाजांचा ताफा आफ्रिकेच्या पश्चिम किनारपट्टीच्या बाजूने मार्गक्रमण करत केप

ऑफ गुडहोपला वळसा घालून आशियाई जगतात दाखल झाला.[५]

एव्हाना, वास्को द गामाच्या पहिल्या मोहिमेनंतरच्या दशकातील पोर्तुगीजांच्या दरवर्षीच्या चढायांचा परिणाम आशियाई सागरी वाहतुकीवर झालेलाच होता. व्यापारातील प्रतिस्पर्धी म्हणून पोर्तुगीजांकडे विशेष काही नव्हते. आशियाला गरज असलेल्या बहुतेक गोष्टी युरोपात उत्पादित होत नव्हत्या आणि व्हेनीसची काच आणि ऑलिव्ह तेल, अशा मागणी असलेल्या वस्तू आधीपासूनच मध्य पूर्वेतून रुळलेल्या सागरीमार्गाने भारताच्या पश्चिम किनाऱ्यावर आणि त्याही पुढे जात होत्या. याच मार्गाने मसाले, औषधे, कापड आणि चिनी मातीच्या वस्तू युरोपकडे जात होत्या.[६] रुळलेल्या सागरीमार्गांपेक्षा पोर्तुगीजांनी शोधलेला आफ्रिकेला वळसा घालणारा मार्ग अधिक अंतराचा, धोकादायक आणि अधिक खर्चिक होता. प्रस्थापित व्यापाऱ्यांचे नियोजन अधिक चांगले होते, पैशांचा पुरवठा चांगला होता आणि पोर्तुगीजांपेक्षा स्थानिक परिस्थितीची जाणही अधिक चांगली होती. प्रत्येक पोर्तुगीज जहाजामागे स्थानिक व्यापाऱ्यांची अगदी शेकडो नाही तरी, डझनभर जहाजे तरी कार्यरत होती.*[७] पोर्तुगीजांच्या नौकानयनाच्या पद्धती आणि त्यांची उपकरणे त्यांच्या आशियाई आवृत्तीपेक्षा उजवी नव्हती.

पोर्तुगीजांना या गोष्टीचे श्रेय द्यायलाच हवे की, खूप लवकर त्यांना या गोष्टींची व्यवस्थित जाणीव झाली होती. उत्तम लष्करी तयारी आणि चांगले नियोजन या पोर्तुगीजांच्या जमेच्या बाजू होत्या. त्यांच्या तोफा आशियाई तोफांपेक्षा चांगल्या प्रतीच्या धातूपासून बनवलेल्या होत्या. भूमध्य समुद्रातील सततच्या लढायांमुळे आणि आफ्रिकेच्या पश्चिम किनाऱ्यावरील शोधमोहीमांमुळे त्यांच्या खलाशांना तोफांमधून वेगाने आणि अधिक अचूक गोलंदाजी करण्याचा चांगलाच सराव झाला होता. आशियाई सागरी जगतात, वास्को द गामाचा जेंव्हा प्रवेश झाला तेंव्हा फक्त पोर्तुगीजांकडेच बंदरांवर आणि दुसऱ्या जहाजांवर तोफांमधून परिणामकारक गोलंदाजी करण्याचे नैपुण्य होते.[८] इतर कोणत्याही आशियाई व्यापाऱ्याकडे नसलेला राजाचा पाठिंबा पोर्तुगीजांच्या पाठीशी होता. त्यांच्याकडे आपण ख्रिश्चन असल्याचा म्हणजे आशियाई लोकांपेक्षा श्रेष्ठ असल्याचा स्वाभिमान होता आणि मोहिमांवर जाण्यासाठी दरबाराने नेमणूक केलेल्या नोकरदारांमध्ये दरबाराविषयी निष्ठा होती.

आपल्याकडील अशा सगळ्या जमेच्या बाजूंचा वापर करत लवकरच पोर्तुगीजांनी

---

* हिंद महासागरात भ्रमण करणारी स्थानिक जहाजे पोर्तुगीजांच्या सुरुवातीच्या १०० टनी जहाजांपेक्षा कितीतरी मोठी होती. पोर्तुगीजांची सगळ्यात मोठी गलबते ५०० टनाच्या कक्षेतील होती तर गुजराथी जहाजे ८०० टनाची असत.

स्थानिक राजांबरोबर वाटाघाटी करणे सोडले आणि त्यांना जिंकायचा आणि आशियाई सागरावर वर्चस्व प्रस्थापित करण्याचा, चीनने शंभर वर्षांपूर्वी अनुसरलेला, धाडसी मार्गच अनुसरला. परंतु पोर्तुगीजांचा दृष्टीकोण चीनपेक्षा अगदी भिन्न होता. चीनने स्थानिक राजांना पदच्युत न करता राजनीतीचा वापर करत त्यांना अंकित करण्याचा प्रयत्न केला होता. पण पोर्तुगीजांचे डावपेच चंगीझखानाच्या जवळ जाणारे होते. व्यापारी शहरे आणि महत्त्वाची साधनसंपत्ती काबीज करायची, प्रतिकार चिरडून टाकायचा, व्यापारावर कर लादायचा आणि यातूनच विजयासाठी करावा लागलेला खर्च वसूल करायचा असे हे धोरण होते.*[९] सतराव्या शतकाच्या पहिल्या दशकात गोवा आणि मलबार किनारपट्टीवरील कोचीन आणि कन्नूर ही तटबंदी नसलेली बंदरे, पोर्तुगीजानी काबीज केली आणि तांबड्या समुद्राच्या तोंडाशी असलेले एडन काबीज करण्याचा अयशस्वी प्रयत्न केला. त्याच सुमारास अजून थोडे पूर्वेकडे असलेल्या मलॅका येथे त्यांनी वाटाघाटी करून व्यापाराचे आणि व्यापारी स्थानक उभारण्याचे हक्क मिळावले. परंतु एका वर्षातच मलॅकाच्या मुस्लीम सुलतानाने त्यांचे स्थानक बंद केले आणि पोर्तुगीजांना हाकलून दिले. पुढील मोसमात पोर्तुगीज जहाजांच्या ताफ्याने, हल्ला चढवून मलॅका जिंकले आणि तातडीने तेथील मुस्लीम आणि भारतीय व्यापाऱ्यांना हाकलून दिले. हिंद महासागरात आणि आग्नेय आशियात पोर्तुगीज जहाजांनी बरीच स्थानिक जहाजे पकडली किंवा जाळून टाकली आणि व्यापारावर कर लादण्याचा प्रयत्न केला.[१०]

पिरेस अतिशय अनुकूल काळात गोव्याला आला. पोर्तुगीजांनी ताबा मिळवलेल्या आशियातील प्रदेशाचा प्रशासक अल्बुकर्क याने, काही महिन्यांपूर्वीच आपल्या राजाला मलॅका येथे बखेडा उभा राहिल्याचे कळवले होते. नुकत्याच काबीज केलेल्या या शहरातून मिळालेल्या लुटीवरून तेथील काही पोर्तुगीजांमध्ये गंभीर वाद निर्माण झालेला होता. हा वाद मिटवून सगळे सुरळीत करण्यासाठी प्रशासकाने ठरवले होते की, *राजकुमाराला औषधे देणाऱ्या टोमे पिरेसला तेथे पाठवायच. कारण तो मला अतिशय मेहनती आणि उद्योगी माणूस वाटतो.* त्यावेळी गोव्यात अशा कामासाठी योग्य असलेली उच्चभ्रू सुशिक्षित माणसे थोडीच होती. पिरेस *सँतो ख्रिस्तो* या

* पोर्तुगीजांना अपेक्षित यश मिळेलच याची खात्री नव्हती. हिंद महासागरावर वर्चस्व मिळवण्यातील त्यांचे मुख्य प्रतिस्पर्धी असलेल्या ओटोमान साम्राज्याकडील तोफांचे तंत्रज्ञान पोर्तुगीजांच्या इतकेच प्रगत होते. ओटोमानांसाठी हिंद महासागर तितकासा महत्त्वाचा नव्हता. तशा दूरच्या आणि तुलनेने गरीब असलेल्या पोर्तुगालसाठी हिंद महासागरातील विजय म्हणजे अक्षरशः ईश्वराने पाठवलेली संधी असल्यासारखेच होते.

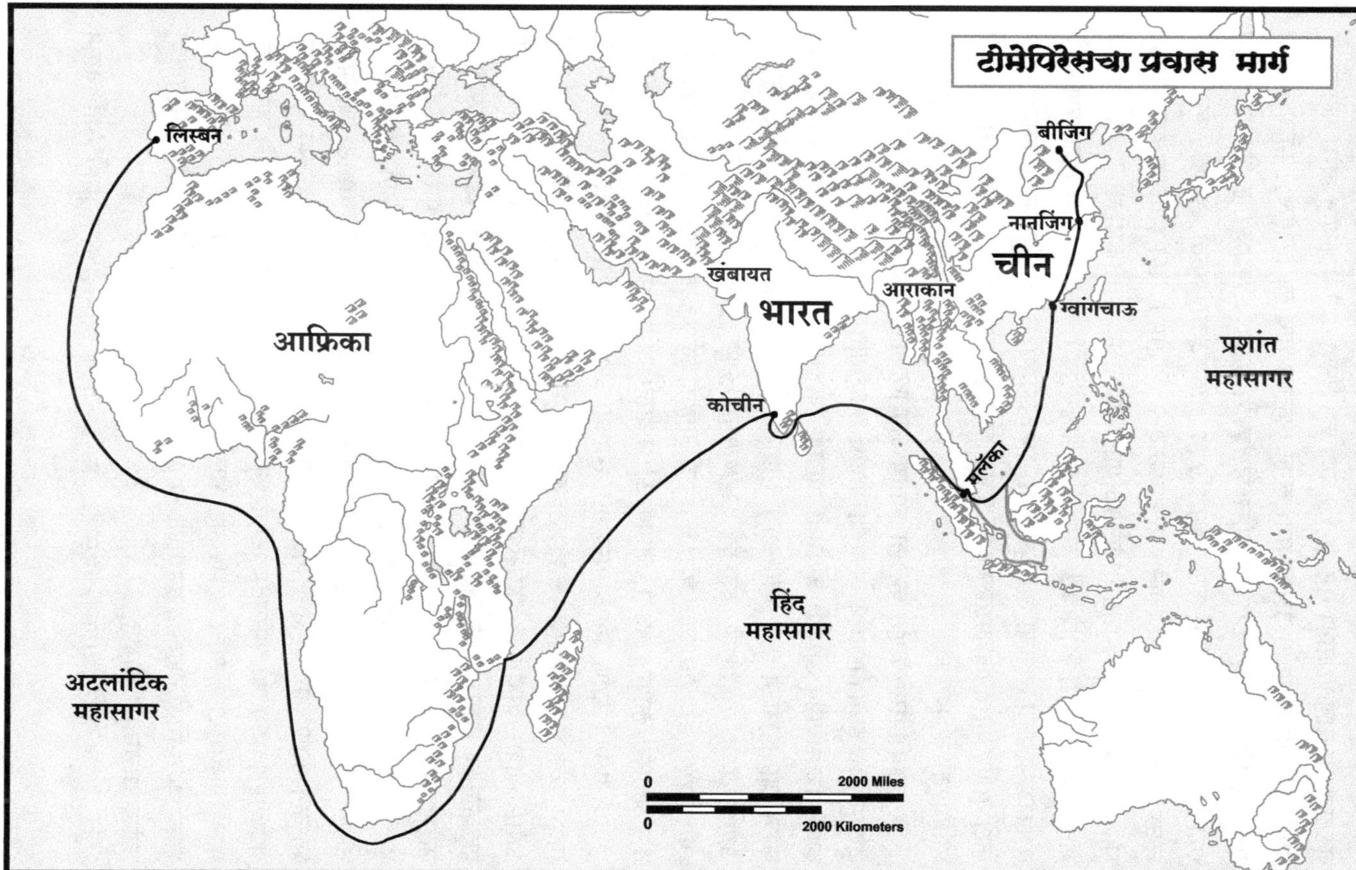
टीमेपिरेसच्या प्रवास मार्ग
लिस्बन
आफ्रिका
खंबायत
भारत
कोचीन
आराकान
चीन
बीजिंग
नानजिंग
ग्वांगचाऊ
मलॅका
प्रशांत
महासागर
हिंद
महासागर
अटलांटिक
महासागर
0
2000 Miles
0
2000 Kilometers

जहाजावरून मार्गस्थ झाला. खरेतर हे जहाज मलबारच्या किनाऱ्याजवळ वादळात बुडताबुडता वाचले आणि सन १५१२ च्या जून किंवा जुलै महिन्यात पिरेस मलॅकाला पोहोचला. काही महीने उलटल्यावर त्याने त्याच्या भावाला लिहिले, *'मी मलॅकाला एक लेखनिक, व्यापारी गोदामावरील हिशेबनीस आणि औषधांवरील नियंत्रक म्हणून आलो आहे, कल्पनाही करता येणार नाही इतके उत्तम प्रकृती आणि पैसा आपण बाळगून आहोत,* असेही त्याने त्याला कळवले.'[११] टोमे पिरेसने स्थानिक व्यापाऱ्यांचे म्हणणे ऐकून घेतले. कधीतरी पोर्तुगीज मालाबरोबर एक अधिकारी या नात्याने प्रवास केला. त्याने सागरी आशियाई जगतातील झाडे-झुडपे, बाजार आणि राजकारण यांचे वर्णन असलेल्या त्याच्या आठवणींच्या 'सुमा ओरिएंटल' या पुस्तकाचे लिखाण सुरू केले आणि कोचीनला परतल्यावर, प्रकरणाच्या सुरुवातीला उल्लेख केलेल्या चीनच्या मोहिमेपूर्वी ते पूर्ण केले.

टोमे पिरेसने वर्णन केलेला आग्नेय आशिया कसा होता? काही बाबतीत ऐंशी वर्षापूर्वी मा हुआनने वर्णन केलेल्या आग्नेय आशियात फारसा बादल झाला नव्हता. व्यापाराच्या दृष्टीने औषधी वनस्पती आजही महत्त्वाच्या होत्या. औषधांमध्येच काम करणाऱ्या पिरेसला त्या चांगल्याच माहिती होत्या. त्याला समजले की, *सुमात्रा आणि जावा येथे मिरी, वेलदोडे, खाण्याचा कापूर, शिलारस, अमलतास आणि औषधवाल्यांना आवश्यक अशा वनस्पती आहेत.* पूर्वेकडील बेटावर काळा शिलारस, दोन प्रकारचे कापूर, लवंगा, जायफळ, जायपत्री आणि सफेद चंदन मिळत असे.

मसाले आणि औषधी वनस्पती, त्यांच्या उष्ण कटिबंधातील उत्पादन क्षेत्रांमधून निघून पूर्वेकडे किंवा पश्चिमेकडे पाठवले जात. भारत आणि आग्नेय आशिया, ते चीन असा व्यापार प्रस्थापित होऊन आता हजार वर्षे झाली होती. चीनमधील पाचव्या शतकातील वनस्पतीशास्त्रावरील प्रबंधात केळे, भारतीय आवळा आणि जास्वंदीचा उल्लेख आहे.[१२] सातव्या शतकातील बौद्ध यात्रेकरू ह्युएनत्संगने भारतातून चीनकडे परत जाताना बौद्ध धर्मग्रंथांबरोबर भारतीय झाडे नेण्याचा प्रयत्न केला होता. त्यानंतरच्या दोनशे वर्षात, कित्येक बौद्ध भिक्षू उपयुक्त वनस्पती घेऊन जाण्यासाठी चीनमधून भारतात आणि आग्नेय आशियात गेले होते.[१३] सन ३०४ मध्ये लिहिलेल्या *'नानफांग काओमू झुआंग'* या वनस्पतीशास्त्रावरील चिनी ग्रंथात केळे, वटवृक्ष आणि जास्वंदीचे फूल यांसारख्या बऱ्याच उष्ण कटिबंधातील वनस्पतींचा उल्लेख आहे.[१४] अकराव्या शतकापर्यंत चिनी वैद्यकीय ग्रंथांमध्ये १०० पेक्षा अधिक उष्ण कटिबंधातील वनस्पतींचा उल्लेख वाचायला मिळतो.

उष्ण कटिबंधातील वनस्पती आणि त्यांचा अर्क हे सागरीमार्गे आशियातून

पश्चिमेकडेही जात असत. बगदादचे खलिफा, उपयुक्त झाडांची माहिती करून घेई आणि त्यांना मध्य पूर्वेत मागवून घेत असत. नवव्या शतकापर्यंत उपचारपद्धतीवरील ग्रंथांमध्ये या वनस्पतींचे मोठ्या संख्येने उल्लेख आलेले आहेत आणि त्यांची शिफारस करण्यात आली आहे.[१५] इब्न सीनाच्या 'अल् कानून फी अल् तीब्ब' या ग्रंथात दालचीनी, जायफळ, कंकोळ, कापूर, लिलीपासून निघणारी रक्तवर्णी राळ, बांबूपासून काढण्यात येणारे पांढरे तबाशीर आणि लवंगा यांचा उल्लेख असून, त्या आग्नेय आशियातून येत असत. कोलीरियम हे नेत्रांजन, हळद, मिरे, जिरे, सुपारी, विविध चंदनकाष्ठे, चमेलीचे तेल, कोरफड, हिंग, चिंच, गोखरू आणि आवळा भारतातून येत असे. चीनमधून बोरे, ऋबार्ब, चिनी आले आणि गलांगा मुळे येत असत.[१६]

दीर्घ काळ चालत आलेल्या मसाल्याच्या व्यापारामुळे पोर्तुगीज आक्रमणापूर्वी काही शतके, आग्नेय आशियात बदल झाले होते. तेथील उद्योजकांनी विविध फायदेशीर झाडे वेगळ्या जागांवर वाढवण्याचे प्रयत्न केले होते. मिऱ्यांची लागवड भारतातून सुमात्रा आणि मलय द्विपसमूहाकडे गेली होती.[१७] भारतातून आंब्यांची बीज आणून त्यांची जावा बेटावर लागवड झाली होती. नवीन जागी उत्पादन घेण्याचे बरेचसे प्रयत्न फसले होते. कारण मसाल्यांच्या वाढीसाठी आवश्यक असलेले वातावरणातील सूक्ष्म बदल सगळीकडे सारखे नव्हते. त्यामुळे एखादा पदार्थाची लागवड एखाद्या बेटावरच यशस्वी होत असे. काही बेटांवर नियमित मागणी असलेली आणि रोख उत्पन्न देणारी पिके लावल्यामुळे तेथील उत्पादकांनी धान्योत्पादन थांबवलेच होते. बांदा सारख्या मसाल्याच्या बेटावर भात आणि मासे आयात करावे लागत. तो लिहितो,-

*'या बेटांवर खेडी असून तेथे राजा नसतो. सगळा कारभार ग्रामप्रमुख आणि गावातील बुजुर्ग माणसे बघतात. या बेटांवर पंचवीसशे ते तीन हजार माणसे असतात. समुद्रकिनाऱ्यावर मूर जमातीचे व्यापारी राहतात. आतील भागात काही इतर धर्मीय लोक राहतात..दरवर्षी बहार जायपत्रीचे उत्पादन करावेच लागते. आणि सहा-सात हजार बहार जायफळांचे उत्पादन करावे लागे. बांदा बेटावर अन्न पिकतच नाही. आसपासच्या बेटांवरून ते आणले जाते.'*[१८]

सध्याच्या म्यानमार, थायलंड आणि कंबोडियामधील प्रदेशात पसरलेल्या आराकान राज्याविषयी काही कथा त्याने ऐकल्या होत्या आणि त्या बऱ्याचशा सत्य होत्या.[१९] आग्नेय आशियात अशी काही विशिष्ट राज्ये होती ज्यांची अर्थव्यवस्था, व्यापारापेक्षा भातशेती आणि अनुषंगिक करप्रणाली यांवर अवलंबून होती. तो लिहितो,-

*'राजा परधर्मीय असून आतील प्रदेशात अतिशय प्रबळ आहे. या राज्याचे एक चांगले बंदर आहे; पण फारसा व्यापार नाही. या राज्यात कित्येक घोडेस्वार आणि कित्येक हत्ती आहेत. तेथे थोडीफार चांदी आहे. आणि तीन–चार प्रकारचे सूती कपडे वापरले जातात. राज्यात मांस, भात आणि ते खात असलेल्या पदार्थांची मुबलकता आहे.'*[२०]

त्याच भागातील दुसऱ्या एका सिंचनाखाली, नदीलगत आणि त्रिभुजप्रदेशात होत असलेल्या भातशेतीवर अवलंबून असलेल्या राज्याविषयीचे पिरेसने केलेले वर्णनही अचूक आहे. आत्ताच्या म्यानमारमध्ये असे पेगू नावाचे राज्य होते. तो लिहितो,–

*'पेगू हेही अधर्मियांचे राज्य आहे. येथील जमीन आम्ही पाहिलेल्या आणि माहीत असलेल्या जमिनींपैकी सगळ्यात सुपीक जमीन आहे.. ती सयामपेक्षा विपुल आणि जवळपास जावा एवढी आहे..मुख्य उत्पादन भात आहे. दरवर्षी येथे पंधरा–सोळा सपाट तळाची गलबते आणि वीस–तीस मालवाहू जहाजे येतात. त्यातून बरीच लाख, शिलारस, कस्तुरी, किमती रत्ने, माणके, चांदी, लोणी, तेल, मीठ, कांदे..आणि इतर खाद्य वस्तू येतात. राजा आतील भागातील पेगू शहरात वास्तव्याला असतो..किनाऱ्यावरून तेथे पोहोचायला एक दिवस आणि एक रात्र प्रवास करावा लागतो.'*[२१]

अनुकूल बंदर आणि वेगवेगळ्या भागातून येणाऱ्या जहाजांचे जहाजांतरण करण्याची सोय असलेले आग्नेय आशियातील सर्वोत्तम व्यापारी केंद्र पिरेसला माहीत होते. सोळाव्या शतकात मलॅका असे केंद्र होते. आपल्या सुमा ओरिएंटलमध्ये पोर्तुगीजांनी ताबा मिळवायच्या आधी मलॅका दूर–दूरच्या प्रदेशांशी कसे जोडलेले होते याचे तो वर्णन करतो,–

*'राजा इस्कंदर शहा मूर व्यापाऱ्यांवर खुश झाला होता..त्याने त्यांचा सन्मान केला, राहायला जागा दिल्या आणि त्यांच्या मशिदीसाठी जागा दिली.. त्यांनी सुंदर घरे बांधली. आणि इतर ठिकाणांवरूनही लोक आले, सुमात्रावरूनही आले..काम करून चरितार्थासाठी पैसे कामवायला आले..राजाला व्यक्तिशः चीनला जायचे होते.. आणि तो चीनचा सम्राट जेथे होता तेथे त्याला भेटायला गेला आणि त्याची भेट घेतली आणि त्याचे मांडलिकत्व स्वीकारले.. राजाचे नाव इतके प्रसिद्ध झाले की त्याला एडन, होर्मोज, खंबायत आणि बंगाल येथील राजांकडून संदेश आणि नजराणे आले होते आणि त्यांनी आपले व्यापारी मलॅकाला राहायला पाठवले होते.'*[२२]

आशियातील सागरीमार्गांवरील वेगवेगळ्या व्यापारीकेंद्रांची पिरेसला व्यवस्थित माहिती होती. कँबे किंवा गुजराथमधील खंबायत हे त्यापैकी एक होते. तो लिहितो,– *'खंबायतच्या व्यापाऱ्यांनी मलॅका हे त्यांचे प्रमुख व्यापारीकेंद्र बनवले आहे.. त्यांना जर श्रीमंत आणि संपन्न व्हायचे असेल, तर मलॅकाला खंबायतशिवाय पर्याय नाही आणि खंबायतला मलॅकाशिवाय पर्याय नाही.*[२३] मलॅकासारखे ठिकाण स्वत:साठी लागणाऱ्या अन्नधान्याचे उत्पादन करतच नव्हते आणि सर्वस्वी आयातीवरच अवलंबून होते.'[२४]

शंभर वर्षांपूर्वी मा हुआनने लिहिलेल्या आठवणींप्रमाणेच पिरेसच्या पुस्तकातही वस्तूंच्या आणि बाजारांच्या यादीपेक्षा बरेच काही आहे. यात व्यक्त झालेला दृष्टीकोण आणि गृहितके इतकी वेगळी आहेत की, ती पिरेस हा आशियाई जगतात आलेला परका माणूस आहे हेच अधोरेखित करतात. संपूर्ण निवेदनात पिरेसने जगाची विभागणी *शत्रू* असलेले आणि सर्वत्र पसरलेले सुन्नी मुसलमान मूर आणि *मित्र* असलेले सगळीकडचे ख्रिश्चन अशी करून टाकलेली आहे. इतर धर्मीय लोक त्याच्या दृष्टीने अधर्मी असले तरी ते मूर लोकांच्या विरोधात आपले मित्र होऊ शकतात आणि त्यांचे धर्मांतर करता येऊ शकते, असे त्याचे मत होते. सुरुवातीच्या काळात आशियात आलेल्या इतर पोर्तुगीजांप्रमाणेच पिरेसनेही आपल्या बरोबर जणू धर्मयुद्धच आणले होते आणि भूमध्य समुद्रातील काही शतकांपूर्वीचा संघर्ष आशियावर लादला होता. माणसे ख्रिश्चन आहेत का इतर धर्मीय याच्यापेक्षाही स्थानिक इतिहास, प्रादेशिक निष्ठा आणि घराण्यातील चढाओढ या गोष्टी अधिक महत्त्वाच्या असतात हे पोर्तुगीजांना कधी जाणवलेच नाही. या संकुचित दृष्टीकोणाने पोर्तुगीजांचा पिच्छा सोडला नाही आणि त्यामुळे टोमे पिरेसला दुर्दैवाने काय भोगावे लागले, हे आपण पाहणारच आहोत.

उदाहरणार्थ, त्याच्या आठवणींमध्ये सुरुवातीलाच पिरेसने पर्शियाच्या शिया मुस्लीम सुलतानाची महान अशी संभावना केली आहे. कारण तो पश्चिमेकडील सुन्नी मुस्लीम राजवटीच्या म्हणजे, तिरस्कार वाटणाऱ्या मूर लोकांच्या विरोधात होता. तो लिहितो,–

*'या शेखने पाठवलेल्या राजदूताचे भव्य स्वागत करायला घोडेस्वार नियुक्त केलेले असतात. उत्तम पेहेराव केलेले लोक सोने–चांदीने भरलेले कुंभ घेऊन उभे असतात. यावरून शेखची महानता दिसून येते. जोवर सगळे मूर, अलीचे अनुयायी होणार नाहीत तोवर आपण स्वस्थ बसणार नाही असे तो म्हणतो.'*[२५]

त्याला पश्चिम भारतातील हिंदू अधर्मी; पण हुकलेले ख्रिश्चन आणि धर्मांतरास योग्य वाटतात. तो लिहितो,–

*'खंबायतचे अधर्मी लोक मोठे मूर्तिपूजक असून ते कमकुवत आणि दुबळे आहेत. त्यांच्यापैकी काही लोक त्यांच्या धर्मात राहूनही चांगले आयुष्य जगत आहेत. ते पवित्र आणि खरे आहेत आणि मिताहारी आहेत. त्यांचा 'सर्वांची माता' आणि 'त्रयदेव' यांच्यावर विश्वास आहे आणि निःसंशय, ते पूर्वी कधीतरी ख्रिश्चन होते आणि महम्मदियांमुळे हळूहळू त्यांचा विश्वास उडत गेला.'*[२६]

टोमे पिरेसला न्याय द्यायचा झाला तर कधीकधी त्याने त्याच्या दृष्टीने अधर्मी असलेल्या लोकांची प्रशंसाही केलेली आहे, असे म्हणावे लागेल. जावामध्ये त्याने पाहिलेल्या सावल्यांच्या खेळाचे त्याचे वर्णन मा हुआनच्या वर्णनासारखेच आहे. तो लिहितो,-

*'जावा हा प्रदेश मूकनटांचा आणि विविध मुखवट्यांचा प्रदेश आहे आणि यांच्या खेळांमध्ये स्त्रिया आणि पुरुष दोघेही भाग घेतात. त्यांच्याकडे नृत्य आणि कथाकथन यांच्या द्वारे करमणूक केली जाते. ते नक्कीच डौलदार आहेत; त्यांच्याकडे घंटांमधून संगीत निर्माण केले जाते-त्यांचा एकत्रित आवाज ऑर्गनसारखा येतो. पोर्तुगालमधील बेनेडिटो प्रमाणे ते रात्री विविध आकारांच्या सावल्यांचे खेळ करतात.'*[२७]

आशियाई जगतातही धर्मावर आधारित युद्धे झाली, तरी देखील हा प्रदेश बहुधर्मी आणि बहुनिष्ठांचा राहिला. उदाहरणार्थ, अब्राहम बेन यीजू याने गुजराती हिंदू आणि मंगलोरी मुसलमान यांच्याबरोबर आपले व्यावसायिक संबंध ठेवले होते. अल्मिशने खिलाफतीचा इस्लाम वेगळ्या धर्मनिष्ठेमुळे नाकारला नव्हता, तर इब्न फद्लानने किल्ल्यासाठी चांदी आणली नव्हती, याचा त्याला राग आला होता. मा हुआनने भेट दिलेल्या बौद्ध किंवा हिंदू दरबारांबद्दल आदर दाखवला होता.

पिरेसच्या निवेदनात वरचेवर श्रेष्ठत्वाचे नाते गोऱ्या जमातीशी जोडलेले दिसते. या पूर्वीच्या आठवणींमध्येही पूर्वग्रह नक्कीच दिसतात. ह्युएनत्संगला प्रतिस्पर्धी हिनायन बौद्ध लोक किंवा बौद्ध नसलेल राजे पसंत नव्हते. ज्या छोट्या गावांमध्ये चविष्ट जेवण आणि स्वच्छ बिछाना मिळत नसे, ती गावे इब्न बतुताला मुळीच आवडली नव्हती. इब्न फद्लानला गवताळ प्रदेशातील भटके लोक अस्वच्छ वाटले आणि बगदादच्या दरबारी शौकांची त्याला सतत आठवण येत राहिली होती, अजूनही मागासलेल्या बेटांपासून दूर रहाण्यातच मा हुआनला अधिक आनंद वाटत असे. असे पूर्वग्रह असूनही त्यांना कधीही वांशिक रंग चढवण्यात आला नव्हता. पिरेसने पर्शियन लोकांना प्रबळ ठरवले, कारण ते गोरे होते.[२८] भारतीय द्वीपकल्पातील आपसात लढणाऱ्या राज्यांविषयी पिरेस म्हणतो, *"ज्या माणसाच्या राज्यात सगळ्यात जास्त गोरे लोक आहेत तो सगळ्यात प्रबळ आहे."*[२९] या सोप्या योजनेत चिनी लोक गोरे

असल्यामुळे त्यांना पोर्तुगीजांविषयी जवळीक वाटणे अगदी नैसर्गिक होते. चिनी लोकांनी मात्र याकडे वेगळ्या दृष्टीने पाहिले.

सन १५१७च्या ऑगस्ट महिन्यात जेंव्हा टोमे पिरेस आणि त्याचे छोटेसे राजनैतिक शिष्टमंडळ, यांना घेऊन आलेल्या जहाजांचा ताफा चीनच्या किनाऱ्याला पोहोचला तेंव्हा त्यांच्याबरोबर केवळ राजनैतिक पत्रे, शाही नजराणे आणि व्यापारी माल होता, असे नाही; तर धर्म आणि वंश यांच्याबद्दल अजाणतेपणे बाळगलेल दृष्टीकोणही होते. हे दृष्टीकोण त्यांना अडथळा उत्पन्न करणार होते. त्यांच्या दृष्टीने अधर्मी असलेल्या लोकांबरोबर वागण्याची त्यांची पद्धत संकटात लोटणार होती आणि पुढे दहा वर्षे खदखदत राहिलेली, अकल्पित अशी, जहाजांचे ताफे जाळले जाण्याची आणि बंदरे काबिज करण्याची मालिकाच उभी राहणार होती. टोमे पिरेससाठी चिनी लोक हे नैसर्गिक मित्र होते. चीनला मार्गस्थ होण्यापूर्वी कोचीन येथे संपवलेल्या 'सुमा ओरिएंटल' या आपल्या पुस्तकात चिनी लोकांचे कौतुक करताना तो लिहितो, –

*'चीनचा राजा अधर्मी असून मोठा प्रदेश आणि मोठ्या प्रजेचा स्वामी आहे. चिनी माणसे आपल्याइतकीच गोरी आहेत.. पोर्तुगालमध्ये आपण जशा जाळीच्या टोप्या घालतो तशाच रेशमाच्या जाळीच्या टोप्या तेही घालतात. ते काहीसे जर्मन लोकांसारखे आहेत. त्यांच्या दाढ्यांमध्ये तीस–चाळीसच केसच असतात. ते फ्रेंच पद्धतीचे पुढून चौकोनी असलेले उत्तम बनावटीचे जोडे वापरतात..त्यांच्या स्त्रिया स्पॅनिश स्त्रियांसारख्या दिसतात.. आणि त्या इतक्या नटलेल्या असतात की सेव्हील भागातील स्त्रियाही त्यांच्यापेक्षा अधिक नटलेल्या वाटत नाहीत.'*[३०]

चीनला जिंकणे हेही सहज शक्य होईल याविषयी त्याला खात्री वाटत होती. तो लिहितो,–

*'कोणत्याही देशाच्या प्रतिष्ठेला धक्का न लावता असे म्हणता येईल की, चीन महत्वाचा, खूप श्रीमंत आणि चांगला देश आहे आणि त्या देशाला आपल्या अंमलाखाली आणायला मलॅकाच्या प्रशासकाला फार बळाचा वापर करावा लागणार नाही, कारण ते लोक दुर्बल असून सहज पराभूत होतील... आणि आपले तेथे बऱ्याचदा गेलेले लोक खात्रीने सांगतात की, भारताच्या ज्या प्रशासकाने दहा जहाजे वापरून मलॅका घेतले तो किनाऱ्याकडील चीनचा प्रदेश सहज जिंकू शकेल.'*[३१]

आत्ताच्या दक्षिण–चीन समुद्रातील पर्ल नदीच्या त्रिभुजप्रदेशाच्या तोंडाशी चिनी आरमाराबरोबरचा पोर्तुगीज मोहिमेचा पहिला संपर्क फारसा आशादायक नव्हता. किनाऱ्यावरील या आरमाराने चाचे असतील असे समजून पोर्तुगीज जहाजांवर तोफा

डागल्या. पोर्तुगीजांनी प्रत्युत्तर दिले नाही. शेवटी बऱ्याच प्रयत्नांच्यानंतर आपण चाचे नसून राजनैतिक प्रतिनिधी आहोत याविषयी चिनी लोकांची खात्री पटवून देण्यात पोर्तुगीज ताफ्याच्या मुख्याधिकाऱ्याला यश आले.[३२] त्रिभुजप्रदेशातून ग्वांगचाऊला जाण्यासाठी ताफ्याला ग्वांगचाऊच्या अधिकाऱ्यांची परवानगी घेणे आवश्यक होते. प्रशासकीय विलंबाला लगेचच सुरुवात झाली. आलेल्या वादळात पोर्तुगीज जहाजांचे नुकसान झालेले असताना चिन्यांनी कोणतीही मदत देऊ केली नाही. महिने उलटले. सुरुवातीला जी आशा वाटत होती ती कमी होत गेली आणि पोर्तुगीजांच्या लक्षात आले की, चिन्यांना ते फारसे महत्त्वाचे आणि स्वारस्य वाटावे असे वाटत नव्हते. पोर्तुगीजांना बहुतेक माहीत नसावे की, अशी राजनैतिक शिष्टमंडळे चीनला भेट द्यायला हजारपेक्षा अधिक वर्षांपासून येत होती. राजदरबारातील राजकारणावर अशा शिष्टमंडळांचे स्वागत अवलंबून असे.[३३]* शेवटी पोर्तुगीज कप्तानाने स्थानिक चिनी अधिकाऱ्यांवर दबाव टाकून परवानगीशिवाय ग्वांगचाऊला आपल्या ताफ्याला जाऊ द्यायला भाग पाडले.[३४]

कोचीनहून निघाल्यानंतर एकोणीस महिन्यांनी टोमे पिरेस ग्वांगचाऊला पोहोचला. ताफ्याने पोहोचल्यावर तोफांची सलामी दिली आणि आपले ध्वज फडकावले पण या दोन्ही गोष्टी स्थानिक अधिकाऱ्यांना अवमानकारक वाटल्या. शेवटी चर्चेतून, तोफांची सलामी म्हणजे आदर व्यक्त करण्यासारखे असून, आपली मोहीम चीनच्या दरबाराबरोबर मैत्रीपूर्ण राजनैतिक संबंध प्रस्थापित करण्याच्या उद्देशानेच आली आहे हे त्या अधिकाऱ्यांना समजावण्यात पिरेसला यश आले. *तोफांच्या धमाक्यात आणि शहाजण्यांच्या घोषात, उत्तम पेहेरावात पोर्तुगीज माणसे जहाजावरून खाली उतरली. राजदूताबरोबर त्याचे सात पोर्तुगीज सहकारी होते. त्यांना त्यांच्या निवासस्थानांकडे नेण्यात आले. ही निवासस्थाने शहरातील सर्वोत्तम निवासांपैकी होती.* पोर्तुगीजांनी शिष्टाचार किंवा मानसन्मान यांच्या बाबतीतील कोणत्याही स्थानिक रिवाजांचे पालन केले नाही. त्यांनी मानाची वस्त्रे दिली नाहीत, योग्य भेटवस्तू दिल्या नाहीत, मेजवान्या

---

* चिनी अधिकाऱ्यांचा हा विलंब आणि अनास्था विशेषत्वे पोर्तुगीजांबद्दल होती. दरबारी धोरण व्यापाराभिमुखच होते आणि पोर्तुगीज थांबले होते, तो सगळा वेळ बंदर गजबजलेले होते. दरबार परदेशीयांच्या विरोधातही नव्हता. पिरेसच्या मोहिमेच्या दोन दशके आधी आत्ताच्या हांगदो शहराच्या दक्षिणेला असलेल्या चेकियँग परगण्याच्या किनाऱ्यावर एका जहाजबुडीत छप्पन्न कोरियन नागरिक सापडले होते. लष्करी गस्तीपथकाला ते सापडले. बुडालेल्या जहाजाचा कप्तान आणि इतर खलाश्यांना त्वरेने कालव्यातून आणि जमीनीवरील रस्त्याने राजधानीला नेण्यात आले आणि लवकरच कोरियाला परत पाठवण्यात आले.

दिल्या नाहीत आणि आपल्या श्रेष्ठत्वामुळे असले रिवाज पाळणे आपल्यावर बंधनकारक नसल्याचे ते दाखवू लागले.

असे असूनही काही काळ सगळे व्यवस्थित चालू होते. पोर्तुगीजांनी ग्वांगचाऊला व्यापार केला आणि त्यांना मिळालेल्या वागणुकीविषयी आणि तेथील वातावरणाविषयी कौतुक व्यक्त करणारी पत्रे त्यांनी मलॅकाला पाठवली. 'चीनमध्ये चौदा महिने काढल्यानंतर राजदूत पिरेस आणि त्याच्या सहकाऱ्यांना पुढील कामगिरीसाठी तेथेच ठेऊन जहाजे मलॅकाला परत आली तेंव्हा *त्यांनी पैसा आणि प्रतिष्ठा मिळवली होती, पण स्थायी असे काहीही हाती लागले नव्हते'*, असे एकाने लिहून ठेवले आहे.[३५]

मलॅकाला जहाजे परत जाऊन पंधरा महिने उलटले तरी चीनची राजधानी बीजिंगला जाण्याची परवानगी मिळण्याची वाट पहात थांबलेल्या पिरेस आणि त्याच्या सहकाऱ्यांना मलॅकाला परत घेऊन जाण्यासाठी पोर्तुगीज जहाजांचा ताफा दाखल झाला. न बोलावता आलेल्या राजनैतिक शिष्टमंडळाला ताटकळत ठेवण्याची चिनी दरबाराची पद्धतच होती हे एव्हाना पिरेसच्या लक्षात आले होते. पोर्तुगीज ताफ्याचा कप्तान शीघ्रकोपी आणि उद्धट माणूस होता. त्याने सरळ चिनी अधिकाऱ्यांना याचा जाब विचारला आणि पिरेस आणि त्याच्या सात सहकाऱ्यांना बीजिंगला जाण्याची परवानगी द्यावी, अशी मागणी केली. याशिवाय त्याने कँटन नदीच्या मुखाशी दगडी किल्ला बांधणे किंवा आपल्या एका खलाश्याला चीनच्या भूमीवर फाशी देणे अशासारख्या गोष्टी करून चिनी अधिकाऱ्यांना डिवचले.[३६]

चिनी राज्यकर्त्यांनी सगळ्या बंदरांवर आपला अंकुश कसा राहील याकडे दिलेले अधिक लक्ष आणि शेकडो वर्षे चालत आलेले सरकारी नोकरशाही आणि व्यापाऱ्यांमधील ताणतणाव, यांच्याबद्दल पोर्तुगीज अनभिज्ञ होते असे वाटते. चिनी बंदरांमध्ये व्यापाऱ्यांची बंडे होत होती आणि चिनी लोकांनी परदेशी व्यापाऱ्यांची कत्तल करत ती मोडूनही काढली होती. परदेशी व्यापाऱ्यांच्या हितांचे रक्षण करण्यासाठी वेगळी न्यायव्यवस्था नसल्यामुळे त्यांचे खटले चिनी न्यायालयांमध्ये चालत आणि चिनी कायद्याप्रमाणे त्यांना दोषी ठरवले जाई.

पोर्तुगीज कप्तानाच्या उद्धट वर्तनापुढे आणि धमक्यांपुढे काहीसे नमते घेत ग्वांगचाऊच्या अधिकाऱ्यांनी पिरेस आणि त्याच्या सहकाऱ्यांना राजधानीला जाण्याची परवानगी दिली. प्रथम चिनी नौकांमधून नदीतून उलट्या दिशेने आणि नंतर खुश्कीच्या मार्गाने हजार मैल दूर असलेल्या नानजिंगकडे, ही 'पिरेस मोहीम' रवाना झाली. सम्राटाने नानजिंगमध्ये त्यांना भेटायला नकार दिला आणि त्यांना अजून हजार मैल उत्तरेकडे बीजिंगला जायला सांगितले. सन १५२१च्या फेब्रुवारी महिन्यात देशाटन

करत असलेला सम्राट बीजिंगला परतला, तोवर तेथे पिरेस कधीचा पोहोचला होता आणि भेटीची वाट पहात होता.

काही दिवसातच अनर्थ ओढवला. पोर्तुगीजांचा हल्ला आणि शहरावर मिळवलेला कब्जा याचे सविस्तर वर्णन करणारे पत्र घेऊन, मलॅकाच्या पदच्युत राजाचा राजदूत बीजिंगला पोहोचला. पत्रात मलॅका, चीनचा मांडलिक देश असल्याची आठवण करून देण्यात आली होती, आणि या परकीय शत्रूचा मुकाबला करण्यासाठी मदत करावी, अशी विनंती मलॅकाच्या राजाने सम्राटाला केली होती. त्याचवेळी बीजिंग आणि ग्वांगचाऊ या दोन्ही शहरातील स्थानिक सरकारी अधिकाऱ्यांची पोर्तुगीजांबद्दल तक्रारी करणारी पत्रे दरबारात दाखल झाली ज्यात, पोर्तुगीज चिनी मुलांचे अपहरण करून त्यांना खातात, असा आरोपही करण्यात आला होता. जेंव्हा पिरेसचे राजनैतिक पत्र दरबारात उघडून भाषांतर करून वाचण्यात आले, तेंव्हा त्यात पोर्तुगीजांनी चिनी सम्राटाचे मांडलिकत्व नाकारल्याचे दिसून आले. या पत्राद्वारे चीनचा शतकानुशतके चालत आलेला, सीमेपलिकडील राज्यांबरोबर संबंध कसे असावेत याचा जो साचा ठरलेला होता, त्यालाच छेद देण्यात आला होता. (अरबी भाषांतरकार म्हणून काम करणाऱ्या मा हुआनने अशाच प्रकारचे मांडलिकत्वाचे करार करण्यास मदत केली होती हे वाचकांच्या लक्षात असेलच). या पत्राने दरबार प्रक्षुब्ध झाला आणि पिरेस आणि त्याच्या माणसांची अवस्था आणखीनच बिकट झाली.[३७]

या ऐन मौक्याच्या वेळी सम्राटाचे निधन झाले. नवा सम्राट चौदा वर्षांचा मुलगा होता आणि त्याच्यावर दरबारी सल्लागारांचे नियंत्रण होते. दरबारातील या गटाने पिरेसचा नजराणा परत केला आणि त्याची राजदूत म्हणून मान्यताही रद्द केली. कित्येक दरबाऱ्यांनी पिरेस आणि त्याच्या माणसांना तोतया ठरवले किंवा ते समुद्री चाचे असावेत अशी शंकाही उपस्थित केली. दरबाराने पिरेस आणि त्याच्या सहकाऱ्यांना ग्वांगचाऊला परत पाठवले आणि जोवर पोर्तुगीज मलॅकाचा ताबा त्याच्या हक्कदार राजाकडे सुपूर्द करत नाहीत तोवर त्यांना कैदेत ठेवावे, अशी आज्ञाही दिली. स्थानिक अधिकाऱ्यांनी सगळ्या पोर्तुगीज व्यापाऱ्यांनाही पकडून कैदेत टाकले. चिनी तटरक्षक दलाने येणाऱ्या व्यापारी जहाजांवर एखादा पोर्तुगीज जरी आढळला, तरी त्याला पकडले किंवा मारून टाकले आणि मलॅकाहून आलेल्या पोर्तुगीज युद्धनौकांबरोबर घनघोर लढाईही लढली.

मलॅकातील पोर्तुगीजांनी शहराचा ताबा त्यांनी पदच्युत केलेल्या राजाला परत करावा, अशी सूचना देणारे पत्र पिरेसने लिहावे; असा ग्वांगचाऊ येथील अधिकाऱ्यांचा आग्रह होता. पिरेसने याला नकार देताच सगळ्यां कैद्यांना साखळदंड ठोकून जेरबंद

करण्यात आले. यात एक माणूस मरण पावला. नंतर पिरेसच्या बेड्या काढून टाकल्या; पण चिनी आणि पोर्तुगोज यांच्यात आणखी एक सागरी लढाई होताच, परिस्थिति अधिक गंभीर झाली. एका कैद्याने मलॅकाला पाठवलेल्या पत्रात लिहिले, *'संध्याकाळ होताच त्यांनी टोमे पिरेसला पुन्हा एकदा साखळदंड ठोकले आणि हेटाळणी करत ओरडणाऱ्या माणसांमधून अनवाणी, बोडक्या अवस्थेत त्याला एकट्याला कोठडीत घेऊन गेले.* अधिकाऱ्यांनी त्यांचे सगळे पैसे, त्यांच्याकडील कच्छकवचे, कापड आणि मिरे, असा व्यापारी माल आणि बरोबर आणलेला नजराणा जप्त केला.[३८]

जड साखळदंडांमध्ये बरेच कैदी मरण पावले. ६ डिसेंबर, १५२२ रोजी उरलेल्या तेवीस कैद्यांना शिक्षा ठोठावण्यात आली. यात पिरेस आणि त्याचे सहकारी, सगळे खलाशी आणि ग्वांगचाऊमधील पोर्तुगीज व्यापाऱ्यांचा समावेश होता. *'हे सगळे मोठ्या लुटारूने वेश बदलून पाठवलेले लुटारू आहेत आणि ते आपल्या देशात हेरगिरी करायला आले आहेत. सर्वांसमक्ष जेरबंद अवस्थेत त्यांची धिंड काढून त्यांना लुटारूंसारखेच मारण्यात यावे.'* असे सुनावण्यात आले. पुढील सप्टेंबर महिन्यात सगळ्या कैद्यांचा वध करण्यात आला, त्यांच्या शरीरांच्या खांडोळ्या करण्यात आला आणि त्यांचे अवयव प्रदर्शनासाठी स्तंभांवर लटकवण्यात आले. प्रत्येक मुंडक्याच्या तोंडात त्याचे लिंग कोंबण्यात आले होते. नंतर त्यांची शरीरे शेणाच्या ढिगाऱ्यांवर फेकून देण्यात आली.

चीनच्या दृष्टिकोनातून विचार केला तर, सगळ्या पोर्तुगीजांना एकच सामूहिक शिक्षा ठोठावली जाणे याचा अंदाज येऊ शकतो. चीनमध्ये वेगवेगळ्या काळात एखाद्या गटाला अधिकृतपण सामूहिक शिक्षा देण्याच्या घटना घडलेल्या आहेत. उदाहरणार्थ, बौद्ध, दाओवादी, खितान आणि व्हिएतनाममधील उच्चभ्रू लोक अशांना सामूहिक शिक्षा देण्यात आल्या होत्या. विशेषत्वे, चिनी लोकांना, पोर्तुगीज हे दुसऱ्याचा मान न राखणारे आणि राजनैतिक नियमांना न पाळणारे वाटले. त्यांनी सम्राटाचा मांडलिक असलेल्या राजाचे बंदर काबीज केले होते आणि त्यामुळे ते फक्त चाचेच होते. *'आपण चीनच्या सम्राटाइतक्याच तोलामोलाच्या पोर्तुगीज राजाचे प्रतिनिधी आहोत आणि चीनच्या भूमीवरही आपण त्याच्याच छत्रछायेखाली आहोत,'* असा पोर्तुगीज व्यापारी आणि अधिकाऱ्यांनी केलेला दावा चीनच्या दरबाऱ्यांना आढ्यताखोर वाटला. आशियाई जगतात यापूर्वी कधीही कोणत्याही व्यापाऱ्यांच्या समूहाने स्वतःच्या राजाबरोबरच्या इतक्या जवळीकीचा दावा केला नव्हता. उदाहरणार्थ, अब्राहम बेन यीजूने मलबार किनाऱ्यावर व्यापार करत असताना कधीही आपल्याला ईजिप्तच्या अमीराचे संरक्षण असल्याचा दावा केला नसता.

काही दशकातच आशियाई सागरावर वर्चस्व प्रस्थापित करण्याची, पोर्तुगीजांची भव्य योजना फसली. ही योजना मुळातच चुकीच्या गृहीतकांवर आधारलेली होती. आशियाई जगताला त्याचा स्वतःचा इतिहास होता. या जगतात मैत्रीसंबंध, स्पर्धा आणि निष्ठाही होत्या. परंतु या जगताला पोर्तुगीजांच्या मूर-ख्रिश्चन-अधर्मी या संदर्भाने जगाकडे बघण्याच्या संकुचित दृष्टीशी किंवा आपण श्रेष्ठ वंशाचे आहोत, या त्यांच्या समजुतीशी काही घेणेदेणे नव्हते. पोर्तुगीजांनी अपेक्षा केल्यापेक्षा आशियाई जगत कितीतरी अधिक लवचिक होते. पोर्तुगीजांचा विरोध असूनही विविध भागातील मुसलमान आग्नेय आशिया आणि हिंद महासागरात सर्वत्र व्यापार करत राहिले. जावा आणि सुमात्रा बेटांवर होत असलेल्या इस्लामी धर्मांतराला पोर्तुगीज थांबवू शकले नाहीत किंवा त्याचा वेगही कमी करू शकले नाहीत.[३९] मलॅकाचा प्रतिस्पर्धी असलेल्या अचेहच्या सुलतानाने पोर्तुगीजांशी कधीही न हारता चांगला लढा दिला.

पुढील ऐंशी वर्षे आग्नेय आशियावर विजय मिळवण्याच्या कितीतरी मोठ्या योजना पोर्तुगालमध्ये आखल्या गेल्या, तरी वस्तुस्थिती अशी होती की, बंदरे काबीज केली तरी राजवटी पडत नव्हत्या आणि राजवटी शाबूत असताना बंदरे ताब्यात ठेवणे कायमच जिकिरीचे ठरले.[४०] लांबलेल्या युद्धानंतर पोर्तुगीजांना श्रीलंकेतून माघार घ्यावी लागली.[४१] पोर्तुगीजांच्या लक्षात आले की, आशियातील मोठ्या राजवटी शेतसाऱ्यावर आधारित होत्या. व्यापार महत्त्वाचा असला तरी अत्यावश्यक नव्हता. (ही गोष्ट बाबराला भारत काबीज करत असताना चांगलीच समजली होती.)

भारताच्या पश्चिम किनाऱ्यावरील गुजराथमध्ये पोर्तुगीजांना अधिक यश मिळाले. त्यांनी खंबायतच्या अरुंद आखाताची कोंडी केली आणि महत्त्वपूर्ण बदल घडवून आणले. कित्येक मुस्लीम व्यापारी खंबायत सोडून गेले. उरलेले हिंदू व्यापारी पोर्तुगीजांना 'सुरक्षाकर' देत राहिले. असे असूनही पोर्तुगीजांना गुजराथमधील कापसाचे उत्पादन थांबवता आले नाही. आग्नेय आशियातील आणि आफ्रिकेतील व्यापारासाठी गुजराती कापूस महत्त्वाचा होता.[४२]

मक्तेदारी लादूनदेखील जहाजांकडून कर वसूल करण्याचे पोर्तुगीजांचे प्रयत्नही अयशस्वी ठरले. आशियाई व्यापाऱ्यांनी बांधलेल्या अधिक मोठ्या आणि वेगवान जहाजांनी पोर्तुगीज जहाजांचे पहारे चुकवण्यात यश मिळवले आणि सागरी व्यापाराचा सिंहाचा वाटा आपल्याच ताब्यात ते ठेवू शकले.[४३] संपूर्ण सोळाव्या शतकात युरोपपेक्षाही मध्यपूर्वेत आणि चीनमध्ये मिरे आणि मसाल्याचे पदार्थ अधिक पाठवले जात होते आणि विकले जात होते. पोर्तुगीजांनी बंदरे काबीज केली म्हणून हार न मानता आशियाई व्यापाऱ्यांनी नवी बंदरे विकसित केली.

असे असले तरी पोर्तुगीजांचे प्रयत्न अयशस्वी ठरले म्हणून दुर्लक्षित करता येत नाहीत. त्यांच्यामुळे आशियाई जगतावर महत्त्वाचे आणि अनपेक्षित बदल झाले. लगेचचा बदल म्हणजे, चीनने परकीय व्यापाऱ्यांवर बंदी घातली जी पुढे कित्येक दशके कायम राहिली आणि हा व्यापार किनाऱ्यापासून दूर असलेल्या बेटांकडे सरकला.[४४] याचा दूरगामी परिणाम म्हणजे, पोर्तुगीज आक्रमणामुळे संपूर्ण आशियाई सागरी जगतात व्यापक शस्त्रस्पर्धा सुरू झाली. काही दशकांमध्येच एडनपासून आग्नेय आशियापर्यंत पसरलेल्या राजवटींनी आपल्या बंदरांभोवती तटबंद्या उभ्या केल्या.

व्यापारावरही सखोल परिणाम झाला. पोर्तुगीजांनी शोधलेला सागरी मार्ग लांबचा आणि धोक्याचा असला तरी, त्यांच्या व्यापारामुळे आग्नेय आशियातील मसाल्याची बेटे प्रथमच युरोपबरोबर थेट जोडली गेली. या मार्गामुळे मोलूका बेटे, मलॅका, मलबार किनाऱ्यावरील पोर्तुगीज बंदरे, आफ्रिकेतील व्यापारी केंद्रे आणि पोर्तुगाल एकमेकांशी जोडले गेले. आग्नेय आशियात मसाल्याच्या व्यापारामुळे जहाजांचे कप्तान आणि इतर अधिकारी छोट्या राजवटींच्या राजकारणात खोलवर गुंतले गेले. 'आयुथया'सारखी मोठी राज्ये व्यापारी स्पर्धेत मलॅकापुढे कमी पडली आणि त्यांची ताकद कमी झाली.[४५] दरवर्षी जहाजांचे ताफे पोर्तुगालवरून बातम्या आणि खरेदी करायच्या मालाच्या याद्या घेऊन येत. आशियातील मसाल्यांच्या व्यापाराच्या पंचवीस टक्क्यापेक्षाही कमी व्यापार युरोपबरोबर होत असे. पण सन १५३० पर्यंत युरोपला जाणाऱ्या मसाल्यांच्या मालापैकी पन्नास टक्के माल पोर्तुगीज जहाजांवरून जायला लागला होता.[४६] पूर्वीपेक्षा उष्ण कटिबंधातील हे मसाले युरोपात आता मोठ्या प्रमाणात येऊ लागले आणि परिणामस्वरूप सोळाव्या शतकातील पाकक्रियेवरील पुस्तकांमध्ये त्यांचा समावेश झाला. या व्यापारातून निर्माण झालेली संपत्ती मात्र मोजक्याच हातांमध्ये साठवली गेली. मिळालेला नफा जहाजांचे कप्तान, मालक आणि राजा यांच्यातच वाटला जाऊ लागला.[४७]

काही स्थानिक अधिकाऱ्यांनी पोर्तुगीज राजाने लादलेली मक्तेदारी डावलत अफाट संपत्ती गाठीस लावली. सानान्य सैनिकांसाठी मात्र आशियातील नोकरी फायदेशीर नव्हती. मलॅकावरील विजयानंतर काही दशकांमध्ये कित्येक पोर्तुगीज सैनिक आणि खलाशी सैन्य सोडून गेले आणि सुरू झालेल्या शस्त्रस्पर्धेत भाडोत्री सैनिक म्हणून सामिल झाले. पण त्याचबरोबर कैक स्थानिक दरबारांमध्ये नव्या सैनिकी संकल्पनांचे उगम ठरले. काही सैनिकांनी नोकरी सोडली आणि ते खाजगी व्यापार करू लागले.[४८]

पोर्तुगीजांचा जागतिक दृष्टिकोन आणि वंशश्रेष्ठत्वाच्या त्यांच्या संकल्पना

त्यांना हैराण करत राहिल्या. स्थानिक सुशिक्षित लोकांना धर्मांतर केल्याशिवाय भरती करण्यात ते कधीच फारसे यशस्वी झाले नाहीत. माणसांमधील पोर्तुगीज रक्ताबाबतीतही ते आग्रही असत, मग ते स्थानिक रक्तात मिसळले गेले असले तरी, त्यांना चालत असे.

सरते शेवटी टोमे पिरेसबद्दल काय म्हणता येईल? इतरांप्रमाणे त्याचाही वध करून त्याच्या शरीराचे तुकडे करण्यात आले होते का? कदाचित तसे नसावे. त्याच्या तुरुंगवासाच्या दोन वर्षांच्या कालखंडात कैद्यांकडून दोन पत्रे मलॅकाला आली होती. दोन्ही मूळ पत्रे आता उपलब्ध नाहीत आणि त्यांच्या ज्या नकला उपलब्ध आहेत, त्या मुळाबरहुकूम असतील याची खात्री नाही. यावरून असे दिसते की, टोमे पिरेसला वेगळ्या कैदखान्यात ठेवले होते. एका पत्रात त्याचा वध झाला असे गृहीत धरण्यात आले आहे. मात्र कोणालाही त्याच्या वधाचे ठिकाण आणि तारीख नक्की सांगता आलेली नाही. दुसरे पत्र नंतरचे आहे ज्यात असा दावा करण्यात आला आहे की, सम्राटाची अशी आज्ञा होती की, *त्याला दुसऱ्या गावी नेण्यात यावे.. जेथे तो बराच काळ राहिला.. सम्राटाला वाटेल तेंव्हा तो त्याला बोलावून घेईल.. पण तो कधीच परत आला नाही आणि तिकडेच त्याचा मृत्यू झाला.*

याला दुजोरा देणारा आणखी एक पुरावा आहे. पिरेसच्या अटकेनंतर दोन दशके उलटल्यावर फर्नाओ मेंडेस पिंटो या नावाचा पोर्तुगीज धर्मगुरू, सध्याच्या च्यांग्सू परगण्याच्या उत्तर सीमेलगतच्या, एका गावात आला, ज्याचे नाव त्याच्या मते संपितय असे होते. एक तरुण मुलगी त्याच्या जवळ आली आणि तिने तिचे नाव इनेस दे लीरिया असे सांगितले आणि ती टोमे पिरेसची मुलगी होती असेही सांगितले. तिने टोमे पिरेसची ग्वांगचाऊतून झालेली हद्दपारी, येथे आल्यावर काही स्थावर मालमत्ता असलेल्या तिच्या आई बरोबर झालेले त्याचे लग्न आणि काही वर्षांपूर्वी त्याचा झालेला मृत्यू याविषयीची गोष्ट सांगितली. तिने 'पॅतरनोस्टर' या प्रार्थनेचा काही अंश पोर्तुगीज भाषेत म्हणून दाखवला आणि तिच्या हातावर क्रूस कोरला होता. काही आधुनिक इतिहासकारांनी पिंटो धडधडीत खोटे बोलत असल्याचे म्हटले आहे, पण इतरांना ही गोष्ट सत्य असावी असे वाटते. कदाचित टोमे पिरेस मृत्यूला हुलकावणी देत आपल्या श्रीमंत बायकोबरोबर एका चिनी नगरात आपले उर्वरित आयुष्य जगलाही असेल.[४९]

प्रकरण – १०

# आशियाई जगत

## इ.स. ५०० ते १५००

इ. स. ५०० ते १५०० या कालखंडातील आशियाई जगत म्हणजे मोठ्या साम्राज्यांचा आणि मोठ्या राजधानीच्या शहरांचा प्रदेश होता. आग्नेय आशियात श्रीविजय, पगान, अंकोर, चम्पा आणि दाई को व्हिएत अशी राज्ये होती. चीनमध्ये राजघराणी बदलत गेली; पण उर्वरित आशियाबरोबर त्याचे संबंध दृढ होते. भारतातही दिल्ली येथील कुशाण, सलतनती, आणि मोंगल, दक्षिणेकडील चोला आणि विजयनगर अशी साम्राज्ये होती. मध्य पूर्वेत, अब्बासिद खिलाफत होती. मध्य आशियात इतिहासातले सगळ्यात मोठे चंगीझखानाचे आणि नंतर तैमूरचे साम्राज्य होते. यापैकी बऱ्याच साम्राज्यांची लोकसंख्या संपूर्ण पश्चिम युरोपापेक्षाही जास्त होती.

आशिया म्हणजे विभिन्नतेने नटलेले विशाल जगत होते. येथे वाळवंटे होती आणि पर्वतराजीही होती. येथे निबिड मोसमी पर्जन्य अरण्ये होती आणि कोरडे गवताळ प्रदेशही होते. येथे प्रचलित असलेल्या संस्कृती आणि भाषा यांच्यामध्ये चक्रावून टाकणारे वैविध्य होते. येथे स्थानिक पातळीवरील धर्म होते आणि प्रचंड प्रदेश व्यापणारे बौद्ध, इस्लाम आणि हिंदू असे धर्मही होते.

परंतु, हे महान जगत अनोखे असण्याचे कारण होते, येथे पसरलेले दळणवळणाचे जाळे. यातील एकमेकांना छेदणाऱ्या मार्गांवरून नोकरदार, बुद्धिवंत, गुलाम, नव्या कल्पना, धर्म आणि विविध वनस्पती यांचे भ्रमण होत असे. हजारो मैल अंतरांवरही नातेसंबंध पसरलेले असत. व्यापाऱ्यांसाठी कांस्याच्या पुनर्वापरातून तयार झालेल्या जड वस्तुंपासून सगळ्यात तलम रेशमापर्यंतच्या विविध मालांना बाजारपेठा उपलब्ध होत्या.*

---

* या पुस्तकात आशियातील सन ५०० ते १५०० या हजार वर्षांच्या कालखंडातील काही दळणवळणाच्या मार्गांचाच विचार केला आहे. असे मार्ग याहूनही अधिक होते. कोणी यात्रांच्या मार्गांचा विचार करू शकतो, तर विवाहसंबंधांमधून दूरवर पसरलेली घराणी आणि

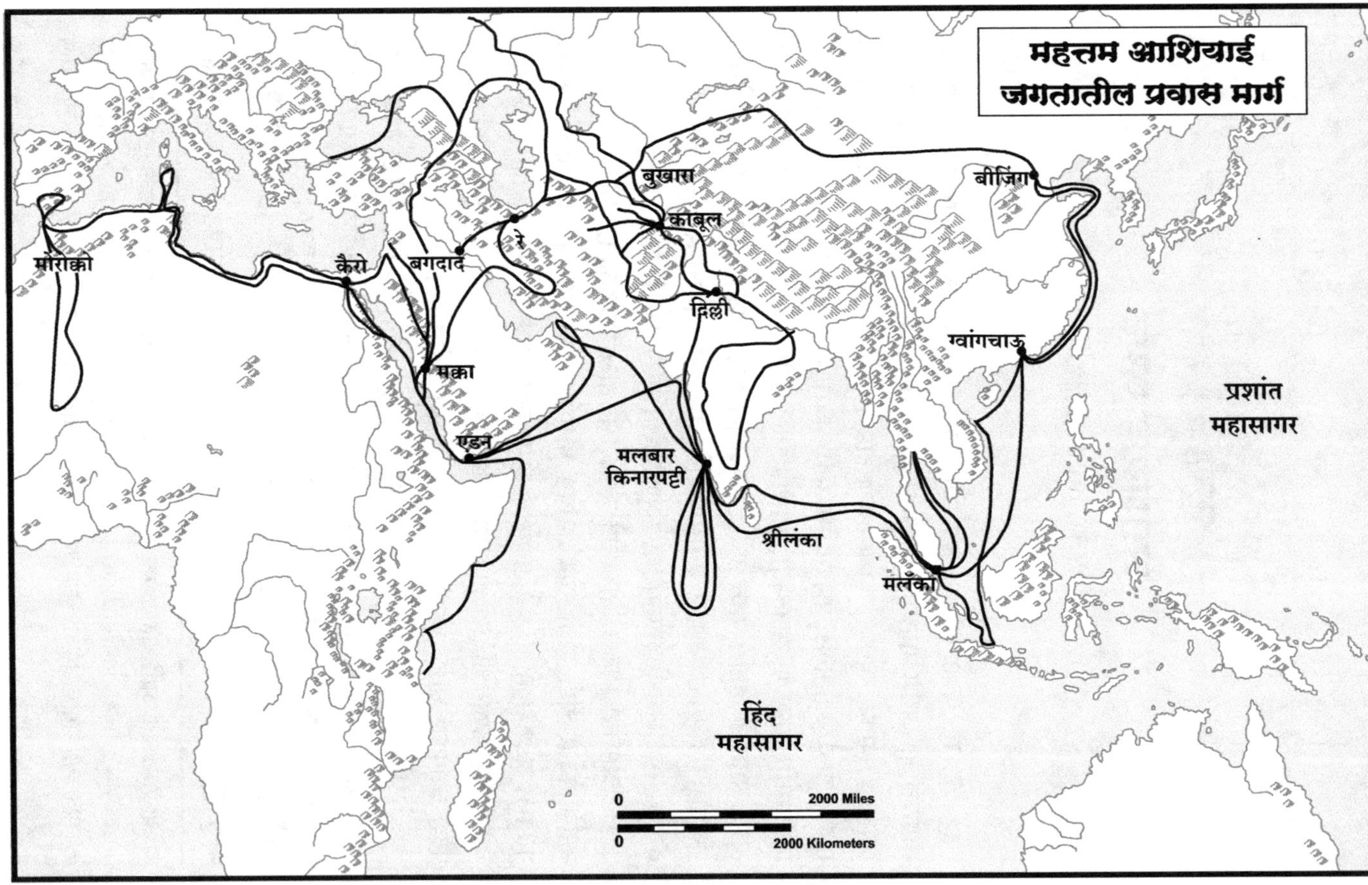

महत्तम आशियाई
जगतातील प्रवास मार्ग
मोरोक्को
कैरो
बगदाद
रे
बुखारा
काबूल
दिल्ली
बीजिंग
ग्वांगचाऊ
मक्का
एडन
मलबार
किनारपट्टी
श्रीलंका
मलक्का
प्रशांत
महासागर
हिंद
महासागर
0
2000 Miles
0
2000 Kilometers

या जगताचा अंदाज येण्यासाठी सोबतच्या नकाशात पुस्तकातील विविध प्रकरणांमधील प्रवाशांनी अनुसरलेले मार्ग दाखवले आहेत. यात जे छेदबिंदू आहेत ते दोन किंवा अधिक प्रवाशांनी भेट दिलेली शहरे दर्शवतात. चीनपासून मध्य आशियापर्यंतचा प्रदेश, भारत आणि मध्य पूर्व, उत्तर आफ्रिका, स्पेन आणि सहारा वाळवंटाचा काही भाग यांचा समावेश असलेले हे बृहत जगत या मार्गांमुळे आणि पसरलेल्या जाळ्यामुळे जोडले गेले होते.

## साम्राज्ये आणि शहरे

आशियातील साम्राज्ये इतर राज्यांशी विविध मार्गांनी अनुबंध आणि संपर्क प्रस्थापित व्हावे यासाठी प्रोत्साहन देत असत. पुष्कळदा त्यांच्या नैसर्गिक पर्यावरणाच्या सीमारेषा एकमेकात मिसळून गेलेल्या असत आणि त्यामुळे वेगवेगळे प्रदेश आणि समाज अनपेक्षितपणे एकत्र येत. कुशाण, अफगाण आणि मोगल यांनी जी राज्ये स्थापन केली त्यांनी महाकाय हिमालयाच्या दोन्ही बाजूंच्या प्रदेशात यशस्वी राज्यकारभार सांभाळला. दक्षिण भारतातील चोला राज्याने आरामार उभे करून श्रीलंका, जावा आणि सुमात्रा ही बेटे काबीज केली आणि भारत आणि आग्नेय आशिया यांना राजकीय दृष्ट्या जोडले. चंगीझखानाने गवताळ प्रदेश आणि चीनमधील शेतीखालील मोठे प्रदेश या दोहोंवर राज्य केले. निरंतर राज्यकारभारमुळे वेगवेगळ्या पर्यावरणाच्या प्रदेशांमध्ये व्यापाराला चालना दिली गेली; म्हणजे गवताळ प्रदेशातून भारतात घोडे पाठवले जात, दक्षिग चीनकडून उत्तर चीनकडे भात पाठवला जाई आणि दमास्कसवरून अफगाणिस्तानात लोखंड येत असे. मोठी साम्राज्ये सर्वत्र चालणारी, 'चिनी रोख'[१] किंवा 'चांदीचे दिरहम' यांच्यासारखी चलने जारी करत, आणि वजन-मापेही प्रमाणित केलेली असत. विश्वसनीय पत्रव्यवहारासाठी त्यांनी बऱ्याचदा डाकव्यवस्थाही कार्यान्वित केली असल्याचे लक्षात येते. अब्राहम बेन यीजू हा मंगलोरहून पत्र पाठवू शकत होता आणि महिन्याभरात ते कैरोला पोहोचेल याची त्याला खात्री होती. इब्न बतुताने भारताच्या पश्चिम किनाऱ्यावरून दिल्लीला पाठवलेले त्याचे परिचय-पत्र दिल्लीला व्यवस्थित पोहोचले आणि दोन महिन्यात त्याला त्याचे उत्तरही मिळाले.

---

त्यामुळे झालेला विविध चालीरितींचा प्रसार, या अनुषंगानेही विचार करू शकतो. दरबारी चित्रकारांचा एकमेकांशी संपर्क असे, एकमेकांच्या कलाकृती ते बघायला जात असत आणि राजाश्रयाच्या शोधात स्पेनपासून दक्षिण भारतापर्यंत त्यांची भ्रमंती चालू असे. भविष्य जाणून घेण्यासाठीच्या ज्योतिष आणि सांख्यिकी या पद्धती आशियामध्ये सर्वत्र बऱ्याच अंशी सारख्याच होत्या. या मार्गांमुळे ज्ञानप्रसाराचे जाळेही उभे राहिले होते. या जाळ्याच्या अधिक सखोल अभ्यासातून आशियातील गुलामगिरी आणि चाचेगिरी यांच्यावरही प्रकाश पडू शकतो.

दिल्ली, बीजिंग, बगदाद, विजयनगर यासारखी राजधांनीची शहरे शानदार असली (आणि युरोपातील तत्कालीन शहरांपेक्षा कितीतरी मोठी असली) तरी, मध्यम आकाराची शहरेही तितकीच महत्त्वाची होती, असे म्हटले तर अतिशयोक्ती होणार नाही. साधारणपणे एखाद्या प्रांतातील एखाद्या मध्यम आकाराच्या शहरात राहणारे एखादे घराणे प्रबळ होत गेले आणि पुढे त्यातून ही साम्राज्ये आकाराला येत गेली. या घटनाक्रमात ही मध्यम आकाराची शहरे त्या प्रांतांच्या राजधान्या झाल्या. एखादे साम्राज्य लयाला जाते तेंव्हा त्यातून छोटी प्रांतिक राज्ये उदयाला येतात आणि त्यांच्या राजधान्या असलेल्या मध्यम आकाराच्या शहरांचे महत्त्व अबाधित रहाते. या काळातही या प्रांतिक राजधान्या नुसत्या तग धरून राहिल्या असे नव्हे तर त्यांची भरभराटही झाली. मागणी, ज्ञानार्जन आणि आश्रय यांच्यासाठी ही शहरे दीर्घकालीन आधारस्तंभ ठरली.

शहरे मोठी असो अथवा लहान त्यांना अन्न, वस्त्र, इंधन आणि निवारा यांची गरज तेंव्हाही होती. या शहरातील श्रीमंत लोक आशियाई जगतातील अत्याधुनिक वस्तूंची मागणी करत. चिनी शहरांमधील श्रीमंतांकडून आफ्रिकेतील आणि आग्नेय आशियातील हस्तिदंताला सतत मागणी असे. या हस्तिदंतापासून धार्मिक मूर्त्या, लेखण्या, पंखे, पेट्या बनवल्या जात आणि लाकडी वस्तूंच्या सजावटीसाठीही त्याचा वापर होत असे. त्यांची सुगंधी धुपाची मागणी पुरी करण्यासाठी आग्नेय आशिया आणि भारतातून चंदनाची लाकडे आणि वनस्पती जात असे. मध्य पूर्व, भारत आणि आग्नेय आशिया येथून येणाऱ्या उंची रंगीत कपड्यांच्या सततच्या मागणीमुळे नवनवीन वनस्पतीजन्य रंगद्रव्यांच्या शोधांना आणि त्यांच्या व्यापाराला चालना मिळाली.

ही शहरे व्यापाराच्या वेगळ्या संधी आणि कुशल कारागिरांना रोजगाराच्या संधी उपलब्ध करून देणाऱ्या इतर उद्योगांचीही केंद्रे होती. पुस्तके, कलाकृती, उत्तम कापड, आधुनिक वाद्ये, दागिने आणि शास्त्रीय उपकरणे येथे तयार होत आणि या उत्पादनांना आशियाई जगतात सर्वत्र मागणी होती. दमास्कसने पोलाद आणि त्यापासूनची उत्पादने यांना कलात्मकता आणि उत्पादकता यांच्या बाबतीत उच्च स्थानी नेऊन ठेवले होते. आशियाई जगतातील व्यापारी ही उत्पादने सर्व भागात घेऊन जात. येथे बनलेल्या तलवारी इंडोनेशियात जशा दिसत तशाच त्या बाबराच्या मध्य आशियातही दिसत. चीनमध्ये चिनी मातीची भांडी प्रचंड संख्येत बनवली जात आणि त्यांना फिलिपीन्स, जपानपासून आफ्रिकेच्या पश्चिम किनाऱ्यापर्यंत सर्वत्र मागणी असे.

## दरबारी आणि राजकीय संस्कृती

उच्चभ्रू संस्कृती जोपासणाऱ्या ह्या शहरांमध्ये आणि दरबारांमध्ये बरेच साम्य होते. बृहत आशियाई जगतात राज कडून वापरली जाणारी प्रतीकचिन्हे साधारणपणे सारखीच होती. यांत छत्र, चामरे, नगारे, शिंगे आणि रत्नजडित शस्त्रे यांचा समावेश होता. मानाची वस्त्रे देण्याचे समारंभही सारखेच होते. सातव्या शतकात मध्य आशियातील राजाने यात्रेकरू ह्युएनत्संगचा सन्मान; मानाची वस्त्रे प्रदान करून केला होता. दोनशे वर्षांनंतर इब्न फद्लानने त्याच्या फसलेल्या राजनैतिक मोहिमेत बगदादच्या अब्बासिद खलिफाने पाठवलेली मानाची वस्त्रे अल्मिशला प्रदान केली होती. चारशे वर्षांनंतर, इब्न बतूताला मध्य पूर्वेतील सुलतान कडून, ख्रिश्चन कॉंस्टँटिनोपलमध्ये आणि मुस्लीम आफ्रिकी सहारातही मानाची वस्त्रे मिळाली होती. शंभर वर्षे उलटल्यानंतर चिनी जहाजांनी ज्या राज्यांना भेटी दिल्या होत्या तेथील राजांना त्यांनी मानाची वस्त्रे असलेले नजराण पेश केले होते. सोळाव्या शतकात बाबराला त्याच्या प्रबळ चुलत्यांकडून सन्मानवस्त्रे मिळाली होती आणि नंतर काबूल आणि दिल्ली येथे विजय मिळवल्यावर त्यानेही त्याच्या सेनानींचा मानाची वस्त्रे देऊन सन्मान केला होता. मानाच्या वस्त्रांप्रमाणेच पान आणि सुपारी असलेले मानाच विडे देण्याची रीतही सर्वत्र प्रचलित होती. यात राजाचे श्रेष्ठत्व अधोरेखित कले जात असे. आपल्या मर्जीस पात्र झालेल्या माणसाला राजा स्वतःच्या हाताने विडा बनवून देत असे आणि घेणारा माणूस सर्वांसमक्ष अत्यंत आदबीने त्याचा स्वीकार करत असे. मध्य पूर्वेपासून चीनपर्यंतचे सर्व राजे भेटीस आलेल्या राजदूतांना, आपल्या उमरावांना, सैनिकांना, पाहुण्यांना आणि आपल्याच कुटुंबातील व्यक्तींना मानाची वस्त्रे किंवा विडे किंवा दोन्ही देत असत. या समारंभांचा उद्देश; देणारा आणि घेणारा यांच्यातील नाते दृढ करणे, हा असे आणि उपस्थित दरबारी या नात्याला मान्यता देत.

मोठ्या साम्राज्यांनी उभी केलेली दरबारी संस्कृती प्रादेशिक पातळीवर तर अंगिकारली गेलीच; पण स्थानिक जाती-जमातींमध्येही रुजत गेली. भारत जिंकून अफगाण आणि मध्य-आशियातून आलेल्या लोकांनी येथे सलतनती उभ्या केल्यानंतर त्यांनी स्वीकारलेली पर्शियाची संस्कृती भारतातील सगळ्या मुलुखांमधील उच्चभ्रू लोकांमध्येही स्थिरावली. चिनी संस्कृती याच पद्धतीने हळूहळू व्हिएतनामच्या प्रतिष्ठितांमध्ये पसरली. बर्मी दरबारी रिवाजांनी; पारंपारिक वांशिक रिवाजांची जागा घेतली.

बहुतांश आशियात राजकीय संस्कृतीत सामायिक इनामे आणि दरबारी शौकांचा समावेश असे. स्वर्गीय सुख आणि पृथ्वीवरील सुख यांच्यात एक नाते आहे, अशी

लोकांची भावना होती. त्यांच्या दृष्टीने या सुखांमध्ये द्वैत नव्हते तर ती एकच होती. या पुस्तकातील प्रवाशांपैकी बरेचजण उमराव घराण्यांमधून आलेले होते. ते शाही शौकांमध्ये दंग असत. बाबराने बागा उभ्या केल्या होत्या, त्यांचे नामकरण केले होते आणि त्यांचा आनंद उपभोगला होता. त्याने अत्यंत खुलेपणाने स्वतःच्या मद्य आणि गांजा सेवनाबद्दल लिहिले आहे आणि मद्यप्राशनाच्या मेजवान्यांमधून निर्माण होणाऱ्या मैत्रभावाचे कौतुक केले आहे. इब्न बतूता आणि बाबराकडे गुलाम आणि स्त्री-पुरुष अंगवस्त्रे होती. उंची कपडे वापरणे हा आशियाई जगतातील मोठा शौक होता. इब्न बतूता आणि बाबराला आपल्या कपड्यांविषयीची जाण होती आणि एखादे उंची कापड कोठून आले असावे, याविषयीची अचूक माहिती त्यांना होती. राजाबरोबर शिकारीवर जाणे, हा आणखी एक मोठा आवडता दरबारी शौक होता. अशी सामूहिक शिकार करणे, हे उमरावांच्या ऐक्याचे द्योतक होते आणि लढाईचा सराव केल्यासारखेही होते. शांतीच्या काळात खेळलेल्या शिकारींचे उल्लेख बाबराच्या आठवणींमध्ये ठळकपणे येतात. मेजवान्यांमध्ये उमराव उंची खाद्यपदार्थांचे एकत्र सेवन करत आणि चर्चा करत. काहीजण पाकक्रियेवरील पुस्तके लिहीत. संगीत आणि नृत्य हे करमणुकीचे प्रकार नित्याचे होते. ग्रंथकार, कवी, चित्रकार आणि सुलेखनकार अशा बुद्धिवंतांना आणि कलाकारांना आश्रय देणे हाही उमरावांच्या शौकांचा भाग होता. इतर करमणुकीचे प्रकारही प्रचलित होते. उदाहरणार्थ, स्पेनपासून चीनपर्यंत बुद्धिबळ खेळले जायचे. मा हूआनच्या वेळचा चीनमधील पर्शियाचा राजदूत मोठा बुद्धिबळपटू होता आणि त्याला बीजिंगमध्ये प्रतिस्पर्धीही सहज मिळत.

## बौद्धधर्म आणि इस्लाम

बौद्धधर्म आणि इस्लाम या मोठ्या आणि व्यापक धर्मांचा आशियाई जगताला मोठा फायदा झाला. दोन्ही धर्मांनी मानवाच्या वैश्विक गरजांचा विचार केला होता आणि वंश, प्रदेश, भाषा किंवा लिंग यांचा विचार न करता धर्म स्वीकारण्याची इच्छा असलेल्या कोणालाही त्याच्या व्यक्तिगत निष्ठेचा विचार करून त्याला धर्मात घेतले जात असे.

दोन्ही धर्मांमध्ये ज्ञानप्राप्तीसाठी आणि धर्मशिक्षणासाठी दूरचा प्रवास करावा लागे आणि हा प्रवास सुकर व्हावा, यासाठी त्याला संस्थात्मक सोयी उपलब्ध करून द्याव्या लागत. बौद्धधर्माच्या भरभराटीच्या काळात मध्य आशिया, अफगाणिस्तान, भारत, आग्नेय आशिया चीन, जपान आणि कोरियात मठांची साखळी, विश्रामगृहे आणि प्रार्थनास्थळे अशा सोयी उभ्या राहिल्या होत्या. इस्लामच्या आश्रयदात्यांनी स्पेन, उत्तर आफ्रिका, मध्यपूर्व, मध्य आशिया, भारत या भागांमध्ये आणि आग्नेय

आशिया आणि चीनमधील काही ठिकाणी मदरसे आणि विश्रामगृहे उपलब्ध करून दिली होती. या संस्थांमुळे भक्तांना घरापासून हजारो मैल दूर निवारा मिळत असे आणि इतरांबरोबर प्रार्थना करता येत असे. दोन्ही धर्मांमध्ये विश्रामगृहे बांधणे, व्यापाऱ्यांसाठी बाजार बसवणे आणि सावलीसाठी रस्त्याच्या कडेने वृक्ष लावणे ही धर्मकार्येच मानली जात होती.

आपल्या समाजातील माणसांचे संबंध सलोख्याचे रहावेत या हेतूने दोन्ही धर्मांनी कायदे आणि न्यायव्यवस्था स्थापन केली होती. 'शरिया' कायदा आणि 'बौद्ध नियमावली' यांच्या आधारे दूरच्या प्रदेशातील समाजही वादांवर तोडगे काढू शकत होता आणि परदेशी लोकांनाही त्या कायद्यांमध्ये सामावून घेऊ शकत होता.

नवनवीन संकल्पनांवर चर्चा व्हावी आणि त्यांचा सर्वत्र प्रसार व्हावा यासाठी दोन्ही धर्मांनी एक संस्थात्मक रचना तयार केली होती. सातव्या शतकात चीनमधून निघून, मध्य आशिया ओलांडून, दक्षिण भारतापर्यंत केलेल्या आपल्या संपूर्ण प्रवासात ह्युएनत्संग सर्वत्र ठराविक विषयांवरच चर्चा करत होता. आग्नेय आशियातही त्याला त्याच विषयांवर चर्चा होताना आणि तेच ग्रंथ प्रमाण मानताना दिसले असते. सातशे वर्षांनंतर इब्न सीनाच्या ग्रंथांवरील चर्चा आणि त्यांची समीक्षा अफगाणिस्तानापासून स्पेनपर्यंत होत होती.

महत्त्वाची गोष्ट म्हणजे, ख्रिश्चन धर्माने युरोपात जसे अधिराज्य गाजवले, तसे इस्लाम किंवा बौद्धधर्माला गाजवता आले नाही. याचे कारण म्हणजे या दोन्ही धर्मांना धर्मप्रचारासाठी बराच खटाटोप करावा लागला आणि लहान मोठ्या स्थानिक श्रद्धांशी स्पर्धा करावी लागली. उदाहरणार्थ, दोन्ही धर्मांना भारतातील ब्राह्मणी हिंदूधर्मातील विविध पंथ, पर्शियातील पारशी धर्म, आग्नेय आशिया आणि मध्य आशियातील परंपरागत श्रद्धा आणि चीनमधील कन्फ्युशियस आणि दाओ तत्वज्ञान यांच्याशी स्पर्धा करावी लागली. परस्परविरोधी धर्मतत्त्वांच्या मंथनातून लढाया, धार्मिक छळ, वरचेवर उफाळून येगारे रूढीवाद आणि कधीकधी एका प्रकारच्या धर्मश्रद्धांनी दुसऱ्या धर्मश्रद्धांना गाडून टाकणे, असे प्रकार होणे स्वाभाविकच होते. असे होऊनही या स्पर्धेतून माणसाचे समाजातील स्थान आणि या विश्वातील स्थान याविषयीचे प्रगल्भ तत्त्वचिंतन आणि चर्चा सर्वत्र होत राहिली. विविध श्रद्धांच्या छेदबिंदुंमधून तत्त्वज्ञानाच्या नव्या संकल्पनांचा उदय झाला.

### प्रवास आणि व्यापार

प्रवासाला पूरक अशा संस्था, दरबारांमधील आणि प्रशासनातील साधर्म्य यांच्यामुळे चांगली नोकरी आणि समाजात स्थान मिळवण्यासाठी माणसे दूरच्या प्रदेशात जाऊ शकत होती. इब्न बतूताला स्पेन, मध्य आशिया आणि भारतातील

काझी आणि धर्मगुरु भेटले होते, आणि मक्केत त्याला मोरोक्कोहून आलेला त्याच्या वडिलांचा मित्र भेटला होता. सैनिकांनाही नोकरीच्या व्यापक संधी मिळत होत्या. मध्य आशियात असताना बाबराने आपल्या सैनिकांना मुक्त करून, स्वतः आशियाई जगताच्या उत्तर भागात दूरवर पसरलेल्या आपल्या नातेवाईक आणि मित्रपरिवाराच्या गुंतागुंतीच्या जाळ्यातील चीनमधील एका नातेवाईकाकडे नोकरीसाठी जाण्याचे ठरवले होते. दिल्ली जिंकल्यावर बाबराने आपल्या मध्य आशिया, अफगाणिस्तान आणि इराक येथील नातेवाईकांना पैसे पाठवले होते.

सर्वात जास्त प्रवास व्यापारी करत. विविध व्यापारी समाज दूरवर पसरलेले होते. उदाहरणार्थ, गुजराथी व्यापारी श्रीलंका आणि आग्नेय आशियात आणि अर्मेनियाचे व्यापारी मध्य आशियात पसरले होते, तर चिनी व्यापारी बंगालमध्ये आणि अरब व्यापारी ग्वांगचाऊमध्ये व्यापार करत होते. लग्न, घटस्फोट, मालमत्तेची मालकी आणि वारसाहक्क अशा रोजच्या घटना त्या त्या समाजातर्फे नियमित केल्या जात असत. ते कोठेही स्थिरावलेले असले तरी ज्यू लोक ज्यू कायदाच मानत आणि त्याचे पालन करत. मर्यादांचे उल्लंघन करणाऱ्याला बहिष्कृत व्हावे लागे आणि मोठ्या आर्थिक नुकसानीला तोंड द्यावे लागे. मंगलोरमध्ये असताना ज्यू नसलेल्या गुलाम मुलीशी लग्न केल्याचे परिणाम अब्राहम बेन यीजूला भोगावे लागले होते. एडनपासून कँटनपर्यंत पसरलेले मुस्लीम व्यापारी शरिया कायद्याचे पालन करत आणि त्यासाठी त्यांच्याकडे त्यांची स्वतःची न्यायालये, काझी असत, आणि पुराव्यावर आधारित निवाडे दिले जात. आपल्या देशाचे कर आणि व्यापाराचे नियम सोडले तर, इतर कोणत्याही हस्तक्षेपाशिवाय व्यापारी व्यापार करू शकत. हे नियमही फारसे त्रासदायक नसत. बहुतेक सगळ्या शेतजमिनी उमरावांना वाटल्या गेलेल्या असल्या, तरी उत्पन्नासाठी व्यापारातून मिळणारे कर हवेच असत. प्रत्येक बंदराला आणि राज्यांना स्पर्धक असत. भारताबरोबरच्या व्यापारासाठी एडनला होर्मोजशी स्पर्धा करावी लागे. मलबार किनाऱ्यावरून चालणाऱ्या मसाल्यांच्या व्यापारात कालिकतला कोचीन, मंगलोर, कन्नोर, आणि आणखी दहा-बारा बंदरांशी स्पर्धा करावी लागेल. एखाद्या बंदराबद्दल व्यापारी असमाधानी असतील, तर ते एकट्याने किंवा सामूहिकरित्या दुसऱ्या बंदराकडे जात. पोर्तुगीजसुद्धा हे स्थलांतर थांबवू शकले नाहीत. राज्याचा हस्तक्षेप मर्यादित असल्यामुळे व्यापाऱ्यांना संरक्षण नसे आणि त्यांना सागरी मार्गांवर चाचेगिरीला आणि खुश्कीच्या मार्गांवर लूटमारीला तोंड द्यावे लागे. भारताच्या पश्चिमी किनारपट्टीचा उत्तरेकडील भाग, जपानच्या जवळचा भाग आणि मलॅकाची सामुद्रधुनी असे काही भाग कित्येक शतके चाच्यांसाठी नंदनवन असल्यासारखेच होते.

एकूणच व्यापाऱ्यांबाबत आणि ते आणत असलेल्या नव्या वस्तू आणि नव्या कल्पनांबद्दल खुलेपणा होता. अधिकृत चिनी विचारसरणी व्यापाराच्या विरुद्ध होती आणि बंदरे आणि अंतर्गत व्यापार करणाऱ्यांवर निर्बंध असावेत असे मत मांडणारी होती.[२] असा दृष्टिकोन असूनही हस्तिदंत आणि सुगंधी धुपाची आयात थांबली नव्हती आणि लोखंड, रेशीम आणि चिनी मातीच्या भांड्यांची निर्यातही थांबली नव्हती. त्याचबरोबर नव्या वनस्पर्त, औषधे आणि नव्या कल्पनांविषयीची उत्सुकताही कमी झाली नव्हती. आशियाई जगतात सगळीकडे प्रचलित असलेल्या राजांसाठीच्या सल्लापुस्तिकांमध्ये राजाने नव्या कल्पना आणि दुसरीकडच्या बातम्यांमध्ये रुची दाखवावी असा सल्ला दिलेला असे. पुढे उधृत केलेला सल्ला, हा अकराव्या शतकातील पर्शियातिल पुस्तिकेतील आहे–

*'ज्या प्रमाणे जगात इतरत्र घडणाऱ्या घटनांची आणि इतर राजांच्या कामगिरीची माहिती तुम्हाला दिली जाते, त्याचप्रमाणे आपल्या देशाविषयी आणि आपल्या जनतेच्या आणि सुरक्षारक्षकांच्या एकूण अवस्थेविषयी जाणून घेणे हे तुमचे कर्तव्य आहे.'*

या राजांच्या सल्लापुस्तिकांमध्ये प्रवासाचे समर्थन केले आहे. त्यांत व्यापाऱ्यांच्या भूमिकेचे कौतुक केले असून त्यांचे स्वागत करणे आणि त्यांचे रक्षण करणे हे राजाचे कर्तव्य आहे असे म्हटले आहे.*

व्यापाराला महत्त्व होतेच. व्यापाराची व्याप्ती आणि वैविध्य या गोष्टींचा बृहत आशियाई जगतातील जनतेवर परिणाम झाला होता. ऊष्णकटिबंधातील मसाल्याचे पदार्थ आणि औषधे उत्तर भारतात, पश्चिमेला मध्य पूर्वेत आणि पूर्वेला चीनमध्ये जात होती. या औषधी वनस्पतींचे शोध शहरांमधील हकीम–वैद्यांनी लावले नव्हते किंवा त्यांना आणणाऱ्या व्यापाऱ्यांनीही लावले नव्हते. त्यांचे शोध अरण्यवासीयांनी आपल्या अरण्यातील वनस्पतींवर प्रयोग करताना लावले होते. बृहत आशियाई जगतात केवळ दरबारी आणि व्यापारीच नव्हते तर हे जगत आग्नेय आशिया आणि श्रीलंकेतील अरण्ये आणि मलबार किनाऱ्यालगतच्या डोंगररांगामध्ये पसरलेले होते.

धर्मांची व्याप्ती वाढवण्यात व्यापाराचा मोठा सहभाग होता. धर्माचरणासाठी लागणारी साधने आणि ग्रंथ समुद्रमार्गे आणि तांड्यांच्या मार्गे तिबेट, मध्य आशिया, आग्नेय आशिया आणि चीनला जात.

---

* या परंपरेतील सगळ्यात लोकप्रिय पुस्तक म्हणजे इटालियन निक्कोलो मॅकिआव्हेलीचे 'द प्रिन्स'. आपल्या राजासाठी हे सल्लापुस्तक लिहीत्त असताना लेखकाला आशियातील अशा पुस्तिकांविषयी माहिती होती.

अतिशय अनोख्या वस्तूंपासून अतिशय सामान्य वस्तूंपर्यंत सर्वांचा व्यापार चालत होता. एकीकडे आफ्रिकेतून चीनच्या दरबारासाठी जिराफ पाठवण्याची कसरत केली जात होती तर दुसरीकडे थायलंडच्या किनाऱ्यावर तयार होणारी माशांची खळ आणि स्वयंपाकाची चिनी बनावटीची लोखंडी भांडी आग्नेय आशियाच्या बेटांवर फायद्यात विकल्या जाणाऱ्या गोष्टी होत्या. भारत, चीन आणि आग्नेय आशियात सामान्य असलेला भात, गवताळ प्रदेशात श्रीमंती अन्न बनला. प्रत्येक जहाजावर आणि प्रत्येक तांड्यात साध्या प्रापंचिक वस्तूंपासून अत्यंत मौल्यवान वस्तूंपर्यंतचा सगळा माल समाविष्ट असे. व्यापाराचे महत्त्व आणि सातत्य याचे महत्त्व अधोरेखित करायचे झाल्यास असे म्हणता येईल की, विविध लोक त्यांच्या भागात तयार होणाऱ्या व्यापारयोग्य वस्तूंवरून ओळखले जाऊ लागले. गवताळ प्रदेश घोडे, मेंढया आणि गुरे यांच्या वाढीसाठी योग्य होता. या नैसर्गिक अनुकूलतेमुळे तेथून भारतात दरवर्षी हजारो घोडे पाठवले जात, कारण भारतात घोड्यांची पैदास होत नसे. भारतातील अमीर उमरावांसाठी घोडा हा प्रतिष्ठेचा द्योतक होता. घोड्यांच्या विक्रीतून मिळणाऱ्या पैशातून गवताळ प्रदेशातील लोक अंगरख्यांसाठी किमती कापड आणि शस्त्रांसाठी पोलाद आयात करत आणि कालौघात त्यावरच त्यांची संस्कृती विकसित झाली.

**नवप्रवर्तन**

बृहत आशियाई जगतात सर्वत्र नवप्रवर्तनाविषयी अस्वस्थ आणि अविश्रांत अशी ओढ होती. राजकारणात राजवटींनी नोकरशाही आणि करप्रणाली यांच्यात प्रयोग करून पाहिले. त्यांनी नवीन चलन वापरात आणली आणि जिंकलेल्या लोकांना नवीन कायद्याच्या चौकटीत बसवले. मध्य पूर्वेपासून चीनपर्यंत राजांसाठी सल्लापुस्तिका तयार केल्या. राजे त्यांनी पाठवलेली राजनैतिक शिष्ठमंडळ परतण्याची आतूरतेने वाट पहात. कारण त्यांना स्वीकार करण्याजोग्या इतर राज्यांमधील नव्या इमान-वचनांच्या समारंभांची किंवा लष्करी संगठनाच्या संदर्भातील नव्या संकल्पनांची माहिती मिळत असे. भातशेतीसाठी जलसिंचन किंवा राज्यातील विविध भागांना जोडणारे रस्ते बांधणे अशा आर्थिक विकासाच्या योजना ही सरकारे राबवत असत.

एकजातीय आणि प्रादेशिक स्वरूपाच्या सैन्याच्या मर्यादा ईजिप्तपासून चीनपर्यंतच्या सर्व राजांना माहीत होत्या. त्यांनी गुलामांची सैन्य, धर्माधारीत सैन्य आणि कैद्यांचे सैन्य उभे करण्याचे यशस्वी प्रयोग केले. चंगीझखानाने एका जमातीवर आधारित सैन्याची परंपरा मोडली आणि वेगवेगळ्या जमाती एकत्र करून सैन्य उभे केले.

सन १३०० पर्यंत तरी मध्य पूर्व, भारत आणि चीन, विज्ञानाच्या क्षेत्रातील नवीन संशोधनात आघाडीवर होते. नवनवीन वनस्पती दरबारांमध्ये येत असत. त्यापैकी काहींची माहिती आणि त्यांची चित्रे इब्न सीना सारख्यांच्या वैद्यकावरील ग्रंथांमध्ये समाविष्ट झाली, तर काहींना राजे आणि अमीर-उमरावांच्या मुदपाकखान्यात स्थान मिळाले. राजे आणि अमीर-उमराव त्यांच्या बागांमध्ये नव्या वनस्पती उगवण्याचा प्रयत्न करत. काबूलमध्ये भारतीय संत्र्यांची लागवड आपण प्रथम केली, असा उल्लेख बाबराने त्याच्या आठवणींमध्ये मोठ्या गर्वाने केला आहे. चीनमध्ये शोध लागलेल्या लसीकरणासारख्या कित्येक नव्या वैद्यकीय उपचार पद्धती विकसित झाल्या.

गणित आणि खगोलविज्ञानातील प्रगती लक्षणीय होती. भारतात संख्यापद्धतीचा शोध लागला. भारत आणि मध्य पूर्वेत बीजगणित, शंकुच्छेदासारख्या आकारांची भूमिती आणि अगदी प्राथमिक स्वरूपातील कलनशास्त्राचाही (Chronology) विकास झाला. कित्येक दरबारांमध्ये खगोलशास्त्रीय निरीक्षणे आवर्जून चर्चिली जात.

या हजार वर्षांच्या कालखंडात व्यापारातही नवीन संकल्पना राबवल्या गेल्या. व्यापाऱ्यांनी उपयुक्त वाटणाऱ्या वनस्पती आपल्याबरोबर केवळ आणल्या नाहीत, तर त्यांच्या लागवडीचे प्रयत्न व्हावेत यासाठी वित्तीय सहाय्यही दिले. ज्यू व्यापाऱ्यांनी भारतातून ऊस आणला आणि नाईलच्या काठाने त्याची लागवड सुरू केली. भारतापासून इंडोनेशियापर्यंत आंबा आणि मिऱ्यांची लागवड होऊ लागली आणि तेथे त्यांना नगदी पिकांचे स्वरूप आले. व्यावसायिकांनी नव्या बाजारपेठा विकसित केल्या आणि गुजराथी छापील कापड, बगदादी फरशा, खिलाफतीतील चांदीची नाणी, चिनी मातीची भांडी, दमास्कसच्या तलवारी आणि चिनी रेशीम यांच्यासारख्या महाग वस्तूंच्या स्वस्तातील प्रतिकृती बनवायला सुरुवात केली.

## आत्मनिरीक्षण

युरोपात ज्याकाळात स्वतःविषयीच्या जाणिवांचा विचारही नव्हता त्याकाळात आशियाई जगताने आत्मनिरीक्षण आणि आत्मपरीक्षणही केले होते. विशेषतः चीन आणि मध्य पूर्वेत चरित्र आणि आत्मचरित्र यांचे पीकच येत होते. आयुष्य कसे जगले जात होते आणि नैतिकतेने कसे जगायला हवे, याविषयी भारतात अक्षरशः हजारो पुस्तके लिहिली गेली होती. प्रेमातील दुःखे आणि सौंदर्याची क्षणभंगुरता, यावर कविता रचल्या जात होत्या. चित्रकारांनी त्यांचे जग आणि त्यातील अनोखेपणा चितारला होता. चीनमध्ये आणलेला जिराफ, लिखाणात आणि चित्रात दिसून येतो. इतिहास आणि भूगोल याविषयी असंख्य ग्रंथ लिहिले गेले.

दररोज होणारे बदल किंवा शतकांमध्ये होणारे बदल आणि राजकीय उलथापालथ

यांच्यापुढे टिकून राहणारे बृहत आशियाई जगत टणक होते. बगदादची अधोगती झाल्यावर रे, बाल्ख, बुखारा आणि गझनी यासारख्या नव्या केंद्रांमधून व्यापार सुरू झाला. अरब व्यापाऱ्यांनी इस्लाम स्वीकारला तेंव्हा त्यांनी व्यापारीमार्गांवर मशिदी बांधल्या आणि त्यांच्या नवीन धर्माचे अनुसरण सुरू केले. ज्यू, अर्मेनियन, गुजराती, मलय, येमेनी, तामीळ, अरब आणि चिनी या समुदायांमधून प्रबळ व्यापारी कधी यश तर कधी अपयश मिळवत राहिले. हजार वर्षांच्या या कालखंडाचा साकल्याने विचार केला तर, असे लक्षात येते की, या कालखंडात आधी एकीकरण झाले, ज्ञान आणि ज्ञानी लोकांचे संचारण झाले आणि सुरुवातीपेक्षा शेवटी शेवटी मोठे नवप्रवर्तन झाले.

## युरोपीय वसाहतवादी विजय

'टोपीवाले' अशा नावाने ओळखले जाणारे 'युरोपीय' ही एक वेगळीच उपज होती आणि ते आपल्याबरोबर वेगळ्याच गृहितांना घेऊन आले होते हे आशियातील बऱ्याच लोकांच्या लक्षात आले होते. कित्येक शतके युरोप, आशियाई जगताच्या काठावरच होता. तसे व्हेनीस, जेनोआ आणि प्राग या शहरांच्याद्वारे युरोपचे आशियाबरोबर व्यापारी संबंध होते. शिवाय इब्न फद्लानला दिसल्याप्रामाणे रशियाच्या नद्यांमधून दूर अंतराचा व्यापारही चालत होता. परंतु, बौद्धिक चर्चा, धार्मिक वादविवाद, कौटुंबिक बंधने, व्यापारी भागीदाऱ्या, राजनैतिक मोहिमा, दरबारी नोकरशाही, मानसन्मानांचे रीतिरिवाज, काव्य, संगीत, कपड्यांचे ढंग आणि कला यांच्या बाबतीत कोणतीही देवाणघेवाण, युरोप आणि आशियात होत नव्हती.

युरोपीय जेंव्हा आशियात आले तेंव्हा त्यांनी स्वतःला व्यापारी आणि त्याचबरोबर त्यांच्या राजांचे प्रतिनिधी असल्याचे घोषित केले आणि आपण थेट त्यांचेच ताबेदार आहोत, असेही जाहीर केले. हे नवीन आणि अनपेक्षित होते. आशियाई जगतातील कोणत्याही व्यापाऱ्याने कधीही त्यांच्या राजाचे प्रतिनिधित्व केले नव्हते. अब्राहम बेन यीजू कैरोवरून आलेला असला तरी आपण ईजिप्तच्या राजाचे इमानदार प्रतिनिधी, अशी त्याने कधी कल्पनाही केली नसेल. युरोपिय व्यापारी शस्त्रसज्ज होते. जरी आपल्या तांड्यांच्या आणि जहाजांच्या रक्षणासाठी आशियाई व्यापाऱ्यांनी भाडोत्री सैनिक ठेवलेले असले तरी ते लढायांमध्ये क्वचितच सहभागी झाले होते. युरोपखंडात आणि भूमध्य समुद्रात युरोपीय लोकांनी शतकानुशतके व्यापाराला लढायांची जोड दिली होती आणि तोच शिरस्ता ते आशियात घेऊन आले होते. व्यापारात आणि तोफा घडवण्यात असलेला राजाचा थेट सहभाग, हा फायदेशीर राजकारणाचा भाग समजाला जात होता.[३] सरतेशेवटी युरोपीय लोकांनी आपण पोर्तुगीज किंवा इंग्लिश आणि ख्रिश्चन असल्याची जाणीव स्वतःबरोबर आणली. जरी इस्लामी पंथांमध्ये

धर्माच्या अन्वयार्थावरून लढाया झाल्या असल्या किंवा इस्लामचा प्रसार होत असताना बौद्ध संस्थांवर हल्ले झाले असले, तरी युरोपीयांच्या ख्रिश्चन असण्याबाबतच्या भावना वेगळ्या आणि अधिक तीव्र होत्या. अब्राहम बेन यीजूच्या व्यापारी समूहात हिंदू, गुजराती आणि मुस्लिमांचा समावेश होता. आशियाई जगतासाठी युरोपीय पुर्णपणे बाहेरचे होते. वेगळ्या वंशाच्या आणि जातीतल्या स्थानिक लोकांना हुशारी असूनही युरोपीयांनी कधी चांगल्या हुद्दयावर नेमले नाही. वरिष्ठ हुद्दे हे युरोपातून आलेल्या गोऱ्या लोकांसाठी राखीव असत. युरोपीयांचे मानसन्मानाचे समारंभ वेगळे होते आणि आशियाई लोकांप्रमाणे त्यात मानाची वस्त्रे देण्याची पद्धत नव्हती.

व्यावहारिक दृष्ट्या या युरोपीयांच्या दृष्टीकोनामुळे त्यांचे विजय स्थानिक सेनानीचे न समजले जाता, त्यांच्या राजाचे समजण्यात येऊ लागले. कोणत्याही युरोपीय माणसाने ( बोर्निओच्या राजा ब्रुकचा अपवाद वगळता ) आशियात स्वतंत्र राज्य स्थापन केले नाही. बाबरापेक्षा हे खूपच वेगळे होते. त्याला माहीत होते की आपले राज्य आणि सैन्य राखण्यासाठी आपल्या विजयातील काही हिस्सा त्याला त्याच्या सेनानींना आणि कुटुंबाला देणे आवश्यक होते. खिलाफतीत, चिनी साम्राज्यात आणि मुघल साम्राज्यात सेनांनींनी आपल्या जिंकलेल्या प्रदेशांमध्ये स्वतःची राज्ये आणि साम्राज्ये उभारली. युरोपीयांनी व्यावसायिक व्यापारी संस्था, राजनिष्ठा आणि अधिकृत सैन्य या गोष्टींचा चांगला मेळ घातला होता आणि जिंकलेला प्रदेश सैन्याधिकाऱ्याच्या मालकीचा होणार नाही याची काळजी घेतली होती. हे सगळे एका रात्रीत घडले नव्हते, पण अशियाई लोकांच्या एक गोष्ट मात्र लक्षात आली होती. ऐन लढाईच्यावेळी जसे आशियातील एखाद्या सैन्यातील लाच खाल्लेल्या एखाद्या सेनानीचे सैन्य फुटून शत्रूला जाऊन मिळत असे, तसे युरोपीय सैन्याच्या बाबतीत घडत नसे. युरोपीय सेनानी मारला गेला तरी त्याचे सैन्य फुटत नसे. आशियाई निरीक्षकांच्या हेही लक्षात आले की, युरोपीयांनी केलेले तह सेनानीच्या नावाने न करता त्यांच्या राजाच्या नावाने केलेले असत.

शिस्तबद्ध सैन्यरचनेची उपयुक्तता आणि देशाप्रती निष्ठा या जमेच्या बाजू असूनही युरोपीयांचे आशियातील विजय आणि वसाहतीकरण फारच धीम्या गतीने झाले, असे मुद्दाम नमूद करावे असे वाटते. भारतातील सर्वात प्रबळ सत्ता बनण्यासाठी इंग्लंडला एकोणीसाव्या शतकापर्यंत झगडावे लागले. हॉलंडला आग्नेय आशियातील बेटे आणि श्रीलंकेत लवकर यश मिळाले, पण ते त्यांचे साम्राज्य या बेटांपलिकडे वाढवू शकले नाहीत. पूर्वेचा गवताळ प्रदेश रशियाने सतराव्या शतकात जिंकला. धर्मयुद्धांचा कालखंड सोडला तर मध्य पूर्वेतील युरोपीय हस्तक्षेप ही खरेतर एकोणीसाव्या

शतकातील घटना म्हणायला हवी. पूर्व आशियातील विजय ही विसाव्या शतकातील घटना आहे आणि भारताइतके वसाहतीकरण चीनचे कधीच झाले नाही.

युरोपीयांच्या विजयांच्या नंतरही हे विस्तीर्ण, आतून जोडलेले आणि एकमेकांवर अवलंबून असलेले आशियाई जगत वसाहतींच्या अंमलाखालीही टिकून राहिले. युरोपीयांचे प्राबल्य असूनही दरवर्षी अरबी जहाजे गुजराथी कापड घेऊन आफ्रिकेला जात होती आणि तेथून सोने घेऊन परत येत होती. चिनी व्यापारी 'कोलकाता' या नव्या ब्रिटिश बंदरावर आले होते. हजारो घोडे अजूनही मध्य आशियातून भारतात येत होते. वसाहतवादी सत्तेने अगदी धीम्या गतीने स्थानिक राजकीय व्यवहार आपल्या ताब्यात घेतले आणि आपल्या देशाला हितावह होईल अशा पद्धतीने त्यांनी आशियाई अर्थव्यवस्था वळवली.

# संदर्भसूची व टीपा

## प्रकरण १


१) Shaman Hwui Li, *"The Life16011 of Hiuen-Tsiang"* अनु. Samuel Beal (1911) पा. ४-५ ह्युएनत्संगवर इतरही काही उपयुक्त पुस्तके आहेत. Sally Hovey Wriggins, *Xuangzang: "A Buddhist Pilgrim on the Silk Road"* (1996) हे पुस्तक बरेचसे मूळ आठवणींना धरून आहे आणि शिवाय त्यात उपयुक्त नकाशे आणि चित्रे आहेत. याच लेखिकेच्या *"The Silk Road Journey With Xuangzang" (2004)* या पुस्तकात ह्युएनत्संगच्या दक्षिण आणि पश्चिम भारतातील प्रवासाविषयी अधिक माहिती मिळते. Richard Bernstein, *"Ultimate Journey: Retracing the Path of an Ancient Buddhist Monk Who Crossed Asia in Search of Enlightenmemt" (2001)* सन १९९० नंतर जेंव्हा चीनने आपल्या पश्चिम भागात प्रवेश द्यायला सुरुवात केली तेंव्हा ह्या लेखकाने ह्युएनत्संगच्या मार्गावरून प्रवास केला.

२) Li, *"The Life of Hiuen-Tsiang,"* पा. ६

३) Ibid, २

४) Ibid, ६-७

५) या मूळ संकल्पना आणि त्यांचे आकलन याविषयीच्या माहितीसाठी -Donald S. Lopez, *"Buddhism in Practice"* (1995)

६) Li, *"The Life of Hiuen-Tsiang,"* पा. ८-९

७) Lucas Nickel ed. *'Return of Buddha: The Qingzhou Discovery"* (2002) या पुस्तकातील लेख - Helmut Brinker, *"Early Buddhist Art in China"* पा. २४

८) Lucas Nickel ed. *Return of Buddha* या पुस्तकातील लेख - "Lucas Nickel," *Longxing Temple in Qinzhou and the Discovery of Sculpture Hold"* पा. ३४-४३

९) Lucas Nickel ed. *Return of Buddha* या पुस्तकातील लेख - Su Bai, "Sculpture of Northern Qi Dynasty and Its Stylistic Models" पा. ५४-५९

१०) Li, *The Life of Hiuen-Tsiang*, पा. १०

११) Ibid, पा. १५, अधिक माहितीसाठी पहा – Jonathan K. Skaff, " Survival in the Frontier Zone : Comparitive Perspectives on Identity and Political Alliance in China's Inner Asian Borderlands During the Sui-Tang Dynastic Transition," *Journal of World History* 15(2) (March 2004): पा. ११७–१५३

१२) Li, *The Life of Hiuen-Tsiang*, पा. १९–२०

१३) Ibid, २५

१४) Ibid, २९

१५) पहा – Roderick Whitfield and Susan Neville Whitfield, *"Cave Temples of Mogao"* (Los Angeles: Getty Conservation Institute and J. Paul Getty Museum, 2000 ) आणि Roderick Whitfield, Dunhuang, *"Caves of the Singing Sands: Buddhist Art From the Silk Road"* (1995)

१६) Li, *The Life of Hiuen-Tsiang*, पा. ४१

१७) Patricia E. Karetzky, "Imperial Splendor in the Service of the Sacred: The Famen Tea Treasures," *T'ang Studies* 18(19) (2000-2001): पा. ६८–६९

१८) Li, *The Life of Hiuen-Tsiang*, पा. ४१

१९) पहा – Xinru Liu, *"Silk and Religion: An Exploration of Material Life and the Thought of People, AD 600 – 1200"* ( Delhi: Oxford University Press, 1996 ) आणि Xinru Liu, "Silk, Robes, and Relations Between Early Chinese Dynasties and Nomads Beyond the Great Wall," – Stewart Gordon, ed., Robes and Honor: *The Medieval World of Investiture* (2001)

२०) Najmieh Batmanglij, *"Silk Road Cooking: A Vegetarian Journey (2004)"* पा. १८, ४६, १५३–१६८

२१) Li, *The Life of Hiuen-Tsiang*, पा. ४४

२२) Ibid, ४९

२३) Ibid, ५३

२४) Ibid, ५७

२५) या काळात आशियाच्या विविध भागात फारशी, जैन आणि नेस्टोरीय ख्रिश्चन धर्म अशा वेगवेगळ्या धर्मांमध्ये स्पर्धा होती; पण यापैकी कोणालाही बौद्ध धर्माइतका राजाश्रय मिळवणे आणि संस्थांचा विकास करणे जमले नाही.

२६) Li, *"The Life of Hiuen-Tsiang,"* पा. ९०

२७) Ibid, ९३

२८) Ibid, ९४

२९) Ibid, १०४

३०) नालंदा विश्वविद्यालयाचे भग्नावशेष बिहारमध्ये पाहायला मिळतात.

३१) Li, *The Life of Hiuen-Tsiang*, पा. १६९

३२) Ibid, २०९

३३) पहा – O.W.Wolters, Early *"Indonesian Commerce : A Study of the Origins of Shrivijaya,"* (1967)

३४) Li, *The Life of Hiuen-Tsiang*, पा. १७४

३५) Tansen Sen, *"Buddhism, Diplomacy, and Trade : The Realignment of Sino – Indian Relations," 600 – 1400* (2003)

३६) ह्युएनत्संगनंतरच्या तीन शतकांमध्ये जपानमधून शेकडो भिक्षू आणि विद्यार्थी बौद्ध तत्त्वज्ञानाचा अभ्यास करण्यासाठी चीनला गेले. थांग साम्राज्याच्या प्रभावाखालील पहिल्या शतकात चिनी रीती, भाषा आणि साहित्याने जपानी दरबार भारावला गेला होता आणि तत्कालीन जपानी राजवटीने कॅन्फ्युशियसच्या तत्त्वज्ञानावर आधारित सरकारी यंत्रणा उभी करायचा प्रयत्न केला होता. त्यानंतर जपान परत आपल्या कोशात गेला. स्थानिक पातळीवरील प्रबळ घराण्यांनी कर चुकवण्यासाठी बौद्ध मठांचा आधार घेतला आणि बौद्ध धर्मही स्थानिक पंथांमध्ये स्वीकारला गेला. या कालखंडाच्या अधिक माहितीसाठी पहा – *"The Cambridge History of Japan, vol.2"* प्रकरण ५–८

३७) ह्युएनत्संगनंतरच्या तीन शतकांमधील रेशीममार्गावरील माणसांच्या कथांसाठी पहा – Susan Neville Whitfield, *"Life Along the Silk Road"* (1999)

३८) ह्युएनत्संगच्या उर्वरित आयुष्याची माहिती करून घेण्यासाठी पहा - Li Rongxi, *"A Biography of the Tipitika Master of the Great Ci'en Monastery of the Great Tang Dynasty,"* trans. Sramana Huli and Shi Yancong (1995)

## प्रकरण २

१) James E. McKeithen, "The Risalah of Ibn Fadlan: An Annotated Translation with Introduction" तसेच इब्न फद्लानच्या आठवणींचा अनुवाद – Richard N. Frye, *Ibn Fadlaan's Journey to Russia: A Tenth-Century Traveler from Baghdad to the Volga River* (2005)

२) McKeithen, "The Risalah of Ibn Fadlan" पा. २६

३) Robert G. Hoyland, *"Seeing Islam as Others Saw It: A Survey and Evaluation of Christian, Jewish and Zoroastrian Writings on Early Islam"* (1997) पा. ५५५–५५६

४) Marshall G.S. Hodgson, *"The venture of Islam: Conscience and History in World Civilization,"* vol.1, (1974), पा. १७२–१७५, १८५–१८६, २१०–२१३

५) Fred M. Donner, *The Early Islamic Conquests (1981)* पा. ५४-६१. महंमदाच्या काळातील अरेबियातील मुळातील जमातींची सत्ता समीकरणे आणि त्यांच्यातील कुलसंबंध यांच्या बाबतीत डॉनर आणि हॉगसन यांच्यात मतभेद आहेत. ह्यूज केनडी या इतिहासकाराच्या मते सुरुवातीच्या इस्लामी सैन्यातील जमातींची रचना तशीच राहिली होती आणि त्यातूनच अमानुष यादवी युद्धे लढली गेली. पहा: Hugh Kennedy, *"The Armies of the Caliphs: Military and Society in the Early Islamic State."* (2001) पा. ६०-७०

६) Donner, *"The Early Islamic Conquests"* पा. ६९-७३

७) Phillip K. Hitti, *"Capital Cities of Arab Islam"* (1973) पा. ८५-९५

८) Xinru Liu, *"Silk and Religion: An Exploration of material Life and the Thought of People," AD 600-1200* (1996) पा. १३८-१४०

९) उदाहरणार्थ नवव्या शतकातील चीनकडे जाण्याच्या सागरीमार्गांबद्दलचे दोन अरबी वृत्तांत आता भाषांतरित झाले आहेत. पहा - S.Maqbul Ahmad, trans., *"Arab Classical Accounts of India and China"* (1979)

१०) Tarif Khaldi, *"Classical Arab Islam: Culture and Heritage of the Golden Age"* (1985) पा. ३५-५०, तसेच पहा - Hodgson *"Venture of Islam"* पा. १९७-१९८

११) विजय आणि नंतरची यादवी युद्धे यासाठी पहा - Khalid Y. Blankinship, *"The End of the Jihad State"* (1994)

१२) Hodgson, *"Venture of Islam"* पा. १८-२१

१३) M.S.Asimov and C.E.Bosworth, eds., *"History of Civilization of Central Asia* vol.4" यातील लेख - F. Daftary, "Sectarian and National Movements in Iran, Khurasan, and Transoxania," पा. ५७

१४) McKeithen, "The Risalah of Ibn Fadlan" पा. २

१५) Muhammad M. Hassan, *"Social Life Under Abbasids"* (1979) पा. ६०

१६) McKeithen, *"The Risalah of Ibn Fadlan"* पा. २९

१७) Ibid. ३२ आणि Frye, *"Ibn Fadlaan's Journey to Russia"* पा. ८४-८५

१८) McKeithen, *"The Risalah of Ibn Fadlan"* पा. ३५

१९) Frye, *"Ibn Fadlaan's Journey to Russia"* पा. ३७

२०) McKeithen, *"The Risalah of Ibn Fadlan"* पा. ४१

२२) उत्तर तुर्कमेनिस्तानमधील सध्याच्या कुन्या उर्गेंच या नगराजवळ जुर्जनिया होते.

२३) McKeithen, *"The Risalah of Ibn Fadlan"* पा. ४६

२४) Ibid., ४८

२५) Donner, *"The Early Islamic Conquests"* प्र. ३-५
२६) Dennis Sinor, ed., *"Cambridge History of Inner Asia"* (1990) पा. २७५-२७६
२७) Anatoly M. Khazanov and Andre Wink, ed., *"Nomads in a Sedentary World"* (2001) यातील लेख - Thomas Noonan, *"The Khazar Qaghanet,"* पा. ७८-८९
२८) McKeithen, *"The Risalah of Ibn Fadlan"* पा. ५२
२९) Khazanov and Wink, ed., *"Nomads in a Sedentary World"* यातील लेख - Thomas Barfield, *"Steppe Empires, China and the Silk Route: Nomads as a Force in International Trade and Politics,"* पा. २३४-२४६
३०) Ibid., ५८-६१
३१) Ibid., ६९-७०
३२) Ibid., ७२-७३
३३) Ibid., ९०-९१
३४) Ibid., ११०
३५) Sinor, *"Cambridge History of Inner Asia"* २६३-२६७
३६) McKeithen, *"The Risalah of Ibn Fadlan"* पा. ११९
३७) Ibid., १२०
३८) Ibid., १२६

## प्रकरण ३

१) William E. Gohlman, *"The Life of Ibn Sina : A Critical Edition and Annotated Translation"* (1974) पा. ६१
२) Lenn E. Goodman, *"Avicenna"* (1992) पा. १४. George Sarton, *"Introduction to the History of Science"* (1927) पा. ५३७-५४३, आणि Franz Rosenthal, *"The Classical Heritage in Islam"* (1975) पा. ५-९
३) Sarton, *"History of Science,"* पा. ५४९-५५० आणि पहा - *"Scientific American"* 264(5) (May 1991) मधील लेख - Donald R.Hill, *"Mechanical Engineering in the Mediaval Near East."* पा. ५-९
४) Sarton, *"History of Science,"* पा. ५९८-६०४, ६२१-६२२
५) Bernard Lewis, *"Islam from the Prophet Muhammad to the Capture of Constantinople"* (1974) vol. 2, पा. ७०-७१
६) Jonathan M. Bloom, *"Paper Before Print : The History and Impact of Paper on the Islamic World"* (2001) पा. ४७-५०

७) फुस्तात (छावणी) ही सतराव्या शतकात आक्रमण करून आलेल्या मुस्लीम सैन्याने उभी केलेली छावणी होती. या छावणीचे रूपांतर एका शहरात झाले होते आणि दहाव्या शतकात फातिमी खिलाफतीचा उदय होईपर्यंत हे शहर ईजिप्तच्या राजधानीचे शहर होते. सन ११६८ मध्ये आक्रमण करून आलेल्या धर्मयोद्ध्यांच्या हाती काही लागू नये यासाठी फुस्तात जाळून टाकण्यात आले. कैक कॉप्टिक चर्चेस आणि ज्यू देवळे असलेला नदीकाठाचा काही भाग नंतर पुनरुज्जीवित झाला. परंतु तेराव्या शतकात उत्तरेकडे कैरो शहर बहरायला लागल्यावर फुस्तातला त्याच्या कचराकुंडीचे स्वरूप आले.

८) Bloom, *"Paper Before Print"* मधील उल्लेख पा. ४९

९) Gohlman, *"The Life of Ibn Sina"* पा. १७-१९

१०) Ibid., १९

११) Yann Richard, *Shi'ite Islam: Polity, Ideology and Creed* (1995), प्रकरण १-३, याशिवाय पहा - F. Daftary, *"The Ismalis: Their History and Doctrines"* (1990) प्रकरण २-३

१२) Heinz Hahn, *"The Fatamids and Their Tradion of Learning"* (1997) प्रकरण २ आणि ५, याशिवाय पहा - F. Daftary, *"A Short History of the Ismalis: Traditions of a Muslim Community"* (1998) ४१ - ४३

१३) Gohlman, *"The Life of Ibn Sina"* पा २१-२३

१४) Dimitri Guhas, *"Avicenna and the Aristotelian Tradition: An Introduction to Reading Avicenna's Philosophical Works"* (1998) १४९-१५८

१५) Gohlman, *"The Life of Ibn Sina"* पा ३३ 'दिरहम' या नाण्याला मोठा इतिहास आहे. पाचव्या आणि सहाव्या शतकात बायझंटायीन साम्राज्यात प्रचलित असलेल्या 'ड्राचमा' या ग्रीक नाण्यावरून 'दिरहम' हा शब्द आला आहे. आठव्या शतकापर्यंत बगदादमध्ये ही नाणी पाडायची टांकसाळ सुरू झाली होती. इ. स. १००० पर्यंत विविध इस्लामी राजधान्यांमधील टांकसाळींमध्ये ही नाणी पाडली जाऊ लागली होती. राजाचे नाव एका बाजूला कोरलेल्या ह्या नाण्यांचे उत्पादन हा राजाच्या जबाबदारीचा एक भाग होता. मोरोक्को, कतार, जॉर्डन, लिबिया आणि अरब अमिरातीत आजही 'दिरहम' वापरात आहेत.

१६) Ibid., २५-२६

१७) Ibid., ३७

१८) Ibid., २५

१९) Goodman, *"Avicenna"* पा. ४९-६१, याशिवाय पहा - David C. Reisman, *ed., "Before and After Avicenna"* मधील लेख - Robert Wisnovasky, *"Towards a History of Avicenna's Distinction Between Immanent and Transcendent Causes"* पा. ४९-५१

२०) Goodman, *"Avicenna"* पा.. ९१-९३
२१) Gohlman, *"The Life of Ibn Sina"* पा. ९१-११३
२२) Avicenna, *"The Canon of Medicine", adapted by* Laleh Bakhtiyar (1999) पा. ९-४४
२३) Ibid., १५७
२४) Al- Kindi, *"The Medical Formulary of Aqrabadhin of Al- Kindi,"* trans. Martin Levey (1966)
२५) Gohlman, *"The Life of Ibn Sina"* पा. ४१-४३
२६) Goodman, *"Avicenna"* पा. १८-२३
२७) Gohlman, *"The Life of Ibn Sina"* पा. ४३
२८) Ibid., ५३
२९) Ibid., ५१
३०) Charles Burnett, *"The Introduction of Arabic Learning into England"* (1996 ) पा. ५९-८०
३१) Ibid., ४४-४५
३२) Jules L. Janssens, *"An Annotated Bibliography on Ibn Sina"* (1970 – 1989 ), (1991) आणि Jules L. Janssens, *"An Annotated Bibliography on Ibn Sina: First Suppliment"* (1990 – 1994), (1999)

## प्रकरण ४

१) The Archaeological Excavation of the Tenth-Century Intan Ship-wreck, *"British Archaeological Reports International Series,* 1047" (2002)
२) Fund am schwarzen Felsen [The Discovery at the Black Rock], "*Der Spiegel"* 13 (2004), पा. १६६-१७५
३) Flecker, "Intan Shipwreck", पा. १२६-१४९. पुरातत्त्वीय माहितीची उलट तपासणी करताना अशाच निष्कर्षापर्यंत पोहोचलेल्या विश्लेषणासाठी पहा – Pierre-Yves Manguin, *"Trading Ships of the South China Sea: Shipping Techniques and Their Role in the History of the Development of Asian Trade Networks," Journal of the Economic and Social History of the Orient* 36 (1993), पान. २५६-२६५. याशिवाय पहा – Anthony Reid, *Charting the Shape of Early Modern Southeast Asia* (1999) पा. ६५-५९
४) Flecker, *"Intan Shipwreck",* पा १८-२६
५) Gerald R. Tibbetts, *"A Study of the Arabic Texts Containing Material on Southeast Asia"* (1979) पा ३९

६) चीनी आरशांमध्ये वापरले जाणारे तांबे जपानमधून आले असण्याची दाट शक्यता आहे. त्या काळात जपानकडून आग्नेय आशियाला निर्यात होणाऱ्या मालात तलवारी आणि तांब्याचा प्रामुख्याने समावेश होता. पहा Ian Glover, Pornchai Suchitta and John Villiers, eds., *"Early Metallurgy, Trade and Urban Centers in Thailand and Southeast Asia"* (1992) मधील लेख – Bennett Bronson, *"Patterns in the Early Southeast Asian Metals Trade"* पा. ७१-७२. नवव्या शतकातील अरब वृत्तांतात चीनबरोबरच्या व्यापारात तांबे इष्ट असल्याचा उल्लेख आहे. यासाठी पहा –S. Maqbul Ahmad, trans., *"Arab Classical Accounts of India and China"* (1979)

७) मुख्य भूमीवरील राज्यांच्या उदय आणि अस्त एका विशिष्ट पद्धतीनेच होताना दिसतो. त्याविषयीच्या आधिक माहितीसाठी पहा – Victor Liberman, *"Strange Parallels: Southeast Asia in Global Context, c. 800-1830",* (2003)

८) Kenneth R. Hall, *"Eleventh-Century Commercial Developments in Angkor and Champa,"* Journal of Southeast Asian Studies 10(2) (September 1979) पा. – ४२०-४३४

९) Kenneth R. Hall, Maritime *"Trade and State Development in Early Southeast Asia"* (1985) पा. १०८-११०

१०) Flecker, "Intan Shipwreck", पा. ५४-६०. याशिवाय पहा – Ruth Barnes and David Parkin, eds., *"Ships and the Development of Maritime Technology on the Indian Ocean"* (2002) मधील लेख –Ranabir Chakravarti, "Seafarings, Ships and Ship Owners: India and the Indian Ocean" (AD 700 – 1500)" पा. ३६-४८

११) Flecker, "Intan Shipwreck," पा. ३१

१२) J.Klokke and Karel R. Van Kooji eds., *"Fruits of Inspiration: Studies in Honour of Prof. J. G. De Marijke"* (2001) मधील लेख – R.A.L.H. Gunawardana, *"Cosmopolitan Buddhism on the Move: South india and Sri Lanka in the Early Expansion of Theravada in Southeast Asia"* पा. १३५-१५५. या काळात चीन, भारत आणि आग्नेय आशिया एकमेकांशी कसे सांधले गेले होते याविषयीचे संशोधन जाणून घेण्यासाठी पहा – Tansen Sen, *Buddhism, Diplomacy and Trade: The Realignment of Sino – Indian Relations, 600 – 1400* (2003)

१३) Kenneth R. Hall and John K. Whitmore, eds., *"Explorations in Early Southeast Asian History: The Origins of Southeast Asian Statecraft"* (1976) मधील लेख - Kenneth R. Hall, "State and Statecraft in Early Srivijaya" पा. ९२-९३

१४) Charles Higham, *"The Archaeology of Mainland Southeast Asia from 10,000 BC to the fall of Angkor"* (1989) याशिवाय पहा - Hall and Whitmore, *Explorations* मधील लेख - Nidhi Aeusrivongse, "The Devaraja Cult and Khmer Kingship at Angkor" पा. १०७-१४८. या काळात हिंदूधर्म, बौद्धधर्म आणि स्थानिक परंपरांचे एकमेकात मिसळणे आणि विलीन होणे याविषयीच्या आकलनासाठी पहा - Ann R. Kinney, *"Worshipping Siva and Buddha: The Teple Art of East Java."* (2003)

१५) Hall and Whitmore, Explorations मधील लेख - Keith Taylor, *"The Rise of Dai Viet and the establishment of Thang-Long,"* पा. १७१-१८१

१६) Flecker, "Intan Shipwreck," पा. ३६-४१. अलीकडील संशोधनानुसार बोरोबुदूर हे मुख्यत्वे वज्रायन पंथाचे स्मारक होते. यासाठी पहा - Jefferry Roger Sundberg, "The Wilderness Monks of Abyayagirivihara and The Origines of Sino-Javanese Esoteric Buddhism," *Bijdragen tot de Taal-,Land-, en Volkenkunde 160(1) (2004)* पा. ९५-१२३

१७) Flecker, "Intan Shipwreck", पा. ५३-५४

१८) Bronson, *"Patterns in the Early Southeast Asian Metals Trade,"* पा. ६५

१९) Flecker, "Intan Shipwreck," पा. ८३. जावा आणि बालीतील चांदीच्या नाण्यांच्या वापराबद्दल पहा - Himanshu P. Ray, ed., *"Archaeology of Seafaring: The Indian Ocean in the Ancient Period"* (1999) मधील लेख - Jan W. Christie, "Asian Sea Trade Between the Tenth and Thirteenth Centuries and Its Impact on the States of Java and Bali, पा. २३७-२३८. जहाजबुडीच्या काळातील पूर्व जावातील वेगवेगळ्या कोरीव लेखांमधून चांदी आणि सोन्याच्या नाण्यांची मुबलकता दिसून येते. यासाठी पहा - Antoinette M. Barret Jones, *"Early Tenth Century Java from the Inscriptions,"* Verhandelingen van het Koninklijk Instituut voor Taal-, Land-, en Volkenkunde 107 (1984) पा. ३२-३४

२०) ओतीव लोखंड किंवा बिडाचे लोखंड बनवण्याच्या चीनी तंत्रज्ञानाचा विकास समजून घेण्यासाठी पहा- Bronson, "Patterns in the Early Southeast Asian Metals Trade," पा. ७१

२१) Ibid., ८९-९०

२२) Flecker, "Intan Shipwreck," पा. ७८-७९

२३) John Bastin and Roelof Roolvink, eds., *"Malayan and Indonesian Studies"* (1964) मधील लेख - Alastair Lamb, "Takupa: The Probable site of a Pre-Malaccan Entrepot in the Malay Peninsula," पा. ८१-८२ याशिवाय

पहा - Peter Francis, *Jr., Beads and the Beads Trade in Southeast Asia: A Preliminary Report on Research into the Bead Trade of Southeast Asiaas a Segment of the Indian Ocean Bead Trade* (1989), याशिवाय पहा - Peter Francis, Jr., *Asia's Maritime Bead Trade from ca300BC to the present* (2002), आग्नेय आशियात रोगोपचार, समारंभ, चलन यांच्यासाठी मण्यांचा वापर पुरातन काळापासून केला जातो आणि स्वतःचे प्राबल्य दाखवण्यासाठीही मोठ्या संख्येने मणी बाळगले जातात. पहा – Heidi Munan, "Beads of Borneo" (2004).

२४) Himanshu P. Ray, *"The Winds of Change: Buddhism and the Maritime Links of Early South Asia"* (1994) पा. ९२-९३, ११८-११९

२५) Flecker, "Intan Shipwreck," पा. १०१-१०३. याशिवाय पहा - Ray, *The Winds of Change* मधील लेख - Angela Schotenhammer, "The Maritime Trade of Quanzhou (Zaitun) from the Nineth Through the Thirteenth Century," पा. २७१-२९० John S. Guy, *"Oriental Trade Ceramics in South-East Asia, Nineth to Sixteenth Centuries"* (1986) पा. ११-१२

२६) Christie, "Asian Sea Trade," पा. २२५-२२६

२७) Ruth Barnes, *"Indian Block-Printed Cotton Fabrics in the Kelsey Museum" (1993)* आणि Ruth Barnes, "Indian Block-Printed Textiles in Egypt: The Newberry Collection in the Ashmolean Museum" (1997)

२८) Communities and Commodities: Western India and Indian Ocean, 11th-15th Centuries, Kelsey Museum of Archaeology, Ann Arbor, Michigan, November 7 – 10, 2002, या परिषदेत सादर केलेला प्रबंध -Ruth Barnes, "Indian Trade Textiles: Sources and Transmission of Designs."

२९) Taylor, "The Rise of Dai Viet", पा १६९ इंटन जहाजबुडीच्या पूर्वी पाचशे वर्षांपासून चाचेगिरीचा उपद्रव सुरू होता. सन ४१४ मध्ये जावाच्या जवळच्या भागाविषयी फा हीन या बौद्ध यात्रेकरूने लिहून ठेवले आहे, समुद्रावर असंख्य चाचे आहेत, ते भेटणे म्हणजे मरण ओढवून घेण्यासारखेच आहे. Fa-Hien, *"A Record of Buddhistic Kingdoms being an Account by the Chinese Monk of His Travels in India and Ceylon (A.D.399-414) in Search of the Buddhist Books of Discipline, trans., James Legge"* (1965) पा. ११२

३०) Claude Guillot, Denys Lombard and Roderich Ptak, ed., *"From the Mediterranean to the China Sea: Miscellaneous Notes"* (1998) मधील लेख – Tilman Frasch, "A Buddhist Network in the Bay of Bengal: Relations Between Bodhagaya, Burma, and Shri Lanka", c. 300-1300. पा. ६९-९२

३१) Jones, "Early Tenth Century Java" पा. २३-२७ दक्षिण भारतीय आग्नेय आशियात व्यापार करत होते याचा पुरावा आग्नेय आशियातील काही कोरीवलेखांमधून मिळतो. पहा - Meera Abraham, Two Medieval Marchant Guilds of South India (1988) पा. ३३-३९

३२) Flecker, "Intan Shipwreck," पा. ९०

३३) *"Journal of the Economic and Social History of the Orient 47 (2)"* (2004) मधील लेख – Kenneth Hall, "Local and International Trade and Traders in the Strait of Malaka Regions: 600–1500," पा. २२४. जात किंवा धर्म यांच्यापलिकडे जाऊन व्यापारीवर्गाच्या सुरुवातीविषयीच्या चर्चेसाठी पहा पा. - २३८ आणि पहा - Anthony Reid, *"Southeast Asia in the Age of Commerce," 1450-1680,* पा. ६५-६६.

३४) *"Villiers, Early Metallurgy"* मधील लेख - Jan W. Christie, "Trade and Settelment in Early Java: Integrating the Epigraphic and Archaeological Data," पा. १८१-१९५

३५) Flecker, "Intan Shipwreck", पा. १०१-१०३. धूप ही चीनमध्ये महत्त्वाची व्यापारयोग्य वस्तू आहे हे सुरुवातीच्या अरबी व्यापाऱ्यांना माहीत होते. पहा– Ahmad, *Arab Classical Accounts,* पा. ४६.

३६) Flecker, "Intan Shipwreck," पा. ९६

३७) पहा – Sen, *Buddhism, Diplomacy and Trade*

## प्रकरण - ५

१) जी जहाजे मोसमाच्या सुरूवातीला येत त्यांच्यातील मसाल्यांना अधिक भाव मिळत असे. पहा *"Bulletin of the School of Oriental and African Studies"* 50(3) (1987) – मधील लेख - Shlomo Goitein, " Portrait of a medieval Indian Trader: Three Letters from the Cairo Geniza" पा. ४६१-४६२ हिंद महासागरातील मान्सूनमधील व्यापाराच्या सर्वसाधारण परिस्थितीबद्दल जाणून घेण्यासाठी पहा Michael Pearson, "The Indian Ocean" (2003) पा. १३-२६

२) Ibn Battuta, "The Travels of Ibn Battuta," AD 1325-1354, trans. H.A.R.Gibb (1994) पा. ८०८-८०९

३) Anthony Reid, *"Southeast Asia in the Age of Commerce,"* 1450-1680, (1993), vol. 1, पा. ८६-८८

४) Maxime Rodinson, A.J.Arberry and Charles Perry, *"Medieval Arab Cookery"* (2001) आणि David Waines, *"In a Caliph's Kitchen"* (1989). सन

१९९५ नंतर मध्ययुगीन युरोपीय पाककृतींविषयीची पुस्तके सातत्याने प्रकाशित होत आली आहेत ज्यात केवळ इंग्लंडमध्ये उगम पावलेल्याच २००० पाककृती आहेत. मिरे सोडले तर आले, वेलदोडे, जायपत्री, लवंग, दालचिनी आणि कंकोळ (कबाबचिनी) यांच्यासारखे मसाल्याचे इतर पदार्थ इंग्लंडमध्ये चौदाव्या शतकाच्या आधी क्वचितच वापरले जात असल्याचे दिसते. पहा Martha Carlin and Joel T. Rosenthal, eds., *Food and Eating in Medieval Europe* (1998) मधील लेख – Constance B. Hieatt, " Making Sense of Medieval Culinary Records: Much Done, But Much to Do पा. १०१-११६. याशिवाय पहा – *The Forme of cury, a roll of ancient English cookery* हे पुस्तक सन १३९० मध्ये इंग्लंडचा राजा रिचर्ड (दुसरा) याच्या मुख्य आचार्यांने सिद्ध केले आणि ते नंतर एडवर्ड लॉर्ड स्टॅफोर्ड याने राणी एलिझाबेथला अर्पण केले. सध्या हे पुस्तक गुस्तावस ब्रँडर याच्या संग्रहात असून आता ते www.gutenberg.org या संकेतस्थळावर उपलब्ध आहे.

५) Himanshu P. Ray, "Archaeology of Seafaring: The Indian Ocean in the Ancient Period" (1999) पा. ५५

६) Shlomo Goitein, *"Letters of Medieval Jewish Traders"* (1973) पा. ३-४

७) Amitav Ghosh, *"In an Antique Land"* (1994) पा. ८०-९८

८) Goitein, *"Letters of Medieval Jewish Traders"* पा. १९२

९) व्यापारातील संधींच्या शोधात ट्युनिशियातून कैरोकडे निघालेल्या ज्यू व्यापाऱ्यांचा मार्ग साधारणपणे एकाच होता. पहा - *Journal of the Economic and Social History of the Orient* 16(1) (1973) मधील लेख – Norman Stillman, "Eleventh Century Merchant House of Awkal" (a Geniza Study) पा. १७

१०) बाराव्या शतकात भूमध्य समुद्राच्या उत्तर किनाऱ्यापालीकडील युरोपातील शहरांमध्ये अरबी भाषा बोलणारे ज्यूंचे एकही उदाहरण गोयितीनला आढळलेले नाही. Goitein, *Letters of Medieval Jewish Traders* पा. ८

११) Shlomo Goitein, "Portrait of a Medieval Indian Trader" पा. ४४९-४५०. याशिवाय पहा. Shlomo Goitein, *Studies in Islamic History and Institutions:* (1966) पा. ३४४

१२) पहा – Stillman, "Eleventh Century Merchant House" पा. १७

१३) उदाहरणार्थ पहा – Goitein, *"Letters of Medieval Jewish Traders",* मधील त्रिपोलीतील मृत व्यापार याच्या मालमत्तेच्या संदर्भातील सन ११३० मध्ये लिहिलेले पत्र, पा. १८२-१८३

१४) Ibid., १८३, याच सुमारास मदमूनने मंगलोरच्या तीन हिंदू व्यापाऱ्यांसमोर भागीदारीचा प्रस्ताव ठेवला होता. *"Journal of the Economic and Social History of the*

*Orient* 23" मधील लेख – Shlomo Goitein, "From Edan to India: Specimens of the Correspondence cf Indian Traders of the Twelfth Century" पा. ५३

१५) Goitein, *"Letters of Medieval Jewish Traders"* पा. १८५

१६) पहा – *"Journal of the Royal Asiatic Society"* 2 (1967) मधील लेख – S. M. Stern, " Ramisht of Siraf, a Merchant Millionaire of the Twelfth Century" पा १०–१४

१७) Shlomo Goitein, *"A Mediterranean Society: The Jewish Community of the Arab World as Portrayed in the Documents of the Cairo Geniza,"* 2 vols. (1967), vol.1, पा. २०३

१८) Ibid., vol. 1, पा. १६४–१६६, १८२. याशिवाय पहा – Stillman, "Eleventh Century Merchant House" पा. २३

१९) Goitein, *"Letters of Medieval Jewish Traders"* पा. १८४. याशिवाय पहा – Goitein, *A Mediterranean Society,* vol. 1, पा. २००–२०१

२०) इतर व्यापारी मलबारला येताना कधीकधी रोख रक्कम आणण्याऐवजी विक्रीसाठी रेशीम घेऊन येत पहा – Goitein, *Letters of Medieval Jewish Traders* पा. १९०. याशिवाय पहा – David Waines, ed., *Patterns of Everyday Life (2002)* मधील लेख - Yedida K. Stillman, " New Data on Islamic Textiles from the Cairo Geniza पा. १९९.

२१) Ghosh, *"In an Antique Land,"* पा. १७८

२२) Goitein, *"Letters of Medieval Jewish Traders"* पा. १९५०–१९६

२३) Ibid., १८५

२४) Ghosh, *"In an Antique Land,"* पा. २६७

२५) Goitein, *"Letters of Medieval Jewish Traders"* पा. २४३

२६) Goitein, "From Edan to India" पा. ५२ पहा – Ghosh, *In an Antique Land,* पा. २७५–२७६

२७) Goitein, *"Letters of Medieval Jewish Traders"* पा. १९३

२८) Meera Abraham, *"Two Medieval Merchant Guilds of South India"* (1988) पा.३३–३९

२९) Goitein, *"Letters of Medieval Jewish Traders."* पा.६४–६५

३०) Ghosh, *In an Antique Land,* पा. २६७ –२६८. फुस्तात येथील ज्यू समाज वापरत असलेल्या रेशमी आणि इतर श्रीमंती कापडांबद्दल पहा – Stillman, "New Data on Islamic Textiles," पा.१९५–२०६

३१) Goitein, "From Edan to India" पा.५२.

३२) Goitein, *"A Mediterranean Society,"* vol.2, पा. ३२ – १३३

३३) Goitein, *"Letter of Medieval Jewish Traders"* पा. १९४ . धातूकाम आणि धातू-पुनर्घडणी यांची कारागिरी आणि उद्योग ज्यू लोकांसाठी नित्याचे होते. पहा - Ibid., पा. १७ - १८, १८८ - १८९. भारतीय लोखंडासाठी एडनमध्ये चांगली बाजारपेठ असल्याचे मदमूनने अब्राहम बेन यीजूला पाठवलेल्या पत्रात लिहिले होते. Goitein,"From Edan to India" पा. ५२ - ५३

३४) Goitein, *"A Mediterranean Society"*, vol. 2, पा.२० याशिवाय पहा - Goitein, *"Letters of Medieval Jewish Traders"* पा. २०२

३५) L.A.Krishna lyer, *"Socil History of Kerala,"* vol.2 ( 1970) पा. ५६-५७. अशी मातृसत्ताक पद्धती अस्तीत्वात असल्याचा कोणताही लिखित पुरावा नाही, पण काही कोरीवलेखांमध्ये आलेल्या सूचक विधानांवरून नवव्या किंवा दहाव्या शतकाच्या सुरुवातीला ही प्रथा नायर समाजात रूढ होती असा निष्कर्ष काढता येतो. पहा - A. Shreedhara Menon, *"Social and Cultural History of Kerala"* (1979) पा. ८३-८७. नायर लोकांमधील गरीबीसाठी पहा - Lieutenants Ward and Conner, *"Memoires of the Survey of the Travancore and Cochin States* (1863)", vol. 1, पा. १३०-१३१

३६) Patricia Uberoi, ed., *"Family, kinship and marriage in India* (1993)" मधील लेख - E.Kathleen Gough, "The Nayars and the definition of Marriage." पा. २४२-२४३. Shlomo Goitein, " Slaves and Slavegirls in the Cairo Geniza Records," Arebica 9 (1) (1962), पा. १३-१८

३७) कधीकधी बऱ्याच काळासाठी दूर राहिल्यास घटस्फोट होऊ शकतो. पहा - Goitein, *Letters of Medieval Jewish Traders* पा. २२४-२२५

३८) Aftab Husain Kola, " Navayaths of India- An Arabian Lake in an Indian Ocean," Milli Gazette, Oct. 17, 2002; retrived Aug. 3, 2005, at www.milligazette.com/Archives/01072002/0107200296.htm. आग्नेय आशियातील व्यापाऱ्यांमध्ये तात्पुरती बायको करणे हे नेहमीचे होते. बऱ्याचदा ही बायको व्यापारात भागीदार असे. पहा - Anthony Reid, Charting the Shape of Early Modern Southeast Asia (1999) पा. १५९-१६०

३९) इतर व्यापाऱ्यांनाही या गोष्टीचा त्रास झाला. पहा - "Goitein, *Letters of Medieval Jewish Traders"* पा. ३२५-३२६

४०) Ibid., २०६, सुरुवातीच्या जेनीझा कागदपत्रांमध्ये सन मध्ये नॉर्मन लोकांनी सिसिलीवरील भीषण विजयाबद्दल उल्लेख आढळतात. पहा - Ibid., १६७-१६८, ३२२-३२३

४१) Ibid., २०४

४२) Ibid., २०५

४३) Ghosh, *"In an Antique Land,"* पा. ३१४

४४) Ibid., ३१७

४५) Shlomo Goitein, *"From the Land of Sheba: Tales of the Jews of yemen"* (1973) पा. ६-७, २५-२६

४६) Ghosh, *"In an Antique Land,"* पा. ३४८-३४९

४७) Goitein, *"A Mediterranean Society,"* vol. 1, पा. ५९-६१

## प्रकरण ६

१) इब्न बतूताच्या दीर्घ आठवणीचा एकमेव इंग्रजी अनुवाद The Hakluyt Society ने प्रकाशित केला आहे : Ibn Battuta, *"The Travels of Ibn Battuta," A.D. 1325-1354,* 5 vols.,trans. H. A. R. Gibb [new series, 110,117,141,178,190] (1958-2000). प्रस्तुत लेखकाने येथे १९९३ सालचे चार खंडातील पुनर्मुद्रण आधाराला घेतले असून ही अवतरणे Battuta, *Travels,* vol. 3 मधील आहेत. पा. ६६०-६६१

२) Ibid., ६६२

३) Ibid., ५९५-५९६

४) Ibid., Vol.1, 8

५) Ibid., १२

६) Ibid., १६

७) Ibid., १५

८) Ibid., १७-१८

९) Ibid., ४२

१०) Ibid., ६१

११) Ibid., ६०

१२) Ibid., ६४

१३) Ibid., ९८

१४) पहा - Marshall G.S. Hodgson, *"The Venture of Islam: Conscience and History in World Civilization,"* vol. 2 (1974) पा. ४७. याशिवाय पहा - Andre' Wink, Al-Hind: The Making of the Indo-Islamic World, vol. 1 (1990) पा. ४३

१५) Shlomo Goitein, "A Mediterranean Socity: The Jewish Community of the Arab World as Portrayed in the Documents of the Cairo Geniza," vol. 1 (1967) पा. ५३-६५

१६) Battuta, *Travels, vol.* 1, पा. ८५

१७) Ibid., १३२
१८) Ibid., ६४
१९) Ibid., १७०-१७१
२०) Ibid., १८८
२१) Ibid., १५५, १८२-१८३, १७६, २०४, २१०-२२३, ३५५-३५७
२२) Ibid., ३१९-३२०
२३) Ibid., २८२-२८३
२४) Ibid., ३४२
२५) Ibid., ३४५
२६) Ibid., ३४२
२७) Ibid., ३७६, ४०२-४०३, ४४६
२८) J. Spencer Trimingham, *"The Sufi Orders in Islam"* (1971), पा. १-३०. इब्न बतूताच्या काळातील भारतातील सूफी पंथांविषयी पहा – Richard Maxwell Eaton, *"Sufis of Bijapur, 1300 – 1700: Social Roles of Sufis in Medieval India"* (1978) पा. १३-४५
२९) Battuta, *"Travels,* vol. 2," पा. ३८७. याशिवाय पहा – Anthony Reid, *"Southeast Asia in the Age of Commerce, 1450 – 1680",* vol. 1 (1988), पा. ४२
३०) Battuta, *"Travels,* vol. 2," पा. ३७०. याशिवाय पहा – पा. ४३६, ४४१, ४६३, ४८७
३१) Ibid., ३७५-३७६
३२) Ibid., ४६१
३३) Ibid., vol. 3, ३४७
३४) Hodgson, *"The Venture of Islam,"* पा. ३३६-३३९, ३४९-३५१
३५) Battuta, *Travels,* vol. 3, पा. ७६०
३६) Ibid., vol. 4, ८०८
३७) Ibid., ८०७
३८) Ibid., ८२२-८४६
३९) Ibid., ८६५
४०) Ibid., ९२०
४१) Ibid., ९२१

## प्रकरण ७

१) Ma Huan, *"Ying-Yai Sheng–Lan: The Overall Survey of the Ocean's Shores,"* trans., J. V. G Mills (1970), पा. २७-३१

२) Ibid., या जहाजांचे स्वरूप, त्यांच्या शिडांची संख्या आणि वजन यांच्याविषयी बरीच विद्वत्तापूर्ण चर्चा झालेली आहे. प्रस्तुत लेखकाने संदर्भासाठी साधारणतः पुढील पुस्तक वापरले आहे - Joseph Needham, Science and Civilization in China, Civil Engineering and Nautics, vol.4, (1971), pt.3, पा. ४६०-५०७. पीत समुद्राचे आत्ताचे नाव आहे 'ह्वांग हाई' (Huang Hai)

३) Ma Huan, *"Ying-Yai,"* पा. ६९

४) Dru. C. Gladney, *"Muslim Chinese: Ethnic Nationalism in the People's Republic"* (1991) पा. ३६-३९

५) Ma Huan, *"Ying-Yai,"* पा. १७८

६) Anthony Reid, ed., *"Sojourners and Settlers: Histories of Southeast Asia and tha Chinese"* (1996) मधील लेख - Anthony Reid, " Flows and Seepages in the Long-Term Chinese Interaction with Southeast Asia पा. १७-२०

७) Ibn Battuta, *"The Travels of Ibn Battuta, A.D. 1325-1354,"* vol.4, trans., H. A. R. Gibb (1993), पा. ८१३-८१४

८) Ibid, १५-२६. याशिवाय पहा फारशा विश्वासार्ह नसलेल्या इब्न बतूताच्या चीन भेटीच्या निवेदनात त्याने मोठ्या सपाट तळाच्या गलबतांचा केलेला संक्षिप्त उल्लेख, पा. ८९४-८९५

९) Gilles Beguin and Dominique Morel, *"The Forbidden City: Center of Imperial China"* (1999) पा. १८

१०) *Journal of the Malaysian Branch of the Royal Asiatic Society 78* (2005), मधील लेख - Geoff Wade, "The Zeng He Voyages: A Reassessment" पा ३७-५८.

११) Ma Huan, *"Ying-Yai,"* पा. ७३

१२) Ibid., ७९-८०

१३) Ibid., ८१

१४) Ibid., ८५

१५) Ibid., ८१

१६) Ibid., ८२

१७) Ibid., ८३

१८) Ibid., ६९-७०

१९) Ibid., ८७

२०) Ibid., ८८

२१) Ibid., ८९

२२) Ibid., ८९-९

२३) Ma Huan, *"Ying-Yai,"* पा. ९२

२४) Ibid., ९७

२५) Victor H. Maier, *Painting and Performance: Chinese Picture Recitation and its Indian Genesis* (1986)

२६) Ma Huan, *"Ying-Yai,"* पा. ९९-१००

२७) Kenneth R. Hall, "Multi-Dimensional Networking in the Fifteenth Century Indian Ocean Realm: Communities of Exchange in Southeast Asian Perspective," paper presented at the conference of the Association for Asian Studies, Chicago, Illinois, April 2005

२८) Ma Huan, *Ying-Yai,* पा. १०३

२९) पहा - Ronald Inden, Jonathan Walters and Daud Ali, *"Querying the Medieval: Texts and the History of Practices in South Asia"* (2000) पा. ९९-१६५

३०) Ma Huan, *"Ying-Yai,"* पा. १०८

३१) Ibid., ११०

३२) Ibid., १२१

३३) Ibid., १११

३४) Ibid., १२९

३५) Ibid.,

३६) Ibid., १३५

३७) Ibid., १४०-१४१

३८) Ibid., १४३

३९) Ibid., १३८

४०) Ibid., १७४

४१) Ibid., १४९

४२) पहा - David Parkin and Ruth Barnes, eds., *"Ships and the Development of Maritime Technology in the Indian ocean"* (2002) मधील लेख - Ranabir Chakravarti, " Seafarings, Ships, and Ship Owners: India and the Indian Ocean (AD700–1500) पा. ४६-४७

४३) Ma Huan, *"Ying-Yai,"* पा. १४९

४४) Ibid., १५४-१५६

४५) Ibid., १६८-१६९

४६) Timothy Brook, *"The Confusions of Pleasure: Commerce and Culture in Ming China"* (1998) पा. ७९-८६

४७) Hafiz Abru, *"A Persian Embassy to China: being an extract from Zubdatu't Tawarikh of Hafiz Abru"*, trans. K. M. Maitra (1970) पा. ११८
४८) पहा - Wade, "The Zeng He Voyages", पा. ३७-३८
४९) Ma Huan, *"Ying-Yai,"* पा. १८०

## प्रकरण ८

१) Babur, Babur-Nama [Memoirs of Babur], trans. Annette Susannah Beveridge (1989, reprint), पा. १७४-१७८
२) Edward McEwen, Robert L. Miller and Christopher A. Bergman, "Early Bow Design and Construction," *Scientific American* 264 (6) (June 1991) पा. ७९-८२
३) सुरुवातीच्या गवताळ प्रदेशातील सैन्यांच्या घोडदळाचे डावपेच समकालीन किंवा इस्लामच्या सुरुवातीच्या काळातील विजयी सैन्यांच्या डावपेचांपेक्षा वेगळे होते. मुस्लीम सैनिक घोड्यावरून लढायला जात, पण प्रत्यक्ष लढाई ते पायदळाप्रमाणे लढत. धनुर्धारी पायदळ हे या सैन्याचे महत्त्वाचे अंग होते. पहा - Hugh Kennedy, *"The Armies of the Caliphs: Military and Society in the Early Islamic State."* (2001) पा. ८-११
४) चंगीझखानाची, त्याच्या समकालीन व्यक्तीने लिहिलेली गोष्ट जाणून घेण्यासाठी पहा - Ata-malik Juvaini, *"Chengis Khan: The history of the World Conqueror,"* trans., J. A. Boyle (1997)
५) Ibn Battuta, *"The Travels of Ibn Battuta," A.D. 1325-1354*, vol.3, trans., H. A. R. Gibb (1993, reprint) पा. ५७४
६) पहा - Marshall G.S. Hodgson, *"The venture of Islam: Conscience and History in World Civilization,"* vol.2, (1974) पा. २८७-२९१. याशिवाय पहा - Svat Soucek, *"A History of Inner Asia"* (2000) पा. ११४-११६.
७) Babur, Babur-Nama, पा. २९-३२, ४०-४४, ५१-५६
८) Ibid., १३१
९) Ibid., १३३
१०) Ibid.,
११) Ibid.,
१२) Ibid., १३५
१३) Ibid., १३९
१४) Ibid., १४०
१५) Ibid., २७७

१६) Ibid., ५८,६६

१७) Ibid., १५२

१८) Ibid., १३०,२४८,२५१,३२१,३२४,३८३

१९) Ibid., १२८

२०) Ibid., १४६

२१) Ibid., १२४-१२५,३९७,४०४,४१७

२२) Ibid., १९४

२३) Ibid., १५३

२४) Ibid., १५७

२५) Ibid.,

२६) Ibid., १५९-१६०

२७) Ibid., १७५-१७८

२८) Ibid., १९९

२९) Ibid., २२७

३०) Ibid., २०२

३१) Ibid., २२३

३२) Ibid., २०८,२१५-२१७ बऱ्याच वर्षांनंतर बाबराने त्याच्या बागेचे केलेले वर्णन वाचण्यासाठी पहा पा. ४१४

३३) Ibid., १२०

३४) Ibid., १२१

३५) Ibid., ३८६

३६) Ibid., १२०

३७) Ibid., १२१

३८) Ibid., ३८६

३९) Ibid., २७२

४०) Ibid., २७१ (मोठ्या उमरावाच्या दरबारातील कवी आणि संगीत्कारांविषयी बाबराने केलेल्या चर्चेसाठी पहा पा. २८६-२९२)

४१) Ibid., २७६

४२) Ibid., २७८

४३) Ibid., २८४

४४) Ibid., ३३८

४५) Ibid., २५८

४६) Ibid., ३९५-३९६

४७) Ibid., ३७७
४८) Ibid., २२९
४९) Ibid., ३८५
५०) Ibid., ५२२
५१) Ibid., ५२२
५२) Ibid., ५२२-५२३

## प्रकरण ९

१) Tomé Pires, *"The Suma Oriental of Tomé Pires,"* trans., Armando Cortesao (1944) पा. xxvii
२) Ibid., xxi – xxii
३) Michael Pearson, *The Portuguese in India* (1987) पा. ६-९
४) पहा – Christopher Bell, *"Portugal and the Quest for Indies"* (1974)
५) Pires, *The Suma Oriental,* पा. xxiii – xxiv
६) पंधराव्या शतकाच्या सुरुवातीच्या काळातील हिंद महासागरातील व्यापारासंबंधीच्या अधिक माहितीसाठी Duarte Barbarosa, Livro, vol.2 (1921) यात आलेले कालिकतचे वर्णन पहा. पा. ७६
७) Michael Pearson, *"The Indian Ocean,"* (2003) पा. ६८-६९
८) *"Ship-building and Navigation in the Indian Ocean Region" : AD 1400 - 1900* (1997) मधील लेख – K. S. Mathews, "Navigation in the Arabian Sea During the Sixteenth Century" : A Comparative Study of Indigenous and Portuguese Navigation पा. २६-३८
९) Pearson, "The Indian Ocean," पा. ३३-३४
१०) *Studies on Portuguese Asia. 1495-1689* (2001), मधील लेख – George W. Winius, "Early Portuguese Travel and Influence at the Corner of Asia" पा. २१५-२१६
११) Pires, *"The Suma Oriental,"* पा. Xxv
१२) Joseph Needham, "Science and Civilization in China," vol.6, (1986), pt. 1, पा. ४५१-४५९
१३) Ibid., २६६
१४) Ibid., ४५२-४५६
१५) Aqrabadhin, *"The Mediacal Formulary, or Aqrabadhin of Al-Kindi,"* trans., Martin Levey (1966)

१६) Avicenna, *"The Canon of Medicine,* adapted by Laleh Bakhtiyar" (1999)

१७) Pires, *"The Suma Oriental,"* पा. १३८

१८) Ibid., २०६

१९) युरोपीय वसाहतींच्या पूर्वीच्या काळातील आग्नेय आशयातील राज्यांविषयी विविध उपपत्ती मांडण्यात आल्या आहेत. उदाहरणार्थ पहा David G. Marr and A. C. Milner, eds., "Southeast Asia in the 9th to 14th Centuries" (1986) मधील लेख- "Jan Wisseman Christie," Negara, mandala and Despotic State: Images of Early Java पा. ६५-९४ हे प्रकरण लिहिताना Journal of Asian Studies 62(2) (May 2003), मधील Freek Colombijn, "The Volatile State in Southeast Asia: Evidence from Sumatra," 1600-1800, या लेखाचा आधार घेतला आहे. पा. ४९९-५००

२०) Pires, *"The Suma Oriental,"* पा. ९५-९६

२१) Ibid., ९७-९८ या प्रकरणात दाखवलेले भात पिकावणारी राज्ये आणि व्यापारावर आधारित राज्ये, असे प्रकार काहीसे ढोबळ आहेत. काही राज्यांनी व्यापारातून मिळालेला नफा जलसिंचनात सुधारणा करण्यासाठी वापरला असेल आणि भाताच्या सुधारलेल्या उत्पादनातील अधिकचा भात व्यापारात विकून त्यातूनही उत्पन्न मिळवले असेल. पहा Denys Lombard, Le "Carrefour Javanais: Essai d'histoire global" (1990) vol.1-3

२२) Pires, *"The Suma Oriental"* पा २४३-२४५. व्यापारी केंद्रांवर अवलंबून असलेल्या राज्यांनाही शेती आणि व्यापार यांचा योग्य मेळ घालावा लागत होता. पहा - Claude Guillot, Denys Lombard and Roderich Ptak, eds., *From Mediterranean to China Sea: Miscellaneous Notes,* मधील लेख – Jorge M. Dos Santos Alves, "The Foreign Traders' Management in the Sultanates of the Straits of Malacca" पा. १३१-१४२

२३) Pires, *"The Suma Oriental,"* पा. ४५

२४) Pearson, *"The Indian Ocean,"* पा. ८६

२५) Pires, *"The Suma Oriental,"* पा २९

२६) Ibid., दक्षिण भारतातील विजयनगर हे राज्य अधर्मी असले तरी संभाव्य मित्रही मानले जात होते. पहा Sanjay Subrahmanyam, ed., *"Saints and Sinners: The Successors of Vasco Da Gama"* (1995), मधील लेख –Maria A. L. Cruz, "Notes on Portuguese Relations with Vijayanagara, 1500-1565." पा. १३-३९

२७) Pires, *"The Suma Oriental,"* पा. १७७

२८) Ibid., २३

२९) Ibid., ५२
३०) Ibid., ११६
३१) Ibid., १२३
३२) चीनी सरकारचे पंधराव्या शतकाच्या मध्यास असलेले व्यापारविरोधी धोरण काही दशकांत बदलले. पिरेसच्या मोहिमेपर्यंत व्यापार केवळ पुन्हा सुरूच झाला नव्हता, तर त्याला सरकारी अधिकारी वर्गाचा मोठा पाठिंबाही मिळत होता. पहा Patricia B. Ebrey, ed., *"Chinese Civilization: A Sourcebook"* (1981) मधील लेख "Zhang Han's Essay on Merchants." पा. २१६-२१८
३३) Timothy Brook, *"The Confusions of Pleasure: Commerce and Culture in Ming China"* (1998) पा ३८-५१
३४) Pires, *"The Suma Oriental,"* पा. xxxi – xxxii
३५) Ibid., xxxiv
३६) Ibid., xxxvii
३७) Ibid., xxxviii – xxxix
३८) Ibid., xl – xli
३९) Anthony Reid, *"Charting the Shape of Early Modern Southeast Asia"* (1999), chap.2
४०) पहा –Portuguese Conquest and Commerce in Southeast Asia, 1500-1750, (1985), chap.3 मधील लेख – C. R. Boxer, "Portuguese and Spanish Projects for the Conquest of Southeast Asia, 1580-1600."
४१) पहा – Subrahmanyam, ed., *Saints and Sinners* मधील लेख – Jorge M. Flores, *"The Straits of Ceylon, 1524-1539 :* The Portuguese – Mappilla Struggle over A Strategic Area." पा. ५७-७४
४२) Pearson, *"The Indian Ocean,"* पा. १३१, १३४-१३५
४३) पहा –Michael N. Pearson, *Merchants and Rulers in Gujarat: The Response to the Portuguese in the Sixteenth Century* (1976)
४४) Brook, *"The Confusions of Pleasure,"* पा. १११-११४
४५) Reid, *"Charting the Shape,"* पा. ८५-९०
४६) Pearson, *"The Indian Ocean,"* पा. ८२-८३
४७) Pearson, *"The Portuguese in India,"* पा. ३७
४८) Studies on Portuguese Asia, chap. 9, Winius," Porugal's 'Shadow Empire' in the Bay of Bengal. आणि *"Studies on Portuguese Asia,"* chap. 19, Private Trading in Portuguese Asia: A Substantial Will-O'-the-Wisp."
४९) Pires, *"The Suma Oriental,"* पा. xlviii

## प्रकरण १०

१) चीनी रोख पैसे तांबे, पितळ आणि लोखंड यांच्यापासून घडवलेल्या, मधे छिद्र असलेल्या नाण्यांच्या स्वरूपात असत. ठराविक संख्येची नाणी त्यांच्यातून ओवलेल्या दोरीने बांधलेली असत.

२) *Arab Classical Accounts of India and China,* trans. S. Maqbul Ahmad, (1979) मधील लेख Sulayman Al-Tajir, "An Account of China and India" पा. ४६-४७, ४९-५०

३) सुरुंगाची दारू आणि बंदुका यांच्या चीनमधील शोधांनंतर त्यांचा आशिया आणि युरोपात प्रसार कसा झाला याविषयीच्या माहितीची साधने तुरळक असून भाषांतरांमधील फरकामुळे ठोस काही सांगणे अवघड आहे. याविषयाची प्राथमिक माहिती जाणून घेण्यासाठी पहा Iqtidar Alam Khan, *"Gunpowder and Firearms: Warfare in Medieval India"* (2004), पा. ३-११. Carlo M. Cipolo, Guns and Sails in the Early Phase of European Expansion 1400-1700 (1965) या प्रबंधातील बंदुकांविषयीच्या माहितीला सखोल संशोधनाची जोड मिळाली आहे. पोर्तुगीज आशियात आले तेंव्हा त्यांच्या तोफा आशियातील त्यांच्या इतर विरोधकांपेक्षा वजनाला हलक्या होत्या, मागील भागातून गोळे भरण्याच्या सोयीमुळे त्यांचा डागण्याचा वेग चांगला होता आणि त्या अधिक अचूक मारा करू शकत होत्या, याविषयी तज्ञांमध्ये एकमत आहे.

द मराठाज (१६००-१८१८)

किंमत : रु २९५

डॉ. स्टुअर्ट गॉर्डन यांनी युनिव्हर्सिटी ऑफ मिशिगन मधून सन १९७१मध्ये पीएच.डी. मिळवली. कैक वर्षे भारतात राहून त्यांनी मराठ्यांच्या इतिहासाचा अभ्यास केला आणि त्यातूनच 'द मराठाज्' हा ग्रंथ निर्माण झाला आहे. स्वातंत्र्यानंतर मराठा राज्यव्यवस्थेशी निगडित कागदपत्रांचा प्रचंड साठा संशोधकांसाठी उपलब्ध झाला. सरदार घराण्यांकडील कागदपत्रेही उपलब्ध झाली. डॉ. स्टुअर्ट गॉर्डन यांनी चिकित्सक वृत्तीने या साधनांचा अभ्यास केला असून मराठेशाहीचे प्रमुख आधारस्तंभ असलेल्या विविध देशमुख घराण्यांच्या अनुषंगाने या इतिहासाची मांडणी केली आहे. मराठे मुळात कोण होते, त्यांनी प्रतिष्ठा कशी मिळवली, त्यांची निष्ठा कशी बदलत होती आणि कायदेशीर हक्कांविषयी ते किती सजग होते अशा विविध प्रश्नांचा शोध घेण्याचा प्रयत्न या पुस्तकात केला आहे. हत्यारबंद टोळ्यांपासून सुसज्ज कवायती लष्करापर्यंत मराठ्यांच्या सैन्यात झालेला बदल, मराठ्यांनी विकसित केलेली महसूल व्यवस्था आणि त्यांनी नोंदलेल्या माहितीच्या भांडाराचा इंग्रजांना झालेला उपयोग अशा महत्त्वाच्या गोष्टींचीही विस्तृत चर्चा या पुस्तकात वाचायला मिळेल. मराठा कालखंडातील सामाजिक परिवर्तनाकडेही लक्ष वेधण्यात डॉ. गॉर्डन यशस्वी झाले आहेत. इतिहासाचे अभ्यासक आणि सामान्य वाचक अशा सर्वांना भावेल अशी खात्री वाटते.

www.ingramcontent.com/pod-product-compliance
Lightning Source LLC
LaVergne TN
LVHW010917051026
849532LV00003B/736